யானைகளோடு
பேசுபவன்

யானைகளோடு பேசுபவன்

ச.சுப்பாராவ்

உயிர்மை பதிப்பகம்

விலை ரூ.220

உயிர்மை பதிப்பக வெளியீடு: 854

யானைகளோடு பேசுபவன் 〳 கட்டுரைகள் 〳 ஆசிரியர் : ச.சுப்பாராவ் 〳 © ச.சுப்பாராவ் 〳 முதல் பதிப்பு : ஆகஸ்டு 2024 〳 வெளியீடு : உயிர்மை பதிப்பகம், எண்.5 பரமேஸ்வரி நகர் முதல் தெரு, அடையாறு, சென்னை 600 020 தொலைபேசி : 91 44 48586727, 9003218208 மின்னஞ்சல் : uyirmmai@gmail com, இணையதளம்: www.uyirmmaibooks. com 〳 அச்சாக்கம் : மணி ஆஃப்செட், சென்னை 600 077

Yaanaikalodu pesubavan 〳 Articles 〳 Author: C.Subbarao 〳 © C.Subbarao 〳 Language: Tamil 〳 First Edition : Aug.2024 〳 Demy 1x8 〳 Paper : 18.6 kg maplitho 〳 Pages : 168 〳 Published by : Uyirmmai Pathippagam, No.5 Parameswari Nagar 1st street, Adyar, Chennai - 600 020, India. Tele : 91-44 -48586727, 9003218208 e-mail : uyirmmai@gmail.com, Website: www.uyirmmaibooks.com 〳 Printed at Mani Offset, Chennai 600 077 〳 Price : Rs.220

ISBN :978-93-93650-65-8

ச.சுப்பாராவ்

வயது 59. மதுரைச் சேர்ந்தவர். கடந்த 39 ஆண்டுகளாக மதுரையில் இந்திய ஆயுள் காப்பீட்டுக் கழகத்தில் பணி. சிறுகதை தொகுப்புகள், நாவல், கட்டுரை நூல்கள், மொழி பெயர்ப்புகள் என இதுவரை 57 படைப்புகள் வெளிவந்துள்ளன. மொழி பெயர்ப்புக்காக தமுஎகச விருது, தமிழ்நாடு கலை இலக்கியப் பெருமன்றம் விருது, நல்லி திசை எட்டும் விருது ஆகியவை பெற்றுள்ளார்.

மனைவி அஞ்சல் துறை ஊழியர். ஒரே மகள் திருமணமாகி சென்னையில் வசிக்கிறார். மின்னஞ்சல் : csubbarao7@gmail.com

பொருளடக்கம்

1. இன்று எனக்கு என்ன வேலை? 9
2. என் தோட்டத்தில் ஒரு காண்டாமிருகம் 16
3. ஒரு பெண் ஜெனரலின் கதை 22
4. அவசர போலீஸ் 911 28
5. காணாமல் போனவர்களைத் தேடி... 34
6. யானைகளோடு பேசுபவன் 40
7. விமானப் பணிப்பெண் ஏன் உங்களை வெறுக்கிறாள்? 46
8. பதிப்பகத்தின் கதை 53
9. 52 வாரம் 52 வேலை 59
10. கூலிப் படை 71
11. அமெரிக்க மணியம் பிள்ளை 72
12. குடைநிழலிலிருந்து குஞ்சரம் ஊர்ந்தவன் 79
13. பேனாவிலிருந்து சுத்தியலுக்கு 86
14. ஸார் போஸ்ட் 92
15. எனது நூலகத்தில் 99
16. ஜாக்கியின் பெண் 105
17. உங்கள் அன்பு அறிவிப்பாளன் 112
18. எல்லைகள் இல்லா மருத்துவர் 118
19. திறந்த வானம் 125
20. புகைப்படம் தவிர வேறொன்றும் எடுக்காதே... 133
21. ஆவி எழுத்தாளர் 140
22. முதல் நோயாளியின் மருத்துவம் 146
23. வீடற்ற புத்தகங்களின் வீடு 153
24. வானில் 146 நாட்கள் 159

இன்று எனக்கு என்ன வேலை?

1

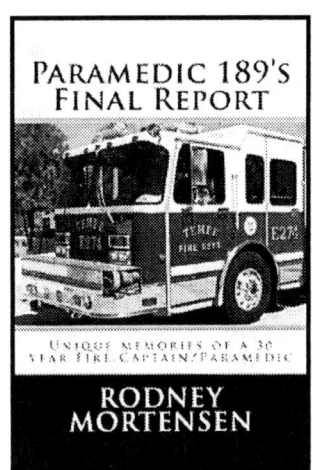

நான் இந்திய ஆயுள் காப்பீட்டுக் கழகத்தில் வேலை பார்ப்பவன். தினமும் காலையில் அலுவலகம் போனதும், அன்றைக்கான எந்த வேலைகள் என் மேஜையில் காத்திருக்கின்றன என்று எனக்குத் தெளிவாகவே தெரியும். அலுவலகம் போகும் வழியிலேயே எந்த எந்த வேலைக்கு முக்கியத்துவம் தந்து முதலில் முடிக்க வேண்டும், அவற்றை முடிக்க யாரிடமெல்லாம் விவாதிக்க வேண்டும் என்றெல்லாம் மனத்துக்குள் தீர்மானித்தபடிதான் செல்கிறேன். ஆனால், உலகில் இன்றைக்கு எனக்கு என்ன மாதிரியான வேலை வரும் என்று தெரியாத வேலைகள் பல உண்டு. அதில் முதன்மையானது, தீயணைப்பு மற்றும் மீட்புத் துறைப் பணி. அமெரிக்காவில் தீயணைப்பு மற்றும் மீட்புத் துறையில் சுமார் 30 ஆண்டுகள் பணியாற்றிய ராட்னி மார்டென்சென்னின் அனுபவங்களைப் படித்தபோது நாம் பார்ப்பதெல்லாம் ஒரு வேலையா என்ற உணர்வுதான் மனத்தில் வந்தது. வேலை சார்ந்த அனுபவங்கள் என்று சொல்லிக்கொள்ளப் பிரமாதமாக ஒன்றுமில்லாத குமாஸ்தாக்கள் நிரம்பிய நம் தேசத்தில் இம்மாதிரியான அனுபவப் பகிர்வுகள் நமக்கு மிகவும் ஆச்சரியமாகத்தான் இருக்கின்றன.

Paramedic 189's Final Report என்ற ராட்னி மார்டென்சென்னின் பணி சார்ந்த வாழ்க்கை வரலாறு மிக சுவாரஸ்யமான அனுபவப் பதிவு. "உங்கள் வேலையில் உங்களைக் கவர்ந்த அம்சம் என்ன?" என்று பலரும் கேட்பார்கள். "இன்று என்ன வேலை வரப்போகிறது என்று தெரியாத அந்த சஸ்பென்ஸ்தான்" என்பேன் என்றுதான் இந்தப் புத்தகம் ஆரம்பிக்கிறது. அலுவலகம் போய் எல்லாம் சரியாக இருக்கிறதா என்று பார்த்துவிட்டு, அபாய மணி எப்போது அடிக்கப் போகிறதோ என்று காத்திருக்கும் வேலை. ராட்னியின் பணிக்காலத்தில் அந்த மணி கிட்டத்தட்ட 20000 முறைகளுக்கு மேல் அடித்திருக்கிறது. 20000 முறைகளிலும் யாரோ ஒருவர் ஏதோ ஓர் ஆபத்தில் இருந்திருக்கிறார். இவரது குழு போய் தன்னால் இயன்றதைச் செய்திருக்கிறது. இதற்கெல்லாமா தீயணைப்புத் துறையைக் கூப்பிடுவார்கள் என்று நாம் நினைக்கும் படியான அழைப்புகளும் உண்டு. ஆனால், ராட்னி என்ற மீட்பு வீரர் அப்படி நினைக்கவில்லை. சம்பந்தப்பட்ட நபருக்கு அது ஒரு அபாயமான, இக்கட்டான சூழல் என்றுதான் எங்கள் உதவியை நாடியிருக்கிறார் என்கிறார் அவர். புத்தகத்தில் எந்த இடத்திலும் அவரது சொந்தக் கதை இல்லை. அவர் தீயணைப்புத் துறையில் வேலைக்குச் சேர்ந்த சந்தர்ப்பத்தை வாசகருக்குச் சொல்வதற்கான பின்னணித் தகவலாக ஆரம்பத்தில் அவரது இளமைக்கால குடும்பச் சூழல் பற்றி லேசாகச் சொல்கிறார். அவ்வளவுதான். மற்றபடி முழுக்க முழுக்கப் பணியிட அனுபவங்களே.

நம் ஊரில் தீயணைப்புத் துறைக்கான உடல் தகுதித் தேர்வுகள் எப்படியோ தெரியவில்லை. 1970களில் அமெரிக்காவில் அது கடினமான தாகத்தான் இருந்திருக்கிறது. 75கிலோ எடையுள்ள பையை முதுகில் மாட்டிக் கொண்டு, உயரமான மாடிப்படி ஏறி, இறங்கி, பையைத் தரையில் மெதுவாக இறக்கி வைக்க வேண்டும். தொப்பென்று போடக் கூடாது! பிறகு 50 அடி உயர ஏணி வழியாகக் கட்டடத்தின் கூரை மேல் ஏறி, தரையில் கிடக்கும் 76 பவுண்டு ஹோஸைக் கயிறு கட்டி மேலே தூக்க வேண்டும். இதை 30 வினாடிகளில் செய்ய வேண்டும். இப்படிப் பல சோதனைகள் கடந்துதான் மீட்பு வீரராக முடியும்.

வேகமாகப் பாய்ந்து செல்லும் தீ வண்டியின் பின்பக்க பம்பரில் நின்று கொண்டு, ஒரு கையால் வண்டியைப் பிடித்துக்கொண்டு, மறுகையால் மணியை அடித்துக்கொண்டே அவர்கள் செல்வதைப் பார்க்கும் போதெல்லாம் நாமும் இந்த வேலைக்குச் சேர்ந்தால் சூப்பராக இருக்குமே என்று நம்மில் பலர் சின்ன வயதில் நினைத்திருப்போம். உள்ளதிலேயே கஷ்டமான வேலை அதுதான் என்கிறார் ராட்னி. பம்பரில் இரண்டு கால்களை நன்றாக ஊன்றி நிற்பதற்கே இடமிருக் காதாம். அதில் பள்ளம் மேடு பார்க்காமல், காட்டுத்தனமான வேகத்தில் டிரைவர் வண்டியை விரட்டிக் கொண்டு போக, நிஜமாகவே ஒரு கையால் உயிரைப் பிடித்துக்கொண்டுதான் மறுகையால் மணி அடிக்க வேண்டுமாம்! அப்படிப் போனால்தான் அந்த அவஸ்தை தெரியும்

என்கிறார் அவர். இதில் இந்த அவஸ்தை புரியாமல், வழிநெடுக கையசைக்கும் குழந்தைகளின் உற்சாகக் கூச்சல் வேறு டென்ஷனை அதிகரிக்கிறது!

தீவிபத்துகளைவிட மருத்துவ அவசரங்களுக்கான அழைப்புகள்தாம் அதிகம். தீயணைப்பு வீரர்கள் அனைவருக்குமே அங்கு பாரா மெடிக் பயிற்சி உண்டு. மாரடைப்பு வந்தவர்களுக்கு முதலுதவி, யாருமற்ற தனிமையில் திடீரென பிரசவ வலி வந்துவிட்ட பெண்களுக்குப் பிரசவம் பார்த்தல், சாலை விபத்துகள், வீடுகளில், பணியிடங்களில் நடக்கும் விபத்துகள், அவற்றில் மாட்டிக் கொண்டவர்களுக்கு முதலுதவி என்று பெரும்பாலும் மருத்துவ அவசர அழைப்புகள்தாம் அதிகம். இந்த அவரச அழைப்புகளின் போது மீட்பு வீரர்களின் கவனம் முழுவதும் உதவி தேவைப்படும் பாதிக்கப்பட்டவர் மீதுதான் இருக்க வேண்டும்.

துப்பாக்கி வெடித்து ஒருவருக்குக் காயம் பட்டுவிட்டதா? துப்பாக்கியை வைத்து இவன் என்ன செய்துகொண்டிருந்தான் என்று அவர் ஆராய்ச்சி செய்யக் கூடாது. கார் மோதிய விபத்தா? தவறு யார் மேல் என்ற யோசனை கூடவே கூடாது. அதெல்லாம் போலீசின் வேலை. எந்தவொரு சந்தர்ப்பத்திலும் பாதிக்கப்பட்டவர் பற்றி, இவன் இப்படிச் செய்திருப்பான், அதனால் இவனுக்கு இப்படி நேர்ந்துவிட்டது என்று மீட்பு வீரர் நினைக்கவே கூடாது. அவனது செயல் பற்றி ஆராய்ச்சி செய்வதோ, அதற்கு ஒரு தீர்ப்பு எழுதுவதோ என் வேலை அல்ல, அப்படி நான் யோசிக்க ஆரம்பித்தால் சமயங்களில் பாதிக்கப் பட்டவனுக்கு என்னால் முழுமையாக உதவ முடியாமலும் போய் விடலாம். எனவே, என் கவனம் முழுவதும் காப்பாற்றுவதில், பாதிக்கப் பட்டவரைக் காப்பாற்றி, தேர்ந்த மருத்துவக் குழுவிடம் ஒப்படைப்பதில் மட்டுமே இருக்க வேண்டும். ஒப்படைத்த பின், அவருக்கு என்ன ஆனது என்ற கவலைப்படுதலும் இல்லை. அடுத்த அவசர உதவி அழைப்பிற்காகக் காத்திருப்பது மட்டுமே எனது வேலை

என்கிறார் ராட்னி. சம்பவம் நடந்ததற்கோ, இல்லை, அதற்கு முன் நடந்ததற்கோ நான் எந்த விதத்திலும் பொறுப்பில்லை. அதனால் அது எப்படி நடந்தது, ஏன் நடந்தது என்பது பற்றி நான் ஆராய வேண்டிய அவசியம் இல்லை. சம்பவத்தில் பாதிக்கப்பட்டவர்களைக் காப்பாற்றுவது மட்டுமே என்பொறுப்பு என்ற மனநிலையில்தான் அவர் பணி செய்திருக்கிறார். ஆனால், இந்த மனநிலையைத் துறை ரீதியான பயிற்சி மட்டுமே தந்துவிடாது. எத்தனையோ விதவிதமான அழைப்புகள், மனிதர்கள், பாதிப்புகள், விபத்துகள், கோரங்கள் எல்லாவற்றையும் பார்த்துப் பார்த்து வந்த அனுபவரீதியான பக்குவம் இது.

அவருக்கு வந்த அழைப்புகள்தாம் எவ்வளவு வினோதமானவை! காசு போட்டு, சுவிங்கம் எடுத்துக்கொள்ளும் இயந்திரங்கள் 1970களிலேயே அமெரிக்காவில் வந்துவிட்டன. காசில்லாத ஒரு சிறுவன் இயந்திரத்தில் கையை விட்டுக் கை மாட்டிக் கொள்ள, இவர்களுக்கு அழைப்பு வருகிறது. ஏகப்பட்ட பல் சக்கரங்கள், ஸ்பிரிங்குகள் இருக்கும் சிக்கலான இயந்திரம். பெரும் போராட்டத்திற்குப் பின் லேசான காயத்துடன் சிறுவனின் கையை வெளியே எடுக்கிறார்கள்.

ஒருசமயம், என் கணவருக்கு மாரடைப்பு என்று ஒரு கிழவி அழைக்கிறாள். இவர்கள் வேகமாகச் செல்கிறார்கள். மார்பைப் பிடித்துக் கொண்டு கிழவர் சிரமப்பட, அவருக்கு முதலுதவி செய்து ஆம்புலன்ஸை வரவழைத்து அவரை ஏற்றி அனுப்ப ஏற்பாடு செய்கிறார் ராட்னி. அந்தப் பரபரப்பின் நடுவே அறையின் மூலையில் ஒருவன் எந்த அசைவும் இன்றி ஒருக்களித்துப் படுத்திருக்கிறான் கவுண்டமணி, செந்தில் காமெடி மிக்சர் பார்ட்டி மாதிரி யார் இந்த ஆள்? இத்தனை ரகளையில் அசையாமல் படுத்திருக்கிறான்? என்கிறார் ராட்னி. "எங்க மகன்தான். தண்ணி போட்டு ரொம்ப சலம்பல் பண்ணினான். அப்பாவோட பெரிய சண்டை. இவரு பிபி ஜாஸ்தியாகி அவன சுட்டுட்டாரு, அதுலதான் இவருக்கு நெஞ்சுவலி வந்துருச்சு"

என்கிறாள் கிழவி. பார்த்தால் கிழவரை விட அபாயமான கட்டத்தில் அவரது மகன் இருக்கிறான். மற்றொரு ஆம்புலன்ஸை வரவழைத்து அவனை ஏற்றுகிறார். போலீசுக்குச் சொல்லிவிடுகிறார்.

சம்பவம் பற்றித் தொலைபேசியில் அழைப்பவர் சொல்வதை மட்டும் நம்பாமல், சம்பவ இடத்தில் என்ன நடந்திருக்கிறது என்பதையும் போன உடன் கவனிக்க வேண்டும் என்ற பெரிய பாடத்தைக் கற்கிறார். காரை ரிவர்ஸ் எடுக்கும்போது மகனை கார் ஷெட்டின் சுவரோடு நசுக்கிய தந்தை, மரத்தில் காரை மோதி மயங்கிக் கிடப்பவரைக் காப்பாற்றப் போய் தேனீக்களால் கொட்டப்பட்டது என்று சில சம்பவங்கள். ஒருமுறை ஒரு பெண் என் கணவரை எவ்வளவு முறை எழுப்பியும் எழுந்திருக்கவில்லை, எனக்குப் பயமாக இருக்கிறது என்ற அழுதபடி அழைக்கிறாள். ராட்னி கோஷ்டி அவசர மருத்துவ சிகிச்சைகளுக்கான பல்வேறு உபகரணங்களுடன் போகிறது. போய், படுத்துக் கிடக்கும் அவரருகில் நின்று, “ராபர்ட் சார்” என்று சத்தமாகக் கூப்பிட்டபடி அவரது தோளில் தட்ட, அவர் திடுக்கிட்டு எழுந்து “நீங்க யாரு ? பின்னாடி நிக்கறது என் வைஃப்பா?” என்கிறார் பிரண்ட்ஸ் பட சார்லி போல. உண்மையில் அவருக்கு ஒன்றுமே இல்லை ஆழ்ந்த தூக்கம். திருமதி.ராபர்ட் அவரைச் சற்று உரக்க எழுப்பியிருக்க வேண்டும் !

விதவிதமான விபத்துகள், அதில் சம்பந்தப்பட்ட விதவிதமான மனிதர்கள், அவர்களைப் பற்றிய சுருக்கமான ஆனால், நாம் நேரில் பார்ப்பது போன்ற வர்ணனை என்று புத்தகம் முழுக்க சுவாரஸ்யமாகப் போகிறது. இந்த சுவாரஸ்யங்கள் ஒருபுறமிருக்க, ஒரு தீயணைப்பு மீட்பு வீரர் எப்படி ஒரு தொழிற்பண்பட்டவராக *(professional)* இருக்க வேண்டும் என்றோர் அத்தியாயம் இருக்கிறது. புத்தகத்தின் மிக அழகான அத்தியாயம் அதுதான். ஒரு மருத்துவ அவசர அழைப்பு.

ஐம்பது வயது ஆணுக்கு மாரடைப்பு. அழைத்தவர் முதிய தோற்றமுடைய பெண்மணி. நீங்கள் இவருடைய அம்மாவா? என்று ராட்னி கேட்க, அந்தப் பெண் மனைவி என்கிறார் கடுப்பாக.

"பாதிக்கப்பட்டவருக்கு நீங்கள் என்ன வேண்டும்?" என்று கேட்கப் பழக வேண்டும் என்று அப்போது முடிவு செய்து கொள்கிறார். மற்றொரு சந்தர்ப்பத்தில், ஒரு கர்ப்பிணி கார் விபத்தில் சிக்கியிருக்கிறார் என்று யாரோ ஒரு புண்ணியவான் போன் செய்கிறார். அவர் சொன்ன இடத்திற்குச் சென்று அந்தப் பெண்ணைக் காரிலிருந்து கஷ்டப்பட்டு, விடுவித்து, உங்களுக்கு எத்தனை மாதமாகிறது? என்று கேட்கிறார். அந்தப் பெண், வயிறு சற்றுப் பெரிதாக இருந்தால் இப்படிக் கேட்டுவிடுவீர்களா? என்று கடித்துத் துப்புகிறாள். தங்களது உடல் நிலை பற்றி ஏதாவது குறிப்பாக நாங்கள் அறிய வேண்டியது ஏதாவது உள்ளதா? என்று கேட்க வேண்டும் என்றொரு பாடம் கிடைக்கிறது.

மற்றொரு சமயம், உடல் நலக்குறைவுக்கு உதவி கேட்டு ஒரு பெண்ணிடமிருந்து அழைப்பு வருகிறது. ஏதோ தலைசுற்றல். முதலுதவி செய்கிறார்கள். ஆம்புலன்ஸ் வருகிறது. ராட்னி முன்னே செல்ல, இவரது சகா அந்தப் பெண்ணைக் கையைப் பிடித்து வாசலுக்கு அழைத்து வருகிறார். அந்தப் பெண், "இப்ப பரவாயில்ல, நானே வர்றேன்," என்று சொல்ல, சகா கையை விடுகிறார். நாலடி நடந்த அந்தப் பெண் தடாலென்று கீழே விழுகிறாள். பார்க்கப் போனால், அவள் அழைத்ததற்குக் காரணமான நோயை விட, இப்போது கீழே விழுந்ததால் ஏற்பட்ட காயம் அதிக ஆபத்தானதாகி விடுகிறது. உதவி கேட்ட நோயாளி, இப்போது பரவாயில்லை என்று சொன்னாலும், நாம் ஆம்புலன்ஸில் அவரை ஒப்படைக்கும் வரை அவரது கையை விடக்கூடாது என்ற பெரிய பாடம் கற்கிறார்.

புத்தகத்தைப் படிக்கப் படிக்க என்னுள் நிறைய கேள்விகள். செய்யும் பணியை நேசிக்கும் ஒருவனால் மட்டுமே தன் பணியைப் பற்றி இத்தனை விரிவாக எழுத முடியும். என்னால் எனது அலுவலகப் பணி பற்றி இத்தனை விரிவாக நுட்பமாக எழுத முடியுமா? என் அலுவலகத்தில் என் சேவையை நாடி வரும் வாடிக்கையாளர்கள் எனது கேள்விகள், பேச்சுகளுக்குத் தரும் பதில்களில் இருந்து நான் எவ்வளவு கற்றுக்கொண்டிருக்கிறேன்? அது எனது அன்றாடப் பணி செய்யும் பாணியில் என்ன மாற்றத்தைக் கொண்டுவந்திருக்கிறது

என்று மனத்தில் எத்தனையோ கேள்விகள். தீயணைப்பு மீட்பு வீரரின் அனுபவம் என்று மட்டும் சுருக்கிவிட முடியாத வகையில், தான் செய்யும் வேலையை நேசிப்பது, அந்தப் பணியை ஆற்றும் அனுபவத்தில் கற்றுக்கொண்டு தான் வேலை செய்யும் பாங்கை மாற்றிக்கொள்வது என்று நிறையவே கற்றுத் தந்த ஓர் அனுபவப் பகிர்வு இந்த நூல்.

தமிழில் தீயணைப்பு மீட்பு வீரர்களின் அனுபவங்கள் எங்கேனும் பதிவு செய்யப்பட்டுள்ளதா? விரும்புகிறேன் என்ற படத்தில் பிரசாந்த் தீயணைப்பு வீரராக வந்ததும், மைக்கேல் மதன காமராஜனில் கமல்ஹாசன் தீயணைப்பு வீரராக வந்ததும்தான் நினைவிற்கு வருகின்றன. நாவல், சிறுகதைகள், கட்டுரைகள் ஏதேனும் உண்டா? இல்லை என்றால் தீயணைப்புமீட்பு வீரர்கள் யாரேனும் தமிழில் தங்கள் அனுபவங்களை எழுதுங்கள். படிக்கக் காத்திருக்கிறேன். ஒரே நிபந்தனை, அது உண்மையானதாக, தீபாவளி சமயங்களில் பட்டாசுக் கடைகளில் வசூல் செய்வது உட்பட அனைத்தையும் பதிவு செய்வதாக இருக்க வேண்டும்!

- ஆர்வமுள்ளோர் வாசிக்க:

PARAMEDIC 189'S FINAL REPORT BY RODNEY MORTENSEN

என் தோட்டத்தில் ஒரு காண்டாமிருகம்

2

என் தோட்டத்தில் ஒரு காண்டாமிருகம் என்றதும் எங்கள் தாத்தாவிற்கு ஒரு யானை இருந்தது என்பது மாதிரியான கதை என்று நினைக்க வேண்டாம். நிஜமாகவே ஆப்ரிக்க வனாந்திரத்தில் தனது பிரம்மாண்டமான தோட்டத்தில் இரண்டு காண்டா மிருகங்களையும், ஒரு நீர்யானையையும் வளர்த்த ஒரு பெண்ணின் அனுபவம் இது. கோனிட்டா வாக்கர் என்ற அந்தப் பெண்மணியின் அனுபவங்களைக் கூறும் *A Rhino in my Garden* ஒரு வியப்பூட்டும் நூல். வன உயிரிகள் பாதுகாப்பு என்பது அவரது தொழில் என்றாலும் கூட, காண்டாமிருகங்கள் அவரது வாழ்க்கையாகவே எப்படி மாறின என்பதைச் சொல்லும் அற்புதமான புத்தகம்.

கோனிட்டா அறிவியல் ஆய்வாளரோ, வனவிலங்கியல் நிபுணரோ அல்லர். அவர் ஒரு விமானப் பணிப்பெண். அவரது கணவர் கிளைவ் விளம்பர நிறுவனத்தின் ஓவியர். வன விலங்குகளை நேரில் பார்த்து வரையும் பணியில் அவர் வன விலங்குகள்பால் ஈர்க்கப்படுகிறார். படிப்படியாக அழிந்துவிடும் நிலையில் உள்ள வனவிலங்குகளைப் பாதுகாக்கும் பணி, அவற்றைப் பற்றிய ஆய்வு என்று வாழ்க்கை அவரை

எங்கெங்கோ இட்டுச் செல்கிறது. ராமன் இருக்குமிடம் அயோத்தி என்று அவருடன் தென்னாப்பிரிக்கா பயணப்படும் கோனிட்டா அவரையறியாமல் ஒரு காண்டாமிருக நிபுணராகி விடுவதே இந்த நூலின் சாரம்.

முதலில் பெரிய வனப்பகுதியைக் குத்தகைக்கு எடுத்து சஃபாரி நடத்தும் தொழில்தான் ஆரம்பிக்கிறார்கள். ஆனால் இன்றுள்ள பாணியில் அல்ல. பேக்பாக் எடுத்துக்கொண்டு, யானைமீது அல்லது ஜீப்பில் சென்று விலங்குகளைப் பார்த்துக்கொண்டு ஐந்து நட்சத்திர விடுதி போன்ற வசதியான விடுதியில் தங்கிக்கொண்டு விலங்குகளைப் படம் பிடித்துவரும் சுற்றுலாவாக அல்ல. அவர்களது வனப்பகுதியில் குறைந்தபட்ச வசதிகள் மட்டுமே. அன்றைய அலைச்சலாலும், அசதியாலும் ஏற்படும் பசிக்கு எளிய உணவு என்பதாக மட்டும்தான். அவர்களது வனப்பகுதி 36000 ஹெக்டேர் பரப்பளவில் அமைந்தது. அந்த வனப்பகுதிக்கு ஒரு ஜீப்பில் வரவேண்டும். பிறகு வெளியே தமது ஊருக்குச் செல்லும்போது மட்டும்தான் மீண்டும் வாகனம். முகாமின் உள்ளே முழுக்க முழுக்க நடைதான். பாதுகாவலர்கள் கிடையாது. துப்பாக்கிகள் கிடையாது. ஒவ்வொரு கூடாரத்தைச் சுற்றியும் பல சதுர கிலோமீட்டர் வனப்பகுதி. நாள் முழுக்க நடக்கலாம். காட்டாறுகளில் குளிக்கலாம். மான்கள், குரங்குகள் குடும்பங்களை வேடிக்கை பார்க்கலாம். பட்டாம்பூச்சிகளையும், வண்ணப் பறவை களையும் பார்க்கலாம். ஆசைதீர புகைப்படம் எடுக்கலாம். முகாமின் எளிய உணவை உண்டுவிட்டு இரவு முழுக்க வானின் நட்சத்திரங்களைப் பார்த்துக்கொண்டு, வன விலங்குகளின் உறுமல்களைக் கேட்டுக்கொண்டு இருக்கலாம்.

அப்போது கறுப்புக் காண்டாமிருகங்கள் இனம் வேகமாக அழிந்து வந்த நேரம். அரசாங்கம் கறுப்புக் காண்டாமிருகங்களை இது போன்ற சஃபாரி முகாம்களுக்கு ஏலம் விடுகிறது. கிளைவும், கோனிட்டாவும் 22 லட்சம் ராண்ட்டிற்கு (ஒரு ராண்ட் - 4.91 ரூபாய் இன்றைய மதிப்பில்) ஐந்து காண்டாமிருகங்களை ஏலத்திற்கு எடுத்து அவற்றைத் தமது வனப்பகுதியில் விடுகிறார்கள். பின்னர் மீண்டும் நான்கு கறுப்பு க்காண்டாமிருகங்களை வாங்கி விடுகிறார்கள். அவற்றில் ஒன்று குட்டி போட்டுவிட்டு இறந்து போய்விடுகிறது. கோனிட்டா அந்தக் குட்டிக்குத் தாயாகிறார். ஏனெனில் ஒரு குட்டி இறந்தாலும் அந்த இனம் இன்னும் விரைவில் முற்றிலுமாக அழிந்து போய்விடும் நிலை.

நாம் தெருவிலிருந்து நாய்க்குட்டியைக் கொண்டு வந்ததும் பெயர் வைக்கிறோமே அது போல காண்டாமிருகத்திற்கும் ப்வானா என்று பெயர் வைத்துவிடுகிறார்கள். ப்வானா குறைமாதத்தில் பிறந்த குட்டி. முழு கர்ப்பகாலமும் வயிற்றில் இருந்து பிறந்தால் இருக்க வேண்டிய எடையில் பாதிதான் இருக்கிறது. அதுவே 21 கிலோ ! 25 கிலோ நெஸ்லே பால்பவுடர் வாங்கி வந்து கரைத்துப் பால் தருகிறார். வீட்டுக்குப் பின்னால் பத்து ஏக்கரில் அதற்குத் தோட்டம். எப்போது

பார்த்தாலும் ஓட்டம், ஆட்டம், சேட்டை. வயிற்றுப் போக்கு என்று நம் குழந்தைகள் மாதிரியே இருக்கிறாள் ப்வானா. கோனிட்டாவால் அதனுடன் ஓட முடியவில்லை பாவம். ஏனெனில் அவருக்கு அப்போது வயது 55 !

18 மாதம் வரை பால்தான் உணவு என்கிறார்கள் விலங்கியல் நிபுணர்கள். ப்வானாக்கு ஒரு தடவைக்கு 35 லிட்டர் கொழுப்பு நீக்கிய பால் கரைத்துத் தரவேண்டும். ஒரு நாளைக்கு மொத்தம் 1050 லிட்டர் பால். சூப்பர் மார்க்கெட்டில் அரைக் கிலோ பாக்கெட்டாக எத்தனை வாங்குவது? நெஸ்லே கம்பெனியில் சொல்லி மூட்டை மூட்டையாகப் பால் பவுடர் தருவிக்கிறார்கள். நெஸ்லே கம்பெனி அதைத் தன் ஸ்பான்சர்ஷிப்பாகத் தருகிறது. நம் குழந்தைகளுக்கு ஆறு மாதம் கழித்து உருளைக்கிழங்கு, கேரட் எல்லாம் வேக வைத்துக் கொஞ்சமாகத் தருவது போல் ப்வானாவுக்கும் தருகிறார் கோனிட்டா. என்ன, அவற்றையும் கூடை கூடையாக வேக வைத்துத் தரவேண்டியதாக இருக்கிறது. கூடை கூடையாக தர்ப்பூசணி, ஆப்பிள், திராட்சை, அப்புறம் பாக்கெட் பாக்கெட்டாக பிரட்.

நம் குழந்தைகள் போலவே வளர்கிறது ப்வானா. அம்மாவுடன் வாக்கிங் போகிறது. கொஞ்சம் கொஞ்சமாக அதை மேய்ச்சலுக்குப் பழக்க வேண்டுமே! ப்வானா அம்மாவுடன் வாக்கிங் போகும்போது எல்லாவற்றையும் மோப்பம் பிடிக்கிறாள். அம்மாவை விட்டுச் சற்று விலகிச் சென்று புற்களை, இலைகளை மேய்வாள். ஆனால் ஒரு வெட்டுக்கிளி திடீரென்று துள்ளிக் குதித்தால், அம்மாவிடம் ஓடி வந்துவிடுவாள். புதரிலிருந்து ஒரு முயல் எட்டிப் பார்த்தாலும் பயம். மான் குட்டி எதிரே தாவி ஓடினாலும் பயம். பிரச்சனை என்னவென்றால் கண்மண் தெரியாமல் ஓடி வந்து அம்மா பின்னால் அவள் ஒளிந்து கொள்ளும் போது கோனிட்டா தலைகுப்புற விழ நேரிடும். கோனிட்டாவிற்கு உடல் முழுவதும் எப்போதும் காயங்கள். ஏனென்றால் ப்வானா மணிக்கு 50 கிமீ வேகத்தில் ஓடிவருவாள். ஒரு மாருதி ஆம்னி இடித்துத் தள்ளுவது மாதிரி! ஆனால் விரைவில்

ப்வானா வளர்ந்து விடுகிறாள். இப்போது பயம் போய்விட்டது. காண்டாமிருகக் கன்று வீட்டில் செய்யும் சேட்டையை நீங்கள் நேரில் பார்த்தால்தான் நம்புவீர்கள் என்கிறார் கோனிட்டா. அவள் தள்ளுவது அனைத்தும் பறக்கும். அவளால் தள்ள முடியாதது நெளிந்து போகும். நெளியாதது உடைந்தே போகும்.

இப்படி ப்வானா நாளொரு மேனியும், பொழுதொரு வண்ணமுமாக வளர்ந்து வரும் நாளில் பக்கத்து முகாமின் உரிமையாளர் முதலையால் கடிக்கப்பட்டு அடிபட்ட ஒரு நீர்யானைக் குட்டியை எடுத்துச் சென்று வளர்க்கிறீர்களா என்று கேட்டுத் தருகிறார். கடுமையான காயத்தோடு 20 கிலோ எடையுள்ள நீர்யானைக் குட்டி இப்போது கோனிட்டாவின் வளர்ப்பில். அதற்கு வந்த உடன் மோத்லோ என்று பெயர் சூட்டல். இதற்காக ஒரு பெரிய குளத்தை வெட்டுகிறார்கள். இதற்குக் கொழுப்புடன் கூடிய பால்தான் தரவேண்டும் என்கிறார்கள் நிபுணர்கள். நெஸ்லே இப்போது கூடுதலாக 25 கிலோ மூட்டைகளாகக் கொழுப்பு உள்ள பால் பவுடர் தருகிறது. இதோடு முட்டையின் வெள்ளைக் கருவையும் சேர்த்துத் தரவேண்டும், இல்லாவிட்டால் நீர்யானை இளைத்துவிடும் என்கிறார்கள் மருத்துவர்கள். சுற்று வட்டாரத்தில் உற்பத்தியாகும் முட்டைகள் அனைத்தையுமே ஹோல்சேலாக வாங்க வேண்டியதாகிறது. மோத்லோ ஆறுமாதக் குட்டியாக வளர்ந்த பிறகு மெல்ல மெல்ல பக்கத்தில் உள்ள ஏரிகள், சிற்றாறுகளுக்குக் கூட்டிச் சென்று அதன் இயல்பான வாழிடத்திற்குப் பழக்கிவிடுகிறார் கோனிட்டா.

ப்வானா, மோத்லோ இரண்டுமே நம் வீட்டு ஆடு மாடுகள் போலக் காலையில் மேய்ச்சலுக்குப் போய் விட்டு, இரவு வீட்டுக்கு வந்து விடுகின்றன. முகாமில் தங்கி வனவிலங்குகளைப் பார்க்க வரும் சுற்றுலாப் பயணிகளுக்கு, குறிப்பாகக் குழந்தைகளுக்கு இந்த இரண்டு வளர்ப்பு விலங்குளை வைத்து வன உயிர்கள் பாதுகாப்பு, வனப் பாதுகாப்பு போன்ற விஷயங்களை எடுத்துச் சொல்லி வகுப்பெடுக்கி றார்கள் கோனிட்டா தம்பதியர். ஓர் அமைதியான காலைப் பொழுதில் மேய்ச்சலுக்குப் போன ப்வானா திரும்பி வரவில்லை. இரண்டு மூன்று நாள் தேடினால், ஒரு பெரிய மரத்தின் நிழலில் மிகப் பெரிய ஆண் காண்டாமிருகத்தோடு காதல் செய்து கொண்டிருக்கிறாள் ப்வானா. இனி அவள் வீடு திரும்பமாட்டாள். ஒருபுறம் அவள் தனது இயற்கையான குணத்திற்கு தன்னைத் தகவமைத்துக் கொண்டது பற்றி மகிழ்ச்சியாக இருக்கிறது. மறுபுறம் மகள் காதலனுடன் ஓடிப்போனது மாதிரி ஒரு வெறுமை மனதில். கோனிட்டா அது பற்றி எழுதியிருக்கும் நான்கைந்து பக்கங்கள் பெரும் காவியம்.

ஆனால், இந்தப் புத்தகம் ஒரு வனவிலங்கை அன்பாய்ப் பராமரித்த ஒரு பெண்ணின் கதை மட்டுமல்ல. தென்னாப்பிரிக்காவில் கறுப்பின மக்கள் அழித்தொழிக்கப்பட்டது, அவர்களது விடுதலை இயக்கம், அதன் வெற்றி எல்லாம் உடன் இழைந்து வருகிறது. இந்தச் சூழல்

அனைத்தும் கோனிட்டாவின் வாழ்க்கையையும் பாதிக்கிறது. மிகப் பெரிய வனத்தில் சஃபாரி நடத்துவதற்கு இயல்பாகவே அந்தக் காட்டின் பூர்வகுடிகளான கறுப்பின மக்களின் உதவி தேவைப்படுகிறது. இவர்கள் அவர்களோடு ஒன்றிணைந்து வாழ்கிறார்கள். நிறவெறி அரசு கறுப்பர் விடுதலை இயக்கங்களுக்கு இவர்கள் ஆதரவாளர்கள் என்ற சந்தேகத்தோடு பல பொய் வழக்குகளைப் போடுகிறது. நிறவெறி அரசு போய் நெல்சன் மண்டேலா வந்த பிறகு வேறுவிதமான பிரச்சனை. நிலச் சீர்திருத்தம் வருகிறது. வெள்ளைக்காரர்கள் கறுப்பர்களிடமிருந்து பிடுங்கி மிகப் பெரிய அளவில் ஆயிரக்கணக்கான ஏக்கரில் நடத்தும் இவர்களுடையது போன்ற சஃபாரி பகுதிகளை அரசு கையகப்படுத்தி அவற்றிற்கு உரிய கறுப்பினத்தவரிடம் திரும்பத் தரும்போது, இவர்களது தொழில் சீர்குலைகிறது. ஆனாலும், இந்த மாற்றங்களை ஏற்றுக்கொண்டு வனஉயிரிகளைப் பாதுகாக்கும் தமது பணியைத் தொடர்கிறார்கள்.

காடுகள், கானுயிர்கள் பாதுகாப்பு பற்றி நமக்கு மிகப்பெரிய வெளிச்சத்தைத் தருகிறார் கோனிட்டா. அழியும் நிலையில் இருக்கும் பெரிய விலங்குகளை நாம் காப்பாற்றினாலும், அவற்றை அவற்றின் சொந்த நிலத்திலேயே நமது சட்டதிட்டங்களின்படிதான் வாழ விடுகிறோம் என்கிறார். அவற்றின் வாழ்விடத்தில் தார்ச்சாலை, மின் கம்பங்கள், டிரான்ஸ்பாரம்கள், வேலிகள் எல்லாம்தானே! வேட்டைக்காரர்களிடமிருந்து மட்டுமே பாதுகாக்கிறோம், மற்றபடி அவற்றை ஏதோ ஒரு வகையில் கட்டுப்படுத்தவே செய்கிறோம் என்கிறார். அவர் சொல்லும் மற்றொரு விஷயமும் மிக முக்கியமானது. ஏழ்மையான வளர்ச்சி இல்லாத நாட்டில்தான் பெரிய காடுகளும், அபூர்வ விலங்குகளும் உள்ளன. பட்டினியால் வாடும் மக்களும் அங்குதான் அதிகம். நாட்டின் கானக வளங்கள் விலங்குகளுக்கா அல்லது மனிதர்களுக்கா என்ற கேள்வி எழும்போது, இயல்பாகவே மக்கள் அரசு எடுக்கும் முடிவுகள், அதன் முன்னுரிமைகள் எல்லாம் விலங்குகளின் நலனுக்கு எதிராகப் போய்விடுகின்றன. அதையும் மீறித்தான் அவற்றைப் பாதுகாப்பதற்கான போராட்டமும் நடக்கிறது. அதில் ஏதோ ஓரளவிற்கு வெற்றியும் கிடைக்கிறது.

கானக விலங்குகளைத் தம் வாழ்நாள் முழுவதும் அருகில் இருந்து கவனித்த அவரது கூர்மையான பார்வை நமக்குச் சொல்லும் சுவாரஸ்யமான தகவல்களும் ஏராளம். அந்தத் தகவல்கள் வலிந்து சொல்லப் பட்டவைகளாக இல்லாமல் இயல்பாக, பொருத்தமான இடத்தில் வருவது சிறப்பு. காண்டாமிருகத்திற்கு நிறைய உண்ணிகள் வரும். அவற்றைக் கொத்தித் தின்பதற்காக மான்கொத்திப் பறவை (red billed oxpecker) என்ற பறவை காட்டில் உண்டு. இந்தப் பறவை ஒன்று ஒரு நாளைக்கு சுமார் நூறு உண்ணிகளையும் ஆயிரக்கணக்கான உண்ணிகளின் கூட்டுப் புழுக்களையும் தின்று தீர்த்துவிடுமாம். அப்படியும் போகாத உண்ணியைப் போக்க காண்டாமிருகம் சகதியில் புரளும். மரத்தில் உரசி உரசி மரத்தையே வீழ்த்தும். அவர் ப்வானாவைக்

காட்டில் நடைபயிற்சிக்கு அழைத்துச் செல்லும் போது, ப்வானா அவருக்குப் பின்னால்தான் வரும். முன்னால் ஓடாது. ஏனெனில் அது கறுப்புக் காண்டாமிருகங்களின் ஆழ்மனத்தில் தலைமுறை தலைமுறையாகப் படிந்துள்ள பழக்கம். கறுப்புக் காண்டாமிருகத் தாய் எந்த ஆபத்தையும் தான் முதலில் எதிர்கொள்வதற்காகத் தான் முன்னால் செல்லுமாம். குட்டியை முன்னால் போக விடாதாம். இதற்கு நேர்மாறாக வெள்ளை காண்டாமிருகம், பின்னால் வரும் குட்டிக்கு ஆபத்து என்றால் தன்னால் சட்டென்று திரும்பி அதைக் காக்க முடியாதே (அதன் உருவம் அப்படி - 6 - 6.5 அடி உயரம், 11-15 அடி நீளம், 2.5 - 3 டன் எடை என்று மினி பஸ் மாதிரி இருக்கும்) என்று குட்டியை முன்னால் விட்டுத் தான் பின்னால் வருமாம். இப்படி எத்தனை எத்தனையோ தகவல்கள். அழியும் கானுயிர்களைக் காப்பது என்று ஆரம்பித்த வாழ்க்கை வீட்டிலேயே காண்டாமிருகங்களையும், நீர் யானைகளையும் வளர்க்கும் விதமாக மாறிய விந்தையை, எவருக்கும் கிட்டாத அந்த அனுபவத்தை கோனிட்டா அந்தக் காலத்தில், நம் பாட்டி நம் வீட்டில் மாடு வளர்த்த கதையைச் சொல்வது போல் அத்தனை பிரியமாகச் சொல்லியிருக்கிறார்.

படித்து முடித்தபோது வழக்கம் போலவே நம் நாட்டில் இப்படியான ஓர் அனுபவப் பகிர்வு வந்துள்ளதா என்று யோசித்தேன். வால்மீக் தாப்பர் (ரொமீலா தாப்பரின் தம்பி மகன்) ராந்தம்போர் புலிகள் காப்பகம் உருவானது, காப்பகம் புலிகளை அழிவிலிருந்து காப்பாற்றியது பற்றி மிக அற்புதமாக தனது லிவிங் வித் டைகர்ஸ் என்ற நூலில் பதிவு செய்திருப்பது நினைவிற்கு வந்தது. அதேபோல் சென்னை பாம்புப் பண்ணையைத் துவக்கியவரான மிகப் பெரிய உயிரியல் அறிஞரான விட்டேகரின் மனைவி ஜானகி லெனின் தமது வீட்டில் ஆய்விற்காக வளர்த்த ஏராளமான பாம்புகள், முதலைகள், கரடிகள், விதவிதமான ஊர்வன, பறப்பன பற்றி மிகச் சுவையாக எழுதியிருக்கும் எனது கணவனும், ஏனைய விலங்குகளும் நூலும் நினைவிற்கு வந்தது. இரண்டுமே மிக சுவாரஸ்யமானவை என்றாலும், ஓர் ஆய்வாளர், கானுயிர் ஆர்வலர் என்ற நிலையிலிருந்தே எழுதப்பட்டவை.

A Rhino in my garden என்பதும் ஒருவகையில் அம்மாதிரியான படைப்புதான் என்றாலும்கூட, மிகப் பெரிய, எந்த நேரமும் கோபத்தில் கொந்தளித்துவிடக் கூடிய, தனியொரு மனிதனால்,ஆயுதங்களின் உதவியின்றிச் சமாளிக்கவே முடியாத மெகா சைஸ் வனவிலங்குகளைத் தம் குழந்தைபோல் வளர்த்த ஒரு தாயின் அனுபவம் என்ற வகையில் மிகவும் தனிச் சிறப்பானதாக இருக்கிறது.

- **ஆர்வமுள்ளோர் வாசிக்க**

A Rhino in my garden - Conita Walker

ஒரு பெண் ஜெனரலின் கதை

3

நான் 1986இல் இந்திய ஆயுள் காப்பீட்டுக் கழகத்தில் பணிக்குச் சேர்ந்தபோது. என் அலுவலகத்தில் இரண்டே இரண்டு பெண் ஊழியர்கள்தாம். ஓரிரு ஆண்டுகளுக்குப் பிறகு ஹெட் கிளார்க்காகப் பதவி உயர்வில் ஒரு பெண் தனது சொந்த ஊரிலிருந்து 110 கிமீ தள்ளியிருந்த எங்கள் கிளைக்கு வந்தார். எங்களுக்கெல்லாம் பெரிய ஆச்சரியம்.

இந்த 30, 35 ஆண்டுகளில் அத்தனை உயர் பொறுப்புகளிலும் பெண்கள் வந்து பெரிய மாற்றம் ஏற்பட்டுவிட்டது. சேவைத் துறையில் ஏற்பட்டுள்ள இந்த மாற்றம் ராணுவத்தில் நடந்துள்ளதா என்பது பெரிய கேள்விதான். ஆனால் சர்வதேச போலீஸ்காரனான அமெரிக்காவிலேயே இந்த நிலைதான் என்கிறது அமெரிக்க ராணுவத்தின் முதல் மூன்று நட்சத்திர அந்தஸ்து ஜெனரலாக உயர்ந்த லெப்டினண்ட் ஜெனரல் கிளாடியா கென்னடி என்ற பெண்மணியின் ராணுவ அனுபவம். *Generally Speaking* என்ற அவரது ராணுவ அனுபவ நூல் ராணுவத்தில் உயர் பொறுப்பிற்கு வருவதற்கு ஒரு பெண் பட்ட பாடுகள், ராணுவத்தில் ஆண் - பெண் சமத்துவப் பிரச்சனைகள்,

பாலியல் சீண்டல்கள் (கிளாடியா ஒரு உயர் அதிகாரியால் பாலியல் சீண்டலுக்கு ஆளாகும்போது அவருக்கு வயது 49 !) எல்லாவற்றையும் மிக விரிவாகப் பேசுகிறது.

ராணுவத்தில் உயர் பொறுப்பு என்பதைத் தாண்டி, பொதுவாகப் பெண்கள் தலைமைப் பொறுப்பிற்கு வருவது, அதற்கான தடைகள், வாய்ப்புகள், அந்தப் பொறுப்பை ஏற்றுக்கொண்டு அவர்கள் சவால்களை எதிர்கொள்ளும் விதம், அவர்கள் திறமையாகப் பொறுப்புகளை நிறைவேற்றுவதைச் சக அதிகாரிகள் பார்க்கும் பார்வை என்று பல்வேறு அம்சங்களைத் தொட்டுச் செல்கிறது இந்தப் புத்தகம்.

கிளாடியா 1947இல் ஒரு ராணுவக் குடும்பத்தில் பிறந்தவர். அதனால் இயல்பாகவே ராணுவப் பணி மீது ஓர் ஈர்ப்பு இருக்கிறது. 1969இல் கல்லூரிப் படிப்பை முடித்து விட்டுக் குறுகிய கால ராணுவ சேவையில் சேர்கிறார். ராணுவத்திற்கு அதிக ஆள்கள் தேவைப்பட்ட வியட்நாம் போர்க்காலம். அந்தக் காலத்தில் கிளாடியா நிரந்தரப் பணியில் சேர முடிவெடுக்கிறார். தொலைத்தொடர்பு, தகவல் பரிமாற்றம், மருத்துவம், நிர்வாகப் பணி போன்றவற்றிற்கு மட்டுமே பெண்கள் என்ற நிலை மிக மிக மெதுவாக மாற, படிப்படியாகச் சிறிய படைப் பிரிவிற்குத் தலைமை ஏற்பது, அடுத்தடுத்துப் பதவி உயர்வு பெறுவது, பல்வேறு ராணுவ உயர் கல்வி நிறுவனங்களில் பயிற்சி பெறுவது என்று உயர்கிறார் கிளாடியா. மூன்று நட்சத்திர அந்தஸ்து ஜெனரலாக ஓய்வு பெறும் போது அவருக்குக்கீழ் 45000 வீரர்களும், கிட்டத்தட்ட அதே எண்ணிக்கையில் சிவிலியன்களும் இருக்கிறார்கள். அதற்கு 31 ஆண்டு காலம் ஆகிறது. அந்தப் போராட்டக் கதைதான் இந்தப் புத்தகம்.

கிளாடியா பணி ஓய்வு பெறுவதற்கு முன் நடந்த பெரும் போரான வளைகுடாப் போரில் 41000 பெண்கள் நேரடிப் போரில் பங்கு பெற்றார்கள். விமானங்களை, ஹெலிகாப்டர்களை எதிரிப்பகுதிகளில் ஓட்டிச் சென்று குண்டுமழை பொழிந்தார்கள்.

போரில் ஐந்து பெண்கள் வீரமரணம் அடைந்தார்கள். இருவர் எதிரியிடம் பிடிபட்டு, சித்ரவதை அனுபவித்தபோதும், எதிரிக்குப் பணிந்து போகாமல் ராணுவ கம்பீரத்துடன் எதிர்த்து நின்றார்கள். ஆனால் 1969இல் கிளாடியா அதிகாரியாகச் சேர்ந்தபோது இது போன்ற வாய்ப்புகள் எதுவும் கிடையாது. பயிற்சி முடிந்ததும் ஓர் உயரதிகாரிக்கு உதவியாளராக நியமிக்கப்படுகிறார். செயலாளராகப் பணியாற்ற எனக்கு எந்தத் தகுதியும் இல்லையே, எப்படி என்னைத் தேர்ந்தெடுத்தீர்கள்? என்று கேட்கிறார் கிளாடியா. LSD என்ற கோப்பைப் பார்த்துத் தேர்வு செய்தோம் என்கிறார் பணி ஒதுக்கீடு அதிகாரி. அது என்ன LSD கோப்பு? என்கிறார் கிளாடியா. Little Sexy Dolls file என்று அழகான பெண் அதிகாரிகளின் புகைப்படங்களை எல்லாம் அந்தக் கோப்பில் போட்டு வைத்திருப்போம். அதிலிருந்து மேலதிகாரி உன்னைத் தேர்ந்தெடுத்தார்

என்கிறார் அவர். பெரும் போராட்டத்திற்குப் பிறகு ஒரு சிறு படைப்பிரிவிற்கு அதிகாரியாக நியமனம் கிடைக்கிறது.

பொறுப்பேற்றதும், வீரர்கள் தங்கும் அறைகளைப் பார்வையிட வேண்டும் என்கிறார் கிளாடியா. "நீங்கள் இப்படியே தனியாக ஆண்கள் அறைப் பகுதிக்குச் செல்வது ஆபத்து. நான் ராணுவ போலீஸ் வீரர்களை அழைக்கிறேன். அவர்கள் துணையோடுதான் நீங்கள் போகவேண்டும்," என்கிறார் இவருக்கு உதவியாளராக இருக்கும் சார்ஜெண்ட். பெண் அதிகாரி என்பதால் படைவீரர்கள் சல்யூட்கூட செய்வதில்லை. இரவு யாரும் பாசறையில் இருக்கமாட்டார்கள். சூதாட்ட விடுதிகள், விபசார விடுதிகளுக்குப் போய்விடுவார்கள். காலையில் பரேடில் யார் யார் இல்லை என்பதைப் பார்த்து அக்கம்பக்கத்து விடுதிகளுக்கு ஆளனுப்பி, போதையில் படுத்திருப்பவர்களைத் தூக்கிக்கொண்டு வர வேண்டும்.

பாசறையிலேயே போதைப் பொருள் புகைப்பார்கள். மிகக் கடுமையாக நடந்துகொண்டு, தனது பிரிவில் ராணுவ ஒழுங்கைக் கொண்டு வருகிறார் கிளாடியா. முதல் நாள் இவர் வீரர்களின் தங்குமிடத்திற்குப் போகும் போது, முதல் அறையில் முதல் கட்டிலில் ஒரு பெண்ணோடு படுத்திருக்கிறார் ஒரு வீரர். "கமாண்டர் வந்திருக்கிறார். அட்டென்ஷன்" என்று உறுமுகிறார் சார்ஜெண்ட். "நான் இப்போது டூட்டியில் இல்லை. வேறு வேலையில் இருக்கிறேன்" என்கிறார் அந்த வீரர். சார்ஜெண்ட் அவரைத் தூக்கி நிறுத்துகிறார். முதல்வன் படம் மாதிரி உடனடியாக மெமோ. ஆர்ட்டிகிள் 15இன்படி தண்டனை. பதவிக் குறைப்பு, கூடுதல் பணி என்று விதவிதமான தண்டனைகள். இவருக்குக் கீழ் உள்ள அதிகாரி இதற்கெல்லாம் நல்ல ஒத்துழைப்புத் தருகிறார். ஆனால், கிளாடியா அவருடைய பணி பற்றிய மதிப்பீட்டு அறிக்கை எழுத வேண்டிய நேரம் வரும்போது, ஒரு பெண் எனக்கான மதிப்பீட்டு அறிக்கை எழுதுவதை நான் விரும்பவில்லை. வேறோர் ஆண் அதிகாரியை என்னை மதிப்பிடச் சொல்லுங்கள் என்கிறார் அந்தச் சக அதிகாரி. அமெரிக்க ராணுவம் என்றாலும், பெண் தலைமையை ஏற்பதில் தயக்கம்தான்.

அடுத்து வட, தென் கொரிய எல்லைப் பகுதிப் படைப்பிரிவில் ராணுவ உளவுப் பிரிவில் பணி. கொட்டும் பனிப் பொழிவில் கூடாரத்தில் தங்க வேண்டும். தனித் தங்குமிடம், கழிப்பறை எதுவும் கிடையாது. படையில் இவர் மட்டுமே பெண். முற்றிலும் ஆண்களின் அந்த உலகத்தில் உடை மாற்றுவது. குளிப்பதுகூடப் பெரும்பாடு. உறங்கும் போதும் முழு சீருடையில் உறங்க வேண்டிய நிலை. இப்படிப் பல கஷ்டங்களை எதிர்கொண்டு படிப்படியாக உயர்கிறார். கால மாற்றத்தில், ராணுவத்தில் பாலினச் சமத்துவம் குறித்த புதிய சிந்தனைகள் வருகின்றன. அதுகுறித்து எல்லா மட்டங்களிலும் உரையாடல்கள் நடக்கின்றன. பெரிய அளவில் இல்லாவிட்டாலும், சிறு சிறு மாற்றங்கள் வருகின்றன. பெண்கள் குறித்த பார்வை, பெண் அதிகாரிகள் குறித்த பார்வை எல்லாம் மாறுகின்றன. இதற்காக

அமைக்கப்படும் எத்தனையோ குழுக்களில் கிளாடியா இடம் பெறுகிறார். தானும் பல விஷயங்களில் தெளிவு பெறுகிறார். பிறரும் தெளிவு பெற உதவுகிறார். நூலில் தனது பணி அனுபவங்களைப் பகிரும்போது முக்கியமாக அவற்றைத்தான் பெரும்பாலும் பேசுகிறார்.

பெண்களுக்கு உயர் பொறுப்புகளுக்கான கதவுகள் தாமாகத் திறப்பதில்லை. அவர்களாகத்தான் திறந்துகொண்டு போகவேண்டும். இயல்பாகவோ அல்லது அந்த நிறுவனத்தின் கொள்கையின்படியோ அக்கதவுகள் இறுக்கமாக மூடப்பட்டிருக்கும். போராடித்தான் திறக்க வேண்டும். சில நிறுவனங்கள் அக்கதவுகளைத் தாமாகச் சற்றுத் திறக்கின்றன. அதற்குக் காரணம் பாலினச் சமத்துவம் என்ற கொள்கையெல்லாம் எதுவுமில்லை. நிறுவன நலன் என்ற சுயநலம் மட்டுமே காரணம். கிளாடியா ஏற்பாடு செய்யும் ஒரு கருத்தரங்கில் பேசவரும் ஜெனரல் எலக்ட்ரிக்கல்ஸ் நிறுவனத்தின் தலைவர் ஜாக் வெல்ஷ், எங்கள் நிறுவனம் பெண்களை உயர் பதவியில் அமர்த்துகிறது. அதுதான் நியாயம் என்பதற்காக அல்ல, நிறுவனத்திற்கு அதுதான் நன்மை என்பதற்காக என்று வெளிப்படையாகவே சொல்கிறார்.

அதேபோல, பெண்களின் தலைமைப்பண்பு, அது ஆண்களால் பார்க்கப்படும் விதம் பற்றியும் கிளாடியா விரிவாக எழுதியிருக்கிறார். பெண் உயரதிகாரிகள் தமக்கு இரண்டு பொறுப்புகள் இருப்பதாகக் கருதிப் பணிபுரிகிறார்கள். ஒன்று , கொடுக்கப்பட்ட பணியைச் சரியாகச் செய்வது. மற்றொன்று , அதைச் செய்து முடிக்க, உடன் பணி செய்வோருக்குத் தகுந்த சூழலை உருவாக்கித்தருவது. ஆனால் இந்தத் திறமைகளை ஆண்கள் தலைமைப் பண்பாகப் பார்ப்பதில்லை. அவர்கள் எப்போதும் பெண்களைத் தாய்மையோடு தொடர்புபடுத்திக் குழப்பிக்கொள்கிறார்கள். எங்களைத் தலைவர்களாகப் பார்ப்பதில்லை. தாயின் அக்கறையோடு பணி செய்யும் எளிய பெண்ணாக மட்டுமே பார்ப்பார்கள் என்கிறார் கிளாடியா.

எடுத்துக்கொண்ட பணியை ஆண் நிறைவேற்றுவதிலும், பெண் நிறைவேற்றுவதிலும் உள்ள அணுகுமுறை வேறுபாடு பற்றியும் ஓரிடத்தில் அழகாகச் சொல்கிறார். சிறு நகரத்தின் அளவு உள்ள ஒரு ராணுவ முகாமிற்கு ஒரு முறை கிளாடியா செல்கிறார். முகாமின் வாசலில் அடையாள அட்டையைச் சோதித்து அனுப்பும் பணியில் ஓர் இளம் பெண்வீரர். அவரிடம் கிளாடியா தான் செல்ல வேண்டிய துறையின் அலுவலகத்திற்கு வழி கேட்கிறார். அந்தப் பெண் வழி சொல்லியபடியே அடுத்தடுத்து வரும் பார்வையாளர்களின் அடையாள அட்டையைப் பரிசோதித்து உள்ளே அனுப்புகிறாள். முறையான அட்டை காண்பிக்காத ஒரு காரைத் தனியாக நிறுத்துகிறாள். வாசலில் ஏற்படும் போக்குவரத்து நெரிசலைச் சரி செய்கிறாள். மற்றொரு முறை செல்லும் போது அங்குப் பணியில் ஓர் ஆண் வீரர். அவர் கிளாடியா செல்ல வேண்டிய அலுவலகம் எத்தனை கிமீ தள்ளி இருக்கிறது, எத்தனை மீட்டர் சென்று இடது புறம்

திரும்ப வேண்டும், எத்தனை மீட்டர் சென்று வலப்பக்கம் திரும்ப வேண்டும், அந்த அலுவலகத்தில் நுழைய யாரிடம் அனுமதி பெறவேண்டும், அவரது அறை எங்கிருக்கும் என்று கிளாடியா விற்குத் தேவையான அத்தனை விவரங்களையும் மிகத் துல்லியமாகச் சொல்லி வழிகாட்டுகிறார். இந்த விவரங்கள் அனைத்தையும் அவர் கிளாடி யாவின் கார் ஜன்னலருகே குனிந்து சொல்கிறார். அந்த 2-3 நிமிடங்களில், அந்த அலுவலகத்திற்குள் பின் லேடனோ அல்லது சதாம் ஹுசைனோ ஒரு பசூக் காவுடன் உள்ளே நுழைந்திருந்தாலும் அவர் கவனித்திருக்க மாட்டாரோ என்று கிளாடியாவிற்கு ஐயம். ஆனால் கிளாடியா முதலில் சொன்ன அந்தப் பெண், இந்த ஆண் இருவருமே ராணுவத்திற்குத் தேவைதான் என்கிறார். ஒரே சமயங்களில் பல வேலைகளைச் செய்வதற்கும் ஆள்கள் தேவை. எடுத்துக்கொண்ட வேலையை வேறு எந்தக் கவனச் சிதறலும் இல்லாமல் செய்து முடிக்கும் திறன் கொண்டோரும் தேவை. ஆணும், பெண்ணும் இணைந்து பணிபுரிய வேண்டியதன் அவசியத்தை இந்தச் சம்பவங்கள் எனக்குக் காட்டின என்கிறார்.

தனது நீண்ட ராணுவ அனுபவப் பகிர்வில் ராணுவம் குறித்த நமது பொதுவான புரிதல்கள் பல தவறானவை என்பதையும் கிளாடியா விளக்குகிறார். எந்தவொரு ராணுவத் தாக்குதலையும் அதிகாரிகள் திட்டமிட்டாலும், களத்தில் அதைச் செயல்படுத்துவது சாதாரண போர்வீரர்கள்தாம் என்பதால் திட்டமிடல்கள் அனைத்தும் அவர்களது ஆலோசனைகளையும் பெற்றே நடக்கின்றன. *It is an Order* என்பது சினிமாக்களில் மட்டுமே பயன்படுத்தப்படும் வசனம் என்கிறார் கிளாடியா. திட்டமிடல்களின்போது ஒருவரின் பதவியல்ல, அவரது அனுபவமே கணக்கில் எடுத்துக்கொள்ளப்படுகிறது. அவ்வாறு செய்யா விட்டால், அதற்குக் கடுமையான விலைதர நேரும். ராணுவத்தில் கடுமையான விலை என்றால் உயிரிழப்புதான்.

கிளாடியா சொல்லும் மற்றொரு முக்கியமான விஷயம் ராணுவ வீரர் என்றால் மேலதிகாரி எது சொன்னாலும் செய்ய வேண்டும் என்று சொல்வார்களே, அது உண்மையில்லையாம். ராணுவத்தில் *Just follow the orders* என்று சொல்லப்படுவதில்லை. உத்தரவுகளில் சட்டபூர்வமான உத்தரவு, சட்டபூர்வமல்லாத உத்தரவு என்ற பெரியவேறுபாடு உள்ளது. ஒரு ராணுவ வீரர் சட்டபூர்வமான உத்தரவிற்கு மட்டுமே கட்டுப்பட்டவர். சட்டவிரோத உத்தரவிற்கும் கட்டுப்பட வேண்டும் என்பது கட்டாயமானால் ராணுவம் ராணுவமாக இருக்காது. கூலிப்படையாக மாறிவிடும், ராணுவ ஒழுங்கு குலைந்துவிடும் என்கிறார் அவர்.

ராணுவ அதிகாரி என்றால் அவர் பின்னாலேயே நான்கைந்து உதவியாளர்கள் எப்போதும் வால் பிடிப்பார்கள் என்பதும் திரைப்படங்கள் காட்டும் ஒரு பொய் என்கிறார் அவர். அதிகாலை 5 மணிக்குப் பரேடுக்குச் செல்வதற்கு முன் படுக்கையை இன்னவிதமாக மடித்து வைத்திருக்க வேண்டும் என்றெல்லாம் விதிமுறைகள் உண்டு. படுக்கையை விரித்துப் படுத்தால்தானே இந்தத் தொல்லை என்று படுக்கையை நிரந்தரமாக விதிமுறைப்படி மடித்து வைத்துக்கொண்டு, வெறும் கட்டிலில் உறங்கி எழுந்து பரேடுக்கு ஓடுவதாகத்தான் இருக்கிறது அதிகாரியின் வாழ்க்கையும். ஒரு நட்சத்திர ஜெனரலாக உயர்ந்த பிறகுதான் சமையல் செய்ய, துணி துவைக்க, அயர்ன் செய்ய, ஷூபாலீஷ் செய்ய, கார் ஓட்ட, கலந்து கொள்ளும் கூட்டங்களில் பேச வேண்டிய உரையை எழுதித் தர, ஓர் உதவியாளர் கிடைக்கிறார். பல கருத்தரங்கங்களில் கிளாடியா பேசி முடித்ததும் நிறையப் பெண்கள் வந்து, "அருமையாகப் பேசினீர்கள். ஒரு பெண்ணால்தான் இப்படிப் பேச முடியும். ஓர் ஆணால் இப்படிச் சிந்திக்கவே முடியாது" என்று பாராட்டுவார்கள். கிளாடியா சிரித்துக் கொள்வார். ஏனெனில் உரை எழுதித் தரும் உதவியாளர் ஆண்.

உடல்திறன் தகுதித் தேர்வுகளிலும் ஆண் – பெண் பேதம் கிடையாது. அதற்கு வயதுதான் அடிப்படை. வருடாந்தர உடல்திறன் தகுதித் தேர்வில் நாற்பது வயது ஆணை விட முப்பது வயதுப் பெண் கூடுதலாக இரண்டு மைல் ஓட வேண்டும். கூடுதலாக சிட்டப்ஸ் செய்ய வேண்டும்.

இவை மட்டுமல்ல, பனிப்போர்க் காலத்திற்குப் பிறகான ஆயுதக் குறைப்பு, மூன்றாம் உலக நாடுகளுக்கு ஆயுத விற்பனை, அந்த ஆயுத வியாபாரிகளின் அரசியல் செல்வாக்கு என்று அந்த நூல் பேசும் விஷயங்கள் நிறையவே இருக்கின்றன.

கிளாடியாவின் ஜெனரலி ஸ்பீக்கிங் படித்தபோது, இரண்டாண்டு களுக்கு முன் நமது குடியரசு தின ராணுவ அணிவகுப்பிற்கு தானியா ஷெர்கில் என்ற பெண் அதிகாரி ஓர் ஆண் படைப் பிரிவிற்குத் தலைமை தாங்கி கம்பீர நடை போட்டது குறித்து நம் ஊடகங்களில் பரபரப்பாகப் பேசப்பட்டது நினைவிற்கு வந்தது.

நான் இன்னும் நிறையவே வளரவேண்டும்.

- ஆர்வம் உள்ளோர் வாசிக்க
  Generally Speaking – General. Claudia .J Kennedy.

அவசர போலீஸ் 911

4

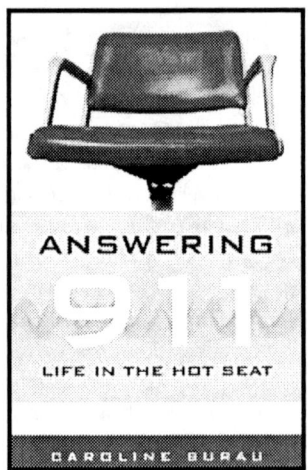

எல்லா இடங்களிலும் அவசரப் போலீஸ் 100 என்ற எண் எழுதி இருப்பதைப் பார்த்திருக்கிறோம். அவர்கள் எப்படிச் செயல்படுகிறார்கள் என்று நமக்குத் தெரியாது. சொல்லப் போனால் அவசர போலீஸ் 100 பற்றி நமக்கு மிக நன்றாகத் தெரிந்தது ஒன்றே ஒன்றுதான். தெரியாத்தனமாக உணர்ச்சிவசப்பட்டு 100க்குப் போன் செய்து அவர்களும் வேனை எடுத்துக்கொண்டு வந்து விட்டால், அவர்கள் அழைக்கப்பட்டதற்குக் காரணமான பிரச்சனையைத் தீர்க்கிறார்களோ, இல்லையோ, பணம் வாங்கிக்கொள்ளாமல் வேனை எடுக்க மாட்டார்கள் என்பதுதான் அது.

நம் ஊர் அவசர போலீஸ் பற்றி அதிகம் அறிந்துகொள்ள முடியா விட்டாலும், அமெரிக்காவின் அவசர போலீஸ் பற்றி சமீபத்தில் அறிந்துகொள்ள முடிந்தது. Caroline Burau என்ற பெண் எழுதியுள்ள Answering 911 என்ற சின்ன புத்தகம் விதவிதமான உதவி நாடுவோர் பற்றியும், உட்கார்ந்த இடத்திலிருந்து போன் மூலம் இயன்ற உதவியைச் செய்வோர் பற்றியும் அழகாகக் கூறுகிறது. சமூக அமைப்பின் காரணமாக நமது 100க்கு வரும் அழைப்புகளைவிட அங்கு 911க்கு வரும்

அழைப்புகள் அதிகம் என்று தெரிகிறது. இங்கு வீட்டில் பாம்பு வந்து விட்டால், தெருவே கூடி அடித்துவிடும். ஹார்ட் அட்டாக் என்றால், அக்கம்பக்கத்தினர் ஓடிவந்துவிடுவார்கள். பள்ளியிலிருந்து குழந்தை வரச் சற்றுத் தாமதமாகிவிட்டது என்று கவலைப்பட்டால் உடனே தெருக் காரர்கள் நான்கு பேர் வண்டி எடுத்துக்கொண்டு பள்ளிக்கு விசாரிக்கச் சென்று விடுவார்கள். அந்தச் சமூகம் அப்படி இல்லை. எதற்கெடுத் தாலும் 911தான். எனவே, அங்கு 911 என்பது போலீஸ் உதவியாக இல்லாமல் ஆபத்துக்கால உதவியாக இருக்கிறது.

நம் சினிமாக்களில் போலீஸ் கட்டுப்பாட்டு அறை என்றால் ஏட்டுகள்தான் தலையில் ஹெட்போனுடன் உட்கார்ந்திருப்பதாகக் காட்டுவார்கள். ஆனால் 911இல் போனில் பதில் சொல்பவர்கள் போலீஸ் காரர்கள் அல்லர். தகவல்களைப் பெற்று போலீசுக்குச் சொல்லி அனுப்பும் சீருடையற்ற பணியாளர்கள்தாம்.

கரோலின் பத்திரிகையாளராக இருந்து பிறகு 911 ஆபரேட்டராகப் பணியில் சேர்ந்தவர். எனவே புத்தகத்தை மிகவும் சுவையாக அழகாக எழுதியுள்ளார். தனது அன்றாட வேலை பற்றிச் சொல்லும்போது, முதல் நிமிடம் செய்தித்தாளை வைத்துக்கொண்டு, வேகமாக ஓடுதல் என்பதற்கான ஆறெழுத்து வார்த்தை என்ன என்று யோசித்தபடி குறுக்கெழுத்தை நிரப்ப முயற்சி செய்து கொண்டிப்பதாகவும், அடுத்த நிமிடம் ஒலித்த போனை எடுத்து அழைத்த பன்னிரண்டு வயதுச் சிறுமியிடம், உன் தாயார் எந்த வகைத் துப்பாக்கியால் தன்னைச் சுட்டுக் கொண்டாள்? உனக்கு ஒன்றும் ஆபத்தில்லையே? உன் அருகில் வேறு யாரும் இல்லையா? என்று பதறாமல் விபரங்களைக் கேட்ப தாகவும் தனது வேலை இருக்கும் என்கிறார். சினிமா போல் அவர்கள் பேசி முடித்ததும் ஓவர் என்று சொல்வதில்லை. பேசி முடிக்கும் போதெல்லாம் 17.05, 16.07 என்று நேரத்தைச் சொல்லி முடிப்பார்களாம். பின்னால் அந்த சம்பவம் குறித்த விரிவான புலன்விசாரணையின்போது 911 அழைப்பின் உரையாடலில் ஒவ்வொரு மணித்துளியிலும் என்ன நடந்தது என்பதைத் துல்லியமாகப் பார்க்க இது உதவுமாம். கணினி மயத்திற்கு முந்தைய பழைய அந்த ஏற்பாடு இப்போதும் தொடர்கிறது. அப்படியே பேசிப் பழகிவிட்டார்கள். கணவரோடு, மகளோடு பேசும் போதுகூட, சரி நா அப்பறமா கூப்படறேன்.. 13.27 என்றாகிவிடுகிறது அவர்கள் வாழ்க்கை.

ஒருபுறம் 911இல் அழைத்தவரோடு பேசிக்கொண்டிருக்கும்போதே மற்றோர் ஊழியர் அதற்கு ஏற்ற உதவியைச் செய்ய மற்றொரு தொலைபேசியில் அமர்ந்திருப்பார். போலீஸ் ரோந்து வாகனத்தையோ, தீயணைப்பு வண்டியையோ, ஆம்புலன்ஸையோ அழைத்து கிடைத்த தகவலை அவர்களுக்குச் சொல்லி அவர்களை அனுப்பி வைப்பார். 911 இணைப்பில் பேசிக் கொண்டிருப்பவர் அழைத்தவர் உதவி வந்து விட்டது என்று சொன்ன பிறகே இணைப்பைத் துண்டிப்பார்.

வழிப்பறி, தாக்கிவிட்டு ஓடுதல் போன்ற சம்பவங்களில் சந்தேகப்படும் நபர் பற்றி 911ஐ அழைத்தவர் துண்டு துண்டாகத் தகவல் தருவார். எனினும், ரோந்து வாகனத்திற்கு 911 ஆபரேட்டர் சந்தேகப் படும் நபரின் இனம் - வெள்ளையர், கறுப்பர், ஆசியர் என்பது போன்று - பிறகு ஆணா, பெண்ணா என்ற தகவல், பிறகு சுமாராக அவரது வயது, பின்னர் தலையிலிருந்து கால் வரை வர்ணனை - தலைமுடி நிறம், கண்களின் நிறம் போன்ற விபரங்கள் பிறகு உடை பற்றிய விபரங்கள் என்று இந்த வரிசையில்தான் தரவேண்டும்.

நம் ஊர்களில் மாடு, நாய், பூனை எல்லாம் காணாமல் போனால், அதுவே நான்கைந்து நாள்களில் வழி விசாரித்துக் கொண்டு எப்படியோ வீடு வந்து சேர்ந்துவிடும். அமெரிக்க நாய், பூனைகளுக்கு அத்தனை கூறுவாறு கிடையாது போல. 911 அலுவலகத்தில் பெட் போர்ட் என்று தனியாக ஒரு துறையே உண்டு. சாலையில் தனியே திரியும் நாய் பூனைகளைப் பற்றித் தகவல்கள் வந்துகொண்டே இருக்கும், மறுபுறம் என் பூனையைக் காணோம், நாயைக் காணோம் என்று அழைப்பு வந்துகொண்டே இருக்கும். இரண்டு தகவல்களையும் ஒன்றிணைத்து வழிதவறிய பூனை, நாய்களை உரியவரிடம் சேர்ப்பது அன்றாடப் பணிகளில் ஒன்று. இரண்டு நாள்களுக்கு ஒரு முறை ஒரு கிழவி என் பூனை மரத்தின் உச்சியில் உட்கார்ந்திருக்கிறது. தீயணைப்பு படையை அனுப்பி அதைக் கீழே இறக்கி விடுங்கள் என்பாள். இவர்கள் போகும்போது பூனை கிழவியின் மடியில் சொகுசாகப் படுத்துத் தூங்கிக்கொண்டிருக்கும்.

வழிதவறிவிட்ட முதியவர்களுக்கு போன் வழியாகவே அவர்கள் செல்லவேண்டிய இடத்திற்கு வழிகாட்டுவதும் தினமும் நடக்கும். உண்மையில் இந்த 911 ஆபரேட்டர்கள் தம் குழந்தைகளைக்கூட போன் வழியாகவேதான் வளர்க்கிறார்கள் என்கிறார் கரோலின். ஸ்கூலிலிருந்து வந்தாகிவிட்டதா? ஸ்நாக்ஸ் சாப்பிட்டாயா? டியூஷன் போனாயா? ஹோம் ஒர்க்கை சீக்கிரம் எழுது.. என்று எல்லாம் போனில் தான். இதற்கு நடுவிலேயே ஒரு அந்நியன் அம்பி 911ஐ அழைத்து, "என்ன வேல பாக்கறீங்க? டகோட்டா ஐந்தாவது, ஆறாவது தெரு சந்திப்பில் உள்ள சிக்னல் அரைமணி நேரமா ஒர்க் பண்ணல்ல... சிக்னல்ல நின்னு போகாம எல்லாரும் இஷ்டத்துக்குப் போறாங்க... உடனே சிக்னல சரி பண்ணுங்க. ஒரு டிராபிக் போலீஸ அனுப்பி, சிக்னல்ல நிதானமா நின்னு போகாதவங்களுக்கு ஃபைன் போடுங்க" என்பார். அவருக்குச் சமாதானமாகப் பதில் சொல்ல வேண்டும்.

பதற்றத்தில் அவசர உதவியை அழைப்பவர்களிடம் பக்குவமாகப் பேசிக் குறைவான நேரத்தில் அதிகமான தகவல்களை வாங்கி, அதற்கேற்றாற்போல் உதவியை அனுப்புவது ஒரு தனிக் கலை. அதற்கு எந்தப் பயிற்சியும் கிடையாது. என் அம்மாவின் காதலன் அம்மாவை வயிற்றில் சுட்டுவிட்டான் என்று போன் செய்து அழும் 8 வயதுச்

சிறுமியிடம் தேவையான விபரங்களைப் பெறுவதற்கு எந்தப் பயிற்சி உதவப் போகிறது?

ஆனாலுமே அனுபவத்தில் அந்தத் திறமை வந்துவிடுகிறது என்கிறார் கரோலின். சில விஷயங்களை உதவி கேட்டு அழைப்பவரிடம் கேட்பதும் ஆபத்தாக முடிந்து விடும். என் பழைய காதலன் குடித்து விட்டு வந்து பயங்கரமாகத் தகராறு செய்கிறான். என் உயிருக்கே ஆபத்து என்று ஒரு பெண் 911ஐ அழைக்கிறாள். அவளுக்குத் தைரியம் சொல்லி, உதவி வந்துகொண்டே இருக்கிறது என்கிறார் கரோலின். எனக்குப் பயமாக இருக்கிறது, என்னைக் கொல்லப் போகிறான் அவன் என்கிறாள் அந்தப் பெண். பயப்படாதே. அவன் கையில் கத்தி, துப்பாக்கி ஏதாவது இருக்கிறதா? என்று கேட்கிறார் கரோலின். இல்லை. கரோலின் அதோடு நிறுத்தியிருக்கலாம். பக்கத்தில் ஆயுதம் ஏதும் இல்லையே? என்கிறார் அக்கறையாக. கிச்சனில் பெரிய கசாப்புக் கத்தி இருக்கிறது என்கிறாள் அந்தப் பெண். கரோலின் பதில் சொல்வதற்குள் மற்றொரு லயனில் ரோந்து போலீஸ் நாங்கள் அந்த வீட்டை நெருங்கி விட்டோம் என்கிறார்கள். கரோலின் இந்தப் பெண்ணிடம் பயப்படாதே... போலீஸ் உங்கள் தெருவிற்குள் நுழைந்து விட்டது என்கிறார். அந்தப் பெண் 'மெதுவாக வரட்டும்... நான் அந்தக் கசாப்புக் கத்தியால் அவனைக் குத்தி விட்டேன். செத்துவிட்டானா என்று தெரியவில்லை' என்று அழுகிறாள். குற்றவாளி அந்தப் பெண்ணா? இல்லை, பக்கத்தில் ஆயுதம் ஏதாவது இருக்கிறதா என்று கேட்ட கரோலினா?

காலை ஷிப்டுகளில் அத்தனை டென்ஷன் இருக்காதாம். நான் முன்பு சொன்ன அந்நியன் அம்பி ரக அங்கிள்கள்தாம் போன் செய்வார்கள். மாலை நேர ஷிப்ட் மிகக் கடுமையானதாக இருக்கும். ஒரே சாலை விபத்திற்கு இருபத்தியொரு செல்போன்களிலிருந்து இருபத்தயொரு ஆபரேட்டர்களுக்கும் தகவல் வரும். இரண்டு பேர் தெருவில் சண்டை போட்டுக்கொண்டிருக்கிறார்கள் என்ற தகவல்களும் சமயங்களில் மிக ஆபத்தானதாக முடிந்துவிடும். தகவல் சொன்னவரிடம் இருவர் பற்றிய

அடையாளங்களைக் கேட்டுக்கொள்வார்கள். சம்பவ இடத்திற்குப் போகும் போலீசுக்கு அவர்கள் இருவர் கையிலும் இருக்கும் ஆயுதங்கள் பற்றிய தகவல் மிக முக்கியமாகத் தரவேண்டும். இருவர் கையிலும் பயங்கர ஆயுதங்கள் இருந்தால் அதற்கேற்றாற் போல் கூடுதலாக ஆள்களை அனுப்பவேண்டும். அவர்களை ஆயுதம் எடுத்துச் செல்லச் சொல்ல வேண்டும். சண்டையில் சம்பந்தப்பட்ட நபர்களின் அடையாளங்களை வைத்து அவர்கள் அந்த ஏரியாவின் வழக்கமான குற்றவாளிகளா என்பதைக் கண்டுபிடிக்க வேண்டும். இன்னார் என்று கண்டுபிடித்துவிட்டால் அந்தத் தகவல் போலீசுக்கு இன்னும் உதவியாக இருக்கும். இந்த அத்தனை வேலையையும் சம்பவ இடத்திற்கு சைரன் அலற போலீஸ் போய்ச் சேரும் அந்த மூன்று நான்கு நிமிடங்களுக்குள் செய்ய வேண்டும். இது போன்ற சம்பவங்களில் கூடுதல் தகவல்களைச் சரியாகத் தராமல் தனியாகப் போய்மாட்டிக் கொண்டு உயிரை விட்ட போலீஸ்காரர்களும் உண்டு. வயர்லெசில் எனக்கு உதவிக்கு ஆள் அனுப்புங்கள்... எனக்கு ஆபத்து என்று தனியாய்ப் போன போலீஸ்காரர் கத்துவதும், துப்பாக்கி சுடப்படும் சத்தமும், என்னைச் சுட்டுவிட்டான் என்று போலீஸ் அலறுவதும் அடுத்தடுத்த நொடிகளில் கேட்கும். கண்ட்ரோல் அறையின் பாதுகாப்பான நாற்காலியில் அமர்ந்திருக்கும் கரோலினால் ஹெட்செட்டைக் கழற்றி வைத்துவிட்டு பாத்ரூம் போய் வாந்தி எடுக்க மட்டுமே முடியும். 911 ஆப்பரேட்டர் வேலையின் மிகக் கொடுமையான நேரங்கள் அவை. அதே போலத்தான் பெரும் மழை, புயல் காலங்களில் வரும் அழைப்புகளும்.

தற்கொலைகள் பற்றிய அழைப்புகளும் மிகக் கொடூரமானவை. என் கணவரைக் காணோம் என்று ஓர் அழைப்பு. அடையாளங்களை எல்லாம் கேட்டு அவரைத் தேட இரண்டு போலீஸ்காரர்களை அனுப்புகிறார் கரோலின். சரியாக நாற்பது நிமிடம் கழித்து அந்தப் பெண் மீண்டும் அழைக்கிறார். என் கணவரைக் கண்டுபிடித்து விட்டார்களா? என்கிறார். இல்லையம்மா, என்கிறார் கரோலின். ஒன்றும் பிரச்சனையில்லை... ஊருக்கு வெளியே இரண்டு மைல் தள்ளி உள்ள ஒரு காட்டிற்கு சைக்கிளில் போவதாக ஒரு குறிப்பு எழுதி வைத்து விட்டுப் போயிருக்கிறார். எனவே தாங்கள் சிரமப்பட வேண்டாம் என்கிறார் அந்தப் பெண். இந்தத் தகவலை தேடிப் போன போலீசிடம் கரோலின் சொல்கிறார். அந்தக் காட்டில் அந்தக் கணவன் துப்பாக்கியால் நெற்றியில் சுட்டுக் கொண்டு தற்கொலை செய்துகொண்டு கிடக்கிறான். புகார் சொல்ல அழைத்தவர்கள் பிரச்சனை ஒன்றுமில்லை என்றாலும்கூட, கடைசி வரை என்ன என்று பார்த்து விடுவதுதான் நல்லது என்ற பாடம் கற்கிறார் கரோலின்.

எதுவாகினும், என்ன பிரச்சனை என்றாலும் உங்கள் அம்மாவைக் கூப்பிடுவது, ஐம்பது மைல் தள்ளி ஓர் ஊரில் போலீசாக இருக்கும் உங்கள் நண்பரைக் கூப்பிடுவது என்றெல்லாம் செய்யாமல் 911ஐ அழைத்து விடுங்கள். உங்கள் அழைப்பு அபத்தமானதாகவும் இருக்கலாம்.

ஆபத்தானதாகவும் இருக்கலாம். அதை முடிவுசெய்து அதற்கு வேண்டியதைச் செய்ய வேண்டியது நாங்கள் என்கிறார் கரோலின்.

911 ஆபரேட்டர் பணி மிகவும் சிக்கலானது. ஒவ்வொரு நிமிடமும் நான் ஏதேனும் தவறு செய்து அதன் காரணமாக, ஏற்கனவே ஒரு கஷ்டம் என்று என்னிடம் உதவி கேட்டு அழைத்தவருக்குக் கூடுதலாக ஏதேனும் தீங்கு நேர்ந்துவிட்டால் என்ற பயம் அடிவயிற்றைக் கலக்கிக்கொண்டே இருக்கும். அப்படி ஏதும் நேர்ந்து விடக்கூடாது என்று ஆண்டவரிடம் பிரார்த்தித்துக்கொண்டே இருக்கிறார் அவர். அந்தப் பதற்றத்தை, உதவி கேட்கும், முகமறியாத அந்தச் சக மனிதர்களுக்கு எப்படியேனும் உதவி செய்துவிட வேண்டும் என்ற துடிப்பை மிக மிக எளிய மொழியில் அற்புதமாக எழுதியிருக்கிறார் கரோலின்.

புத்தகத்திற்கு நடுவே ஓரிடத்தில் அவர் ஆண்டவர் தனக்கு வரும் கோடிக்கணக்கான *911* உதவி அழைப்புகளை எப்படிச் சமாளிக்கி றாரோ? என்று தான் அடிக்கடி நினைப்பதுண்டு என்கிறார். புத்த கத்தைப் படித்து முடிக்கும்போது ஆண்டவர் கரோலின்போல் உடனே தன்னால் முடிந்ததைச் செய்வதில்லை. ரிசீவரை ஹுக்கிலிருந்து எடுத்துக் கீழே வைத்து விட்டு அறிதுயிலில் படுத்துவிடுகிறார் என்று எனக்குத் தோன்றியது.

- **ஆர்வமுள்ளோர் வாசிக்க**

  Answering 911 by Caroline Bura

காணாமல் போனவர்களைத் தேடி...

5

வாழ்வின் சில துயரங்கள் நமக்கு மட்டும் இந்த வேலை தெரிந்திருந்தால், இந்தத் துயரைத் தவிர்த்திருக்கலாமே என்று நம்மை நினைக்க வைக்கும். நம்மில் பெரும்பாலானோர் அது பற்றிச் சில நாள்கள் "சே ! எனக்குத் தெரியாமப் போச்சு !" என்று புலம்புவோம். பின்னர் அதைவிட மோசமான மற்றொரு துயர் வந்து சேரும்போது அதை மறந்துவிடுவோம். ஆனால் கோடியில் ஒருவர் அப்படிப் புலம்பாமல், தெரியாமல் போனதைக் கற்றுத் தேர்கிறார். அவர் கற்றது அவருடைய துயரை எவ்வகையிலும் சரிசெய்யாது என்ற போதும், பிறர் துயர் தீர்க்க உதவுகிறது. அப்படிப்பட்ட கோடியில் ஒருவரான மைக் மெக்கார்த்தியின் வாழ்க்கைக் கதைதான் *In Search of the Missing* என்ற புத்தகம். அபூர்வமான ஒரு மனிதரின் அபூர்வமான வாழ்க்கை.

மைக் ஒரு நாய்ப் பிரியர். நாய் வளர்க்கிறார். போட்டிகளில் பங்குபெற்று பரிசு வாங்குமளவு தன் நாய்களைப் பயிற்றுவிக்கிறார். ஒரு நாள் அவரது தாயார் காணாமல் போய் விடுகிறார். அவர்கள் வசிப்பது அயர்லாந்தில். மலைகளும், அருவியும், காடுகளுமாக இருக்கும் தேசம். போலீஸ், மீட்புப் படைகள் மோப்ப நாய்களோடு போய்த் தேடுகிறார்கள்.

இரவு 11 மணியளவில் தேடுதல் வேட்டையை நாளை தொடரலாம் என்று நிறுத்துகிறார்கள். இவர் மட்டும் தனது இரு நண்பர்கள், தனது நாய்களுடன் தேடுகிறார். நள்ளிரவு 1.25க்கு நாய் இவரது தாயாரைக் கண்டுபிடித்து விடுகிறது. மயங்கிக் கிடக்கிறார். மைக்கிற்குத் தெரிந்த முதலுதவிகள் எதுவும் பயன்தரவில்லை. தகவல் சொல்லி, ஆம்புலன்ஸ் வந்து தாயாரை மருத்துவமனை எடுத்துச் சென்றும் பலனின்றித் தாயார் இறந்து போகிறார். அந்த நிமிடம் நாய்களை வைத்துக் காணாமல் போனவர்களைத் தேடிக் கண்டுபிடிப்பதில் தானும், தனது நாய்களும் பயிற்சி பெற்று பிறருக்கு உதவ வேண்டும் என்று முடிவெடுக்கிறார் மைக். கடுமையான பயிற்சியால் அதில் வெற்றியும் பெறுகிறார். எத்தனையோ பேரை உயிருடன் மீட்கிறார். சமயங்களில் அவர்களது உடலையாவது மீட்டு உறவினர்களிடம் ஒப்படைக்கிறார். இதற்கெல்லாம் நையா பைசா வாங்குவதில்லை. ஒரு கண்ணாடித் தொழிற்சாலையில் பார்க்கும் வேலையில் குடும்பம் ஓடுகிறது. ஓய்வு நேரம் முழுவதும் காணாமல் போனவர்களை மீட்கும் வேலை. அந்த தன்னலமற்ற சேவையின் கதைதான் இந்தப் புத்தகம். அவரது பரந்துபட்ட அந்த தேடல் அனுபவங்களின் ஊடாக அயர்லாந்தின் அமைப்பு, இது போன்ற தன்னார்வலத் தொண்டர்கள் குறித்த அரசு இயந்திரத்தின் அலட்சியப் போக்கு, நாய் வளர்ப்பு, நாய்ப் பயிற்சி எல்லாம் கலந்து கலந்து வந்து நமக்கு நாமறியாத ஒரு புது உலகைக் காட்டுகிறது.

தேடும் நாய் பயிற்சியாளர் அங்கீகாரம் பெற மீட்புக் குழு ஒன்றின் உறுப்பினராக இருக்க வேண்டும். மீட்பு முதலுதவியில் தேர்ச்சி பெற்ற சான்றிதழ் வைத்திருக்க வேண்டும். திசைகாட்டும் கருவியைக் கையாள்வதில் திறமை பெற்றிருக்க வேண்டும். வரைபடங்களைப் படிக்கும் திறன் இருக்க வேண்டும். நீச்சல், கயிறு கட்டி மலை ஏறுதல், இறங்குதல், ஸ்டிரெச்சரைத் தூக்கியபடி மலை ஏறுதல், இறங்குதல், மலைகளில் இரவில் தேடுதல், நாயை முதுகில் அல்லது வயிற்றில் கட்டிக் கொண்டு கயிற்றில் தொங்கி மலை ஏறுதல், இறங்குதல் எல்லாம் தெரிந்திருக்க வேண்டும். நாளொன்றுக்குப் பல மைல் தூரம் நடக்கும் தெம்பு இருக்க வேண்டும். இவையனைத்தையும் களைப்பில்லாமல் பல மணி நேரங்கள் தொடர்ந்து செய்யும் உடல் வலிமை வேண்டும். நாய் இவரைவிடத் திறமையானதாக, பலசாலியாக. சொல் பேச்சுக் கேட்பதாக இருக்க வேண்டும். இந்த ஒவ்வொரு தகுதியையும் பெறுவதற்கு மைக் பட்ட பாடுகளைத் தனியாக ஒரு புத்தகம் எழுதலாம்.

நாய்களை வைத்து ஆள்களை மீட்பது முதலில் ராணுவத்தில்தான் இருந்தது. இராணுவப் பயிற்சியில் இறந்தவர்களை அடையாளம் கண்டு எடுத்து வரவே நாய்களைப் பெரும்பாலும் பயன்படுத்தினார்கள். காணாமல் போனவர்களைக் கண்டுபிடிக்க இந்தப் பயிற்சி பெற்ற நாய்களால் இயலவில்லை. உயிருடன் எங்கோ மலையிடுக்கில் சிக்கித் தவிப்பவர்களைக் கண்டுபிடிக்க அவற்றிற்கு புதுவகை பயிற்சி தேவைப் பட்டது. அதைத் தருவதும் கடினமாக இருந்தது.

நாய் தன் பயிற்சியாளரை விட்டு அரை மைல் தள்ளி இருந்தாலும், தான் வந்த வேலையில் கவனமாக இருக்க வேண்டும். ஏதேனும் ஒரு முயல், ஆடு, நரி பின்னால் ஓடிவிடக் கூடாது. பிறகு அதைத் தேடுவது பெரிய வேலையாகிவிடுமே ! இதற்கு நாயைப் பழக்குவது மிகக் கடினம். இதற்கு மட்டும் குறைந்த பட்சம் 1500 மணி நேர பயிற்சி தேவை. இதற்கு 20000 பவுண்ட் செலவாகும். அதற்கு முன்பாக அடிப்படையான சில உத்தரவுகளுக்குக் கீழ்படிதல், உடல் வலுத் தகுதி ஆகியவற்றை நாய்க்குக் கற்றுத்தர குறைந்த பட்சம் 2000 மணி நேரப் பயிற்சி தேவைப்படும்.

ஒரே பயிற்சியைத் திரும்பத் திரும்பத் திரும்ப நூற்றுக்கணக்கான முறை தந்து அதற்குப் புரிய வைக்கவேண்டும். தன் நாய் மீது அளவற்ற அன்பும், பாசமும் இருப்பவரால் மட்டுமே இப்படிப் பொறுமையாகக் கற்றுத் தர முடியும். நாய் ஒரு மணி நேரத்தில் 18 - 20 மைல்கள் நடக்கும் வலுப் பெற வேண்டும். இப்படி நாளொன்றுக்கு சுமார் 60 மைல் தூரம் நடக்கவும், தேவைப்பட்டால் நான்கைந்து நாள்கள் தொடர்ந்து இப்படி வேலை பார்க்கவும் தயாரான உடல்நிலையில் அந்த நாய் இருக்க வேண்டும். பயிற்சியாளரும் இத்தனை தூரம் காடுமேடுகளில் களைப் படையாமல் திரியும் உடல்பலம் உள்ளவராக இருத்தல் அவசியம் என்பதைத் தனியாகச் சொல்ல வேண்டியதில்லை.

இவற்றையெல்லாம் நாய் மிகவும் குட்டியாக இருக்கும் போதே செய்துவிட வேண்டும் என்பதுதான் பிரச்சனையே. பிறந்து பதினோரு வாரங்களுக்கு மேல் நாய்க்குக் கற்றுத் தருவது கடினம். எவ்வளவு அறிவான நாய் என்றாலும் கூட அதற்கு இரண்டு வயது மனிதக் குழந்தையின் அறிவுதான் இருக்குமாம். இரண்டு வயதுக் குழந்தை பார்த்துப் பார்த்து, கேட்டுக் கேட்டு தன் அனுபவம் மூலம் புதிதுபுதிதாய்த் தெரிந்து கொள்ளும். நாயால் அது முடியாது. உங்கள் மொழியும் அதற்குப் புரியாது. ”நான் புல்லாங்குழலில் ரகுவம்ச சுதா வாசிச்சா, எங்க சீனு எங்க இருந்தாலும் ஓடி வந்துடுவான்” என்று எங்கள் தெரு வக்கீல் பி.எஸ்.ஆர் மாமா பெருமையாகச் சொல்வதை என் சிறுவயதில் கேட்டிருக்கிறேன். சீனுவுக்கு ரகுவம்ச சுதாவும் தெரியாது, ஓ சொல்றியா மாமாவும் தெரியாது என்கிறார் மைக். குரலின் தொனி மட்டுமே புரியும். தன் உரிமையாளரின் மனஓட்டத்தை நாயால் புரிந்து கொள்ள முடியும் என்று சொல்லப்படுவதும் நமது பிரமைதான் என்கிறார் அவர். புத்திசாலி நாய்கள் நம் உடல்மொழியை கொஞ்சம் புரிந்து கொள்ளலாம். அவ்வளவுதான்.

நாய் பற்றி நாமாக பலவற்றையும் நினைத்துக் கொண்டு, அதன் காரணமாக நாயை இன்னும் கெடுத்துக் குட்டிச்சுவராக்குகிறோம் என்கிறார் மைக். அவரிடம் நாய் வளர்ப்புப் பற்றிப் பல பிரச்சனைகளோடு கவுன்சிலிங்கிற்கு ஏகப்பட்ட பேர் வருகிறார்கள். ஒருவர் எனது நாய் யார் அருகில் வந்தாலும் அவர் மீது பாய்கிறது என்ற அழைத்து வருகிறார். அது உடல் முழுக்க ரோமம் உள்ள சடைநாய் வகை. முடி வளர்ந்து கண்ணை மறைக்கிறது. மூச்சுத் திணறும்படி

சின்ன வாய்க்கூடு. நாய்க்கு அழகாக முடிவெட்டி விட்டு, சற்று பெரிய வாய்க்கூடை எடுத்து மாட்டி விடுகிறார் மைக். நாய் சாந்த சக்கு பாயாக மாறிவிடுகிறது !

99 சதவிகித நாய்க்கடிகளுக்கு நமது அறியாமைதான் காரணமாம். பழக்கமில்லாத நாயோடு நட்புக் கொள்ள முதல் அடியை நீங்கள் வைக்காதீர்கள். நாய் உங்களை மோப்பம் பிடித்து எடை போடட்டும் என்பது மைக்கின் ஆலோசனை. குனிந்து அதன் கண்களை நேருக்கு நேர் பார்க்க வேண்டாம். நாய்களின் உலகில் கண்களை நேராகச் சந்திப்பது சவாலுக்கு அழைப்பதாக அர்த்தம். நாயைப் பார்த்துச் சிரிக்க வேண்டாம். பல்லைக் காட்டுவது சண்டைக்கு அழைப்பதாக அதன் உலகின் பொருள்.

மோப்பம் பிடித்துத் தேடிச் செல்லும் நாய் இடையில் ஒரு ஆறோ, வாய்க்காலோ குறுக்கிட்டால் மோப்ப சக்தியை இழந்து தடுமாறுவது போன்ற காட்சியை நாம் பல திரைப்படங்களில் பார்த்திருக்கிறோம். இது முழுக்க முழுக்க எழுத்தாளர்களின் கற்பனைதானாம். உண்மையில் சமதரைகளில், மலைகளில், காடுகளில் குறுக்க நெடுக்கச் செல்லும் மனிதர்களின் வாடையால் நாய்கள் சிறிது குழப்பமடையலாம். ஆறுகளில், கடல்களில் இது போன்ற குறுக்கீடுகள் மிகவும் குறைவு. எனவே, நீர்நிலைகளில் நாய்களின் மோப்பசக்தியும், கவனமும் அதிகமாக இருக்குமாம். கடல் சூழ்ந்த அயர்லாந்தில் கடல் விபத்துகளில் காணாமல் போகும் மனிதர்கள் அதிகம். உலகிலேயே முதல் முறையாக கடலில் தேடும் நாய்களை பயிற்றுவித்து ஒரு தனி கடல் தேடு நாய்ப்படையை அமைத்தவர் மைக்தான். கடலில் 50 - 100 அடி ஆழத்தில் பாறைகளுக்கு இடையே சிக்கித் தவிக்கும் மனிதர்களை, பெரும்பாலும் அவர்களது உடல்களை மைக்கின் நாய்கள் மிக எளிதாகக் கண்டுபிடித்துள்ளன. எப்போதுமே நாய் அடையாளம் காட்டும் இடத்திற்கு ஓர் அரை மைல் சுற்றளவில் உடல் கிடைத்துவிடும். ஆனால், இதற்காக நாய்களைப் பயிற்றுவிப்பதற்கு அதிக செலவாகும். படகை வாடகைக்கு எடுக்க வேண்டும். ஆழ்கடல் டைவர்களைப் பணியில் அமர்த்த வேண்டும். அவர்களை வைத்துக் கடலுக்கு அடியில் ஒரு பொருளை ஒளித்து வைத்து, நாயைக் கண்டுபிடிக்க வைக்க வேண்டும். இப்படி பல பிரச்சனைகள்.

நாய்களின் தகுதி, பயிற்சி, குணாதிசயங்கள் போக மைக் தன் நாய்களை வைத்து உயிருடன் மீட்ட மனிதர்களின் கதைகள் இதில் நிறையவே இருக்கின்றன. தன்னார்வலத் தொண்டர் என்பதால் மீட்புப் பணி முடிந்ததும் அதிகாரிகள் இவரை லூசில் விட்டு விடுவார்கள். இவரும், இவருடைய நாய்களும் மனித வாடையற்ற மலை, காடுகளிலிருந்து ஏதேனும் ஒரு லாரியைப் பிடித்து வீடு திரும்பும் கொடுமை அவ்வப்போது நடக்கும். பொதுவாழ்வில் இதெல்லாம் சகஜமப்பா என்று மைக்கும் இதைப் பற்றியெல்லாம் கவலைப்படாமல் அடுத்த அழைப்புவரும் போது தனது நாய்கள், உபகரணங்கள்,

தனக்கும் நாய்களுக்கும் உணவு, தண்ணீர் என்று எடுத்துக்கொண்டு கிளம்பிவிடுவார். பல ஆண்டுகள் இந்த சேவையைத் தன் சொந்த விடுப்பில்தான் செய்துகொண்டிருந்தார். ஒரு கட்டத்தில் பத்திரிகைகளில், டிவி சானல்களில் இவரை விட இவரது நாய்கள் மிகவும் பிரபலமானவுடன், அவரது தொழிற்சாலை நிர்வாகம் ஒவ்வொரு மீட்புப் பணிக்கும் ஐந்து நாள்கள் சம்பளத்துடன் கூடிய விடுப்பு தந்தது. அதற்கு மேல் ஆனால் சம்பளம் கட். ஆனால் நாய்கள் 2 - 3 நாள்களில் கண்டுபிடித்து விடும் என்பதால் சம்பளக் கட் பிரச்சனை வரவில்லை.

யார் நல்லது செய்தாலும் பொறுக்காது என்பதுதானே அரசாங்க குணம்! மோப்ப நாய்களை வெளியே அழைத்து வந்தால் பொது மக்களுக்கு ஆபத்து, எனவே அவற்றிற்கு வாய்க்கூடு போட வேண்டும். இல்லாவிட்டால் அபராதம் என்று ஓர் அரசாங்க உத்தரவு வந்தது. நாய்ப் பிரியரான மைக் எனது நாய்கள் மிகவும் ஒழுக்கமானவை. அவை ராணுவ வீரர்களைப் போன்றவை. அவற்றிற்கு வாய்க்கூடு போடுவது அவற்றை அவமதிப்பதாகும் என்று எதிர்ப்பு தெரிவித்தார். வாய்க்கூடு இன்றி வெளியே அழைத்துச் சென்று அபராதம் கட்டினார். விலங்குகள் நல அமைச்சர் கலந்து கொள்ளும் ஒரு பெரிய நிகழ்ச்சிக்குத் தன் நாய்களை அழைத்துச் சென்று தர்ணா நடத்தினார். அத்தனை கூட்டத்திலும் நாய்கள் ராணுவ வீரர்கள் போல் அசையாமல் நின்றன. ஊடகங்களில் அமைச்சரின் கூட்டத்தை விட இந்த நாய்கள் போராட்டம்தான் அதிக முக்கியத்துவம் பெற்றது. அரசு பணிந்தது. இந்த உத்தரவு மீட்புப் பணி நாய்களுக்குப் பொருந்தாது என்று சட்டத் திருத்தம் கொண்டு வந்தது. நாய்களின் சுயமரியாதைக்காகப் போராடி வெற்றி பெற்றார் மைக்.

அவரது நாய்கள் கர்ப்பமாக இருப்பது உலகெங்கும் பரபரப்பான செய்தியாகுமாம். குட்டிகள் பிறந்ததும் உலகெங்கிலும் இருந்து மீட்புப் பணியாளர்கள், நாய்ப்பிரியர்கள் குட்டிகளை வாங்கிச் செல்ல வருவார்கள். பிராங்க்ஃபர்ட்டிற்கு ஐந்து குட்டிகள், சான்பிரான்சிஸ் கோவிற்கு இரண்டு, ஹெல்சிங்கிக்கு ஒன்று என்று மைக் சர்வதேச அளவில் நாய்க்குட்டி வியாபாரம் செய்கிறார். மனிதர் இப்படியே நாய்களோடு திரிந்து கொண்டிருந்ததால் ? மனைவி பிரிந்து போகிறார். நடுத்தர வயதில் வீட்டில் துணை இல்லாத சோகம். பின்னாளில் சக பயிற்சியாளரான ஒரு நாய்ப்பிரியை இவரோடு இணைகிறார். பத்து மணி நேரத்திற்கு முன் பிடித்த வாசனையை மனத்தில் வைத்துக் கொண்டு, அதைத் தேடி 8 - 10 மணி நேரம் காடு மலைகளில் சுமார் 100-120 மைல் ஓடி மீட்டு வரும்படி நாய்களை பயிற்றுவிப்பதற்கு வாழ்வில் ஏதேனும் ஒரு விலை தந்துதானே ஆகவேண்டும் ! ஆனால் அந்த விலை தந்த சோகத்தை விட, தன் குடும்ப உறுப்பினரை மீட்டதற்காக அந்தக் குடும்பத்தினர் கண்ணீர் மல்க, கைகளைப் பற்றிச் சொல்லும் நன்றி தரும் மகிழ்ச்சி பெரியதுதான்.

மோப்ப நாய்களின் பயிற்சி, சாகசம் பற்றிய இந்தப் புத்தகத்தைப் படிக்கும்போது, சிறுவயதில் கோகுலத்தில் படித்த ஷீலாவைக் காணோம் சித்திரக் கதை நினைவுக்கு வந்துகொண்டே இருந்தது. வாண்டுமாமா கதை. செல்லத்தின் உயிரோட்டமான ஓவியங்கள். மீட்பு நாய்கள், அவற்றின் பயிற்சிகள் என்று டெக்னிகலாக எதுவும் அறிய வாய்ப்பில்லாத காலத்தில் வாண்டுமாமா எப்படி அத்தனை அற்புதமாக அதை எழுதினார் என்று வியப்பாக இருக்கிறது. ஷீலா என்ற சிறுமி கொடியவர்களால் கடத்தப்படும் போது அவளது வளர்ப்பான டைகர் என்ற கூலி இன நாய் காடு, மலை, ஆறுகள் எல்லாம் தாண்டி அவளைத் தேடிக் கண்டு பிடித்து மீட்கும் பிரமாதமான சாகசக் கதை. மைக் தனது புத்தகத்தின் வழியே நானறியாத ஓர் உலகம் பற்றிப் பல செய்திகள் சொன்ன தோடல்லாமல் என்னை *50* ஆண்டுகள் பின்னோக்கிப் பயணிக்கவும் வைத்து விட்டார். ஷீலாவைக் காணோம் இப்போது கிடைத்தால் வாங்க வேண்டும் !

- **ஆர்வமுள்ளளோர் வாசிக்க**

In Search Of The Missing by Mike McCarthy. **மார்ச்** 2022

யானைகளோடு பேசுபவன்

6

வனவிலங்குகளின் உலகம் இன்னும் நாமறியாத விசித்திர உலகமாகவே இருக்கிறது. ஒருபுறம் விலங்குகளால் 50 வார்த்தைகளை மட்டுமே புரிந்துகொள்ள முடியும், உங்கள் மொழி பற்றிய புரிதல் அவற்றுக்குக் கிடையாது என்று சொல்லும் அறிவியலாளர்கள். மறுபுறம் அன்பாக, இனிமையாக, பொறுமையாக திரும்பத் திரும்பப் பேசி எந்த நேரம் என்ன செய்யும் என்று ஊகிக்க முடியாத கொடிய வனவிலங்கை சாந்தப்படுத்தும் (தன்னிடம் மட்டும் சாந்தமாக நடந்து கொள்ளும் அளவிற்கு) சாதாரண மனிதர்கள். எது உண்மை என்ற தெளிவு வரும் வரை இரு தரப்பு பற்றியும் வாசித்துக்கொண்டே இருக்க வேண்டியது தான் போலும். இந்த இரண்டாவது தரப்புக்கு வலு சேர்க்கும் நூல்தான் சமீபத்தில் நான் படித்த *The Elephant Whisperer : My Life With the Herd in the African Wild* என்ற புத்தகம். ஆப்ரிக்காவின் ஜுலூ பகுதியில் 5000 ஏக்கருக்கு மேல் பரந்த வனப்பகுதியில் வனவிலங்கு சபாரி நடத்திய வனவிலங்கு ஆர்வலர் லாரன்ஸ் ஆன்டனி எழுதியது.

ஆப்ரிக்காவில் இருவகையான சபாரிகள் உண்டு. ஒன்று லாப நோக்கில் கார்ப்பரேட் நிறுவனங்கள் நடத்தும் சபாரிகள். மற்றது

கானுயிர் பாதுகாப்பு, இயற்கை, வனங்கள் பாதுகாப்பு ஆகியவற்றில் ஆர்வம் கொண்டோர் தமது ஆர்வம் காரணமாக தம் வாழ்க்கையையே அர்ப்பணித்து நடத்தும் சபாரி. ஆப்ரிக்காவின் ஜுலூ பகுதியில் துலா துலா என்ற பகுதியில் சபாரி நடத்திய ஆன்டனியின் அனுபவங்களே இந்தப் புத்தகம்.

பெரிய யானைக் குடும்பம் ஒன்று இருக்கிறது. தந்த வேட்டைக்காரர்கள் அந்தக் குடும்பத்தை விரட்டி விரட்டிக் கொல்கிறார்கள். ஏழு யானைகள் மட்டும் மிஞ்சுகின்றன. அவற்றுக்கு மனிதர்களைக் கண்டாலே ஆத்திரம். கிராமம் கிராமமாகச் சென்று சூறையாடுகின்றன. அரசாங்கம் அவற்றைக் கொன்றுவிட முடிவு செய்கிறது. யானைகளைக் காக்கும் ஓர் அமைப்பு தலையிட்டு, அந்த யானைகளுக்கு ஒரு வாய்ப்பு தரவேண்டும் என்று மன்றாடுகிறது. ஆன்டனியின் சபாரியில் அவற்றை வைத்துப் பராமரிக்க முடியுமா என்கிறது. ஆன்டனி சரி என்கிறார். ஆனால் இந்த யானைகள் சபாரியை விட்டு வெளியே வந்து ஏதேனும் அசம்பாவிதம் நடந்து விட்டால், யானைகள் கொல்லப்பட்டு விடும் என்கிறது அரசாங்கம். யானைகள் தப்பி விடாமல் பெரிய வனப்பகுதியில் அடைத்து வைத்து தினமும் அவற்றிடம் “உங்க நன்மைக்காகத்தான் இங்க வெச்சுருக்கேன். தயவுசெய்து ஓடிப் போயிராதீங்க. உங்கள சுட்டுடுவாங்க“, என்று தினமும் ஆன்டனி மணிக்கணக்காகப் பேசுவார். யானைகள் தினமும் அதைக் கேட்டுக்கொண்டே, வேலிகளை உடைத்துத் தப்ப முயற்சி செய்யும். ஒரு நாள் அந்த யானைக் கூட்டத்தின் தலைவியான நாநா ஆன்டனியைத் தன் தும்பிக்கையால் தடவி, ”நாங்கள் இங்கேயே இருக்கிறோம், எங்கும் போக மாட்டோம்”, என்று சொல்லும் விதமாகப் பிளிறுகிறது. அன்று வேலியை எடுத்துவிடுகிறார் ஆன்டனி. ஆனாலும் அவை உள்ளேயே இருக்கின்றன. ஆன்டனியிடம் பழகுவது போல் அவை மற்ற மனிதர்கள் யாரிடமும் பழகவில்லை என்றாலும், இப்போது அவை மனிதர்களை அச்சுறுத்துவதில்லை. கண்டுகொள்வதில்லை. சபாரியில் காட்டுக்குள் நடந்தே சென்று விலங்குகளைப் பார்க்கும் சுற்றுலாப் பயணிகள் அவற்றிற்கு மிக அருகில் கூட செல்ல முடிகிறது. அந்த அனுபவமே இந்த புத்தகம்.

5000 ஏக்கர் பரப்பளவுள்ள மனிதப் பகுதியை ஆள்வது எளிது. வனத்தை ஆள்வது கடினம். ஆயிரக்கணக்கான உயிரினங்கள். அவற்றின் வினோதமான பழக்க வழக்கங்கள் காரணமாக வனம் ஒரு தனி உலகம். நாம் இன்று நமது தெருவில் நடந்து சென்றால் நம்மை யாருமே கவனிக்க மாட்டார்கள். ஆனால் வனத்தில் நீங்கள் சென்றால், உங்களைச் சுற்றி எந்த விலங்கும் தென்படாவிட்டாலும் கூட, பல்லாயிரக்கணக்கான ஜோடிக் கண்கள் உங்களை மிக கவனமாகப் பார்த்துக்கொண்டே இருக்கும். உங்கள் ஏதேனும் ஒரு சிறு அசைவு அவற்றில் ஏதேனும் ஒன்றுக்குத் தவறாகப் பட்டாலும் உங்கள் மீது பாய அவை தயாராக இருக்கும். மனிதனின் உலகம்

அகம் சார்ந்தது. நாம் எப்போதும் மனத்துக்குள் மட்டுமே வாழ்கிறோம். விலங்கின் உலகம் புறம் சார்ந்தது. பக்கத்தில் எந்த விலங்கு நிற்கிறது, அது என்ன செய்கிறது, அது நாம் தின்னக் கூடியதா, இல்லை அது நம்மைத் தின்னக் கூடியதா, இங்கு நிற்கலாமா, ஓடிவிடலாமா, ஓடினால் தேவையின்றி அதன் கவனத்தை ஈர்த்து விடுவோமோ என்றெல்லாம் எப்போதும் கவனமாகப் பார்த்துக் கொண்டே இருக்க வேண்டும். யானை, காண்டாமிருகம், சிங்கம் போன்ற பெரிய மிருகங்களுக்கு சக விலங்குகளால் பெரிதாக ஆபத்து இல்லை. அவை தாம் செல்ல வேண்டிய இடத்திற்கு தைரியமாக வெளிப்படையாகச் செல்லும். மற்ற விலங்குகள் அனைத்தும் மறைந்து மறைந்துதான் எங்கும் செல்ல வேண்டும். அப்போதுதான் இரை கிடைக்கும். இரையாகாமலும் இருக்க முடியும்.

ஆன்டனியின் யானைகள் கர்ப்பமடைகின்றன. குட்டி ஈனுகின்றன. குடும்பம் பல்கிப் பெருகுகிறது. பெரிய குடும்பத்திற்கு வரும் அத்தனை கஷ்டநஷ்டங்களும் நாநாவின் குடும்பத்திற்கு வருகின்றன. முரட்டுத்தனமான மகன். பிறப்பிலேயே ஊனத்துடன் பிறந்து, ஆன்டனி எவ்வளவு பாடுபட்டாலும் காப்பாற்ற முடியாது போகும் குட்டிப் பேத்தி. காண்டாமிருகத்தோடு சண்டை. எல்லாம் நடக்கிறது. இந்த எல்லா சுகதுக்கங்களிலும் அந்த யானைக் குடும்பம் இதுநாள் வரை எந்தக் காட்டு யானைகளும் செய்யாத வகையில் ஆன்டனியைத் தம்மிடம் மிக நெருங்கி வர அனுமதிக்கின்றன. குறிப்பிட்ட அளவிற்கு மேல் அருகில் சென்றால் யாராக இருப்பினும் யானைகள் தாக்கிவிடும். அப்படி ஒரு முறை ஆன்டனியை அந்தக் குடும்பத்தின் ஆண்யானை ஒன்று தாக்க வரும் போது நாநா அந்த யானையை அடித்து விரட்டுகிறது. ஆன்டனியிடம் “எதையும் மனதில் வைத்துக் கொள்ள வேண்டாம்“ என்பது போல் தன் துதிக்கையால் அவரது தலையைத் தடவுகிறது. இத்தனை பழகிய யானைக் குடும்பத்தின் ஒரு கொம்பன் யானை மதம் பிடித்து கட்டுப்படுத்த முடியாத நிலைக்குச் செல்லும் போது ஆன்டனியே அதை சுட்டுக் கொல்ல உத்தரவிடும் கொடுமையும் நடக்கிறது. இதற்கிடையில் இத்தனை பரந்த சபாரி பகுதியைக் கைப்பற்ற உள்ளூர் பெரிய மனிதர்களின் சதி, பணிபுரியும் காவலர்களே வேட்டைக்காரர்களுக்குத் துணை போவது என்றெல்லாம் பிரச்சனைகள். எல்லாப் பிரச்சனைகளும், துயரங்களும் ஆன்டனி இந்த பெரிய யானைக் குடும்பத்தைப் பார்த்துக் கொண்டே சில மணி நேரங்கள் நின்றால் சரியாகிவிடுன்றன. மனது லேசாகிவிடுகிறது. பிரச்சனைகளை சந்திக்கும் உற்சாகம் வந்துவிடுகிறது.

ஆன்டனிக்கு விலங்கியலிலோ, வனப் பாதுகாப்பிலோ முறையான படிப்பு எதுவும் கிடையாது. அவர் ஓர் அறிவியலாளரும் அல்ல. விலங்குகள் பால் பரிவும், அவற்றைப் பாதுகாக்க வேண்டும் என்ற ஆர்வமும் கொண்ட எளிய மனிதர். தனக்கும், இந்த யானைகளுக்குமான உறவை அவரால் அறிவியல் பூர்வமாக விளக்க முடியவில்லை. அதற்கு அவர் முயற்சி செய்யவும் இல்லை. மாறாக தன் மனதின் அடியாழத்திலிருந்து வனம், விலங்குகள் பாதுகாப்புக்கான தனது முயற்சிகள் பற்றி எளிமையாகச் சொல்கிறார். அந்த ஒரு காரணத்தினாலேயே இந்தப் புத்தகம் நமது மனத்திற்கு மிகவும் நெருங்கி வந்துவிடுகிறது. யானைக் கூட்டத்துடனான தனது உறவைச் சொல்லும்போதே ஊடாக எத்தனை எத்தனையோ தகவல்களை வலிந்து திணிக்காது இயல்பாகச் சொல்லிச் செல்கிறார் ஆன்டனி. அதன் மூலம் நாம் அறியாத மற்றொரு புது உலகம் பற்றி அறிவதோடு, வேறு சில விஷயங்களைத் தேடி அறியும் ஆர்வமும் ஏற்படுகிறது.

யானைகளின் உள்ளுணர்வு பற்றி, அவை அடிவயிற்றிலிருந்து கனைப்பதன் மூலம் ஒன்றோடொன்று பேசிக் கொள்வது பற்றி நிறைய இடங்களில் வருகிறது. அடிவயிற்றுக் கனைப்பு மூலம் பக்கத்துப் பக்கத்து யானைக் கூட்டங்களின் உரையாடல் வழியே ஆப்ரிக்கா முழுவதிலும் உள்ள யானைகள் அனைத்தும் ஒன்றோடு ஒன்று தொடர்பு கொண்டு விடுமாம். ஈராக் யுத்தம் வரும் போது பாக்தாத் நகரில் போர்க்களத்தில் சிக்கிக்கொண்ட பாக்தாத் விலங்குக் காட்சிச் சாலை விலங்குகளைக் காப்பாற்றி, பாதுகாப்பான இடங்களுக்கு இடம் மாற்றும் பணிக்காக ஆன்டனி அழைக்கப்படுகிறார். ஆறுமாத காலம் படாதபாடு பட்டு அவர் அந்தப் பரிதாபமான விலங்குகளைக் காப்பாற்றுகிறார். அந்த அனுபவங்களை பாபிலோன்ஸ் ஆர்க் என்று ஒரு புத்தகமாக எழுதி யுள்ளார். இப்படி விலங்குகளைக் காப்பாற்றி விட்டு வீடு திரும்புகிறார். கார் அவரது சபாரியைத் தாண்டி வீடு செல்லும் போது, நாநா தலைமையில் அத்தனை யானைகளும் சபாரியின் வாசல் பக்க வேலிக்கு அருகே நின்று கொண்டு பயங்கரமாகப் பிளிறி உற்சாக வரவேற்பு அளிக்கின்றன. ஆன்டனி இன்று வீடு திரும்பும் தகவலை யார் நாநாவிற்குச் சொன்னது? இந்தச் சம்பவத்தை விவரிக்கும் போது ஆன்டனி மற்றொரு சம்பவத்தைச் சொல்கிறார். சூடானின் வடக்கு, தெற்கு பகுதிகளுக்கு இடையில் உள்நாட்டுப் போர் ஆரம்பித்ததும் சூடான் காடுகளின் யானைகள் பக்கத்திலுள்ள கென்யாவிற்குச் சென்று விடுகின்றன. கிட்டத்தட்ட 20 ஆண்டுகளுக்கு போர் நடந்த பிறகு சமாதான உடன்படிக்கை ஏற்பட்டுப் போர் நிற்கிறது. போர் நிறுத்தம் செய்யப்பட்ட அடுத்த வாரம் அத்தனை யானைகளும் சூடான் திரும்பி விட்டன. போர் நிறுத்தம் பற்றி அவை எந்தச் செய்தித்தாளில் படித்தன? எந்தத் தொலைக்காட்சியில் பார்த்தன?

ஆப்ரிக்காவின் அடர்ந்த அந்தக் காட்டின் விநோதங்கள், பயங்கரங்கள் தாம் எத்தனை ! எத்தனை ! திடீர் திடீர் எனக் காட்டில் பெரும்

தீப் பிடிக்கும். இல்லையெனில் இவர்களே காட்டின் பட்டுப் போன மரங்கள், தேவையற்ற களைச் செடிகளைத் தீயிட்டு அழிப்பார்கள். தீ அணைந்ததும் காடு முழுக்க பெரும் சாம்பல் படலம். அந்த சாம்பலில் ஏராளமான உயிர்ச்சத்துகள் இருக்கும். காட்டின் எல்லா விலங்குகளும் அந்தச் சாம்பலை லபக் லபக் என்று தின்று, உடலை வலுப் படுத்திக் கொள்ளும் காட்சியைப் பார்க்கவே அத்தனை வியப்பாக இருக்குமாம். இதைப் படிக்கும் போது முன்பு கர்ப்பிணிகள் சாம்பல் தின்ன ஏங்குவார்கள் என்று சொல்வது நினைவுக்கு வந்தது. அவர்களது உடல் சாம்பலின் உயிர்ச்சத்தைக் கேட்கும் போலும் !

ஒரு சில மரங்களின் இலைகளின் சுவை மிக அற்புதமாக இருக்கும். ஆனால் அந்த மரங்களின் இளம் இலைகள் மான், வரிக்குதிரை போன்றவற்றிற்கு எட்டாத உயரத்தில் இருக்கும். யானைக் கூட்டம் அது மாதிரி மரங்களை வீழ்த்தி, சாப்பிடும் சமயங்களில் எப்படியோ தகவல் தெரிந்து மான், வரிக்குதிரைக் கூட்டம் அந்த இடத்திற்கு வந்து சற்று தள்ளிக் காத்திருக்கும். யானைக் கூட்டம் நகர்ந்ததும், மிச்ச மீதி இலைகளை இவை ரசித்துச் சாப்பிடும். யானைக் கூட்டத்திற்குப் பின்னாலேயே சென்று சாப்பாட்டுக்குப் பிரச்சனையில்லாமல் பார்த்துக்கொள்ளும் மான் கூட்டங்களும் உண்டு.

காட்டில் நாம் நடந்து சென்று கொண்டிருக்கும்போதே, ஏழடி நீள இறக்கை உள்ள ராட்சதக் கழுகு ஒன்று சட்டென்று தரையிறங்கி நம் கண் முன்னே, ஒரு மான் குட்டியையோ, குரங்குக் குட்டியையோ தூக்கிச் செல்லும். அம்மா மானும், அம்மாக் குரங்கும் அதோடு சண்டை போடக் கூட நேரமிருக்காது. ஒரே விநாடியில் தூக்கிக்கொண்டு பறந்து விடும். தாய் விலங்குகளின் கதறல் பரிதாபமாக இருந்தாலும், காட்டின் விதிகளில் நாம் தலையிடக்கூடாது என்கிறார் ஆன்டனி. கழுகிடமிருந்து இரையைக் காப்பாற்றினால் கழுகுக் குஞ்சுகள் பட்டினியால் சாகும். காட்டில் கழுகுகளின் எண்ணிக்கை குறைந்தால் இறந்த விலங்குகளின் உடல்களை அப்புறப்படுத்த ஆளின்றி அவை அழுகும். அந்த அழுகிய உடல்களால் அத்தனை விலங்குகளுக்கும்

நோய் வரும். நம்மைப் போல் காட்டு விலங்குகளுக்கு மருத்துவ வசதி இல்லை என்பதால் அவை நோயின்றி இருப்பதில், காயம் படாமல் இருப்பதில் மிக கவனமாக இருக்கும் என்கிறார் ஆன்டனி. எந்த விலங்கும் மற்ற எந்த விலங்கோடும் காரணமின்றிச் சண்டை போடாது. ஒரு பெரிய விலங்கு ஒரு சிறிய விலங்கு காலம் காலமாக வசிக்கும் இடத்தை ஆக்கிரமித்தால், சிறிய விலங்கு நம்மைப்போல் இது என்ன அநியாயம் என்று எதிர்க்காது. வாலைச் சுருட்டிக்கொண்டு இடத்தைக் காலி செய்து விட்டு வேறு இடத்திற்குப் போய்விடும். எதிர்த்துச் சண்டை போட்டால் உயிரே போய்விடலாம். இல்லை, கடுமையாக அடி பட்டு இரை தேட இயலாது போகலாம். இதில் எது நடந்தாலும், குட்டிகளுக்கு ஆபத்து. இவையெல்லாம் எல்லா விலங்குகளுக்கும் நன்றாகவே தெரியும். இது மாதிரியான நிகழ்ச்சிகளில் அங்குள்ள மனிதர்கள் வெறும் பார்வையாளர்களே. அதில் தலையிட்டால் காட்டின் சமநிலை குலையும். அது ஒட்டுமொத்த காட்டிற்கே ஆபத்து. அதுவே வனத்தின் விதி என்கிறார் அவர்.

ஆனால், காடு என்பது ஆபத்துகளும், ஒருவரையொருவர் தாக்கிக் கொல்வதும், வேட்டையாடுவதுமான இடம் மட்டுமல்ல. அது கோடானு கோடி செடி கொடிகள், ஜீவராசிகள் வாழும் இடம். விதவிதமான வண்ண மலர்கள். பூச்சிகள், ஊர்வன, பறப்பன, நான்குகால் பிராணிகள், ராட்சத மரங்கள். எல்லாம் சேர்ந்து எழுப்பும் விதவிதமான ஒலிகள். அந்த கலவையான ஒலியை மீறிய காட்டின் நிசப்தம். ஆன்டனி ஆசீர்வதிக்கப்பட்டவர்.

புத்தகத்தைப் படிக்கும்போது ஜெயமோகனின் யானை டாக்டர் நினைவு வருவதைத் தவிர்க்கவே முடியாது. சில இடங்களில் சா.கந்தசாமியின் சாயாவனமும் நினைவிற்கு வரும். அதைப் போலவே ராமு என்னவோ சொல்றான்... என்று யானையோ, ஆடோ, நாயோ சொல்ல முனைவதை கே.ஆர்.விஜயாவோ, ஸ்ரீப்ரியாவோ புரிந்து கொள்ள முயற்சி செய்யும் தேவர் படங்கள் நினைவிற்கு வருவதையும் தவிர்க்க முடியாது. நல்ல நேரம் படக்காட்சிகள் போன்ற சில சம்பவங்கள் புத்தகத்தில் நிஜமாகவே வருகின்றன. புத்தகத்தை வாசிக்கும் வாய்ப்பு இல்லாதவர்கள் லாரன்ஸ் ஆன்டனி பற்றி யூட்யூபில் இருக்கும் காணொளிகளைப் பார்த்தால் நான் சொல்வது புரியும்.

ராமுக்கள் நிஜமாகவே ஏதோ சொல்லவே செய்கிறார்கள். அவை லாரன்ஸ் ஆன்டனி போன்ற ஒரு சிலருக்கு மட்டுமே புரிகின்றன.

- ஆர்வம் உள்ளோர் வாசிக்க

The Elephant Whisperer: My Life With the Herd in the African Wild by Lawrence Anthony, Graham Spence.

விமானப் பணிப்பெண் ஏன் உங்களை வெறுக்கிறாள்?

7

உலகில் எல்லா வேலைகளுமே சில நாள்களில் மிக இனிமையானவையாக இருக்கும். சில நாள்களில் ஏன்தான் இந்த வேலையில் போய்ச் சேர்ந்தோமோ என்றிருக்கும். பணி நாள்கள் முழுக்க பெருவிருப்பத்தோடு செய்யக் கூடிய வேலை என்ற ஒன்று உலகில் இல்லவே இல்லை என்று சொல்லலாம். பளீர் நிறத்தில் குட்டைப் பாவாடை, அதே நிறத்தில் கோட்டு, அழுத்தமாகப் போடப்பட்ட லிப்ஸ்டிக், தொடை வரை மறைக்கும் நீண்ட மெல்லிய சாக்ஸ், உயரமான ஹீல்ஸ் வைத்த ஷூ போட்டு, சின்ன பெட்டியை நாய்க்குட்டி போல் இழுத்தபடி அழகழகான இளம் பெண்கள் இருவர், மூவராக சிரித்துப் பேசியபடி விமான நிலையங்களில் செல்வதைப் பார்க்கும் போதெல்லாம் ஆஹா... என்ன ஜாலியான வேலை... நீட்டாக டிரஸ் செய்துகொண்டு, கம்பெனி செலவில் விமானத்தில் நாடு நாடாகச் சுற்றி வரலாம்... அதற்குச் சம்பளம் வேறு தருவார்கள்.. என்னவொரு நல்ல வேலை... என்று நம்மில் பலரும் நினைக்கலாம். ஆனால் அந்த வேலையிலோ ஆயிரம் தொல்லைகள். அவை பெரும்பாலும் நம் போன்ற பயணிகள் தரும் தொல்லைகள்தாம். இந்தப் பணிப் பெண்களுக்கு உண்மையில் நம் போன்ற பயணிகளில் நிறைய பேரைக்

கண்டாலே கடுப்பாகத்தான் வரும். காரணம் இல்லாமல் இல்லை. விமானப் பயணம், ஆயிரக்கணக்கான ரூபாய் கொடுத்து டிக்கெட் வாங்கிப் பயணிக்கிறேன் என்ற நினைப்பே பயணிகளில் நிறைய பேரை நாம் பெரிய லார்ட்டு லபக்தாஸ் என்று நினைக்க வைத்துவிடுகிறது. இந்த நினைப்போடு நாம் தரும் இம்சையால் இந்தப் பெண்கள் இந்தக் குரங்குகள் எப்போதுதான் விமானத்தை விட்டு இறங்குமோ என்று நினைக்க வைத்து விடுகிறது. நாம் பயணிக்கும் விமானத்தின் விமானப் பணிப்பெண்ணிற்கு நம்மைச் சுத்தமாகப் பிடிக்காது.

அது ஏன் என்பதை ஒரு விமானப் பணிப்பெண் மிக நகைச்சுவையாக எழுதியிருக்கிறாள். தலைப்பே Why your flight attendant hates you என்பதுதான். Morgan Carver Richards என்ற அந்த விமானப் பணிப்பெண் எழுதிய நூல் நிச்சயமாக என் போன்ற பயணிகள் குறித்து அல்ல என்ற தைரியத்தில் படித்தேன். காரணம், எனது மிகச் சில உள்நாட்டு, வெளிநாட்டு விமானப் பயணங்களில் ஆங்கிலத்தில் பேசப் பயந்து கொண்டு விமானப் பணிப்பெண்களிடம் எதுவுமே பேசவில்லை. கொடுத்ததை வாங்கித் தின்றுவிட்டு, தமிழில் புன்னகை செய்து விட்டு நல்ல பிள்ளையாக டாட்டா சொல்லிவிட்டு இறங்கியவனை ஏன் வெறுக்கப் போகிறார்கள்?

அத்தியாயங்களின் தலைப்புகளைப் பார்த்தாலே மார்கன் பயணிகள் மீது எவ்வளவு காண்டாக இருக்கிறாள் என்பது தெரியும். 15 அத்தியாயங்களில் 13 அத்தியாயங்கள் பயணியைத் திட்டும் விதமாகத் தான் தலைப்பு. என்னடா இது இப்படி தலைப்பு வைத்திருக்கிறாள் என்று பார்த்தால், பயணிகள் செய்யும் இம்சைக்கு இப்படி தலைப்பு வைக்காமல், வாடிக்கையாளரே உங்கள் தெய்வம் என்று காந்தி சொன்னதையா வைத்துக் கொண்டிருப்பார்கள் என்று தோன்றியது.

நீ ஒரு முட்டாள் (*you're an Asshole* என்பது ஆங்கிலத் தலைப்பு !), உனக்கு எப்போதும் அவசரம்தான், நீ சொல்பேச்சு கேட்கமாட்டாய், நீ குடிகாரன், தின்னிப் பண்டாரம், நீ நிதானத்தில் இல்லாதவன், உன் அம்மா உன்னை சரியாக வளர்க்கவில்லை, நீ விமான நிறுவனத்தின் மீது வழக்கு தொடரப் போகிறாய், உனக்கு எப்போதும் குழப்பம், 23ஏ சீட்டை உன் உயிரைக் கொடுத்துக் காப்பாற்றுகிறாய், எப்போது பார்த்தாலும் வாந்தி. போனால் போகிறது என்று உன்னைப் பற்றி அல்ல, என்னைப் பற்றி என்றொரு தலைப்பும், விமானப் பயணத்திற் கான சில குறிப்புகள் என்ற தலைப்பும். ஆனால், யோசித்துப் பார்த்தால், அவள் சொல்வது அனைத்தும் சரிதான், விமானப் பயணம் பற்றி நாம் நிறையவே தெரிந்துகொள்ளத்தான் வேண்டியிருக்கிறது என்பது புரிகிறது.

விமானத்தில் நாம் உள்ளே நுழையும் போதிலிருந்து பிரச்சனை ஆரம்பிக்கிறது. வாசலில் இந்தப் பெண்கள் வரிசையாக நின்று நம்மைப் பார்த்து ஹவ் ஆர் யூ என்கிறார்கள். அவர்களுக்கு அன்று காலை உங்கள் செல்ல நாய் துரதிருஷ்டவசமாக இறந்து போனது பற்றி, உங்கள் தந்தைக்கு புற்று நோய் என்ற தகவலை நேற்றுதான் மருத்துவர் சொன்னதைப் பற்றி, உங்கள் மகன் போதைப் பழக்கத்திற்காக நேற்றிரவு கைதாகி இருப்பது பற்றி, உங்கள் கணவர் இது மாதிரி அழகான ஒரு விமானப் பணிப்பெண்ணோடு தொடர்பில் இருப்பதை நேற்றுதான் நீங்கள் அறிந்து கொண்டது பற்றிச் சத்தியமாகத் தெரியாது. எனவே, நீங்கள் அவர்களைப் பார்த்துப் பதில் சொல்லாவிட்டாலும் பரவாயில்லை. புன்னகைக்கலாம். வெடுக்கென்று ஏதேனும் சொல்லாமல் இருக்கலாம். விமானப் பயணம் மனஅழுத்தம் தரக்கூடிய ஒன்றுதான். ஆனால் அது அதில் வேலை பார்ப்பவர்களுக்கும் அப்படித்தான் அல்லவா ?

உங்கள் பெட்டி தலைக்கு மேல் உள்ள அலமாரிக்குள் நுழையாது என்று பணிப்பெண் சொன்னால் கேட்டுக் கொள்ளுங்கள். நான் இங்கு வரும் போது வந்த விமானத்தில் உள்ளே நுழைந்ததே என்று சொல்லா தீர்கள். மாருதி ஆல்டோவும், பொலேரோவும் ஒரே அளவிலா இருக்கிறது ? நீங்கள் பெப்சி மட்டுமே குடிப்பவராக இருக்கலாம். நீங்கள் பயணிக்கும் விமானத்தில் துரதிருஷ்டவசமாக பெப்சி பானங்கள் இல்லை, வேறு நிறுவனத் தயாரிப்புதாம் இருக்கின்றன என்றால், நீங்கள் எத்தனை சண்டை போட்டாலும் நடுவானில் உங்கள் விமானத்திற்கு பெப்சி பானம் வரப்போவதில்லை. அந்தச் சில மணி நேரங்களுக்கு அட்ஜஸ்ட் செய்துதான் ஆக வேண்டும். அதற்காக ஓர் அழகிய பெண்ணை அழ வைப்பது போல் வானுக்கும் பூமிக்கும் குதிக்கக் கூடாது. (நீங்கள் ஏற்கனவே வானில்தான் இருக்கிறீர்கள் - இதை நூலாசிரியர் சொல்லவில்லை. என் சரக்கு!)

பயணிகள் செய்யும் அக்கிரமங்களிலேயே மிகக் கொடியது ஸ்நாக்ஸ், டிரிங்க்ஸ் உள்ள வண்டியைத் தள்ளிக்கொண்டு வரும்போது எதிரில் வந்து, நான் அந்தப் பக்கம் போயே தீர வேண்டும் என்று அடம்

பிடிப்பது. இரண்டு நிமிடம் இருக்கையில் இருந்து, அவள் கடந்து போனபிறகு போகலாம். அப்படிச் செய்யாமல், அவளை அடுத்த கதவு வரை ரிவர்சில் போகச் சொல்லி இம்சை செய்வதற்கு ஒவ்வொரு பயணத்தின்போதும் பத்துப் பத்து பேர் கிளம்பி விடுகிறார்கள்.

நீங்கள் பயணம் செய்வது ஒரு விமானம். டாஸ்மாக் பார் அல்ல. திரும்பத் திரும்ப விதவிதமான மதுவைக் கேட்டு, குடித்து, வாந்தி எடுத்து ரகளை செய்து ஏன் அத்தனை பயணிகளுக்கும் துன்பம் தருகிறீர்கள்?

சிறுகுழந்தைகள், முதியவர்கள், புதிதாய் மணமானவர்கள் இப்படிச் சிலர் சேர்ந்துதான் பயணம் செய்ய வேண்டும். அவர்களுக்கு இருக்கை ஒரே வரிசையில் இல்லாமல் சற்று தள்ளித் தள்ளி இருந்தால், விமானப் பணிப்பெண் அவர்களுக்கு உதவ, ஒற்றையாளாய் வரும் உங்களை மாறி உட்காரச் சொன்னால், தயவுசெய்து மாற்றிக் கொடுங்கள். ஒன்றும் ஆகிவிடாது. உங்களது 23 ஏ சீட்டை உயிரைக் கொடுத்தேனும் காப்பது என்று சீட் காத்த குமரனாக சண்டை போட வேண்டாம். நீங்கள் வாங்கி இருப்பது ஓர் ஊரிலிருந்து மற்றொரு ஊருக்குப் பயணம் செய்வதற்கான சீட்டுதானே அன்றி, அந்த 23 ஏ சீட்டை இனிமேல் நீங்கள் உங்கள் காலத்திற்கும், அதன் பிறகு உங்களது பரம்பரையினரும் தம் இஷ்டம் போல் அனுபவிப்பதற்கான உரிமையை அல்ல.

உங்கள் விமானப் பணிப்பெண்ணிற்குத் தலையில் எந்த ஒரு சிப்பை, மெமரி கார்டை வைத்துத் தைத்து வேலைக்குச் சேர்க்கவில்லை. நீங்கள் கேட்கும் தகவல் அவளுக்குத் தெரியவில்லை என்றால் தெரியவில்லைதான். விமானத்தில் உங்களைப் போன்று இன்னும் நூறு பயணிகள் இருப்பார்கள். அவர்கள் எல்லோருமே உங்களைப் போலவே வரும் விமான நிலையத்தில் இறங்கி, மற்றொரு விமானத்தைப் பிடித்து, வேறொரு நாட்டிற்குச் செல்பவர்களாகத்தான் இருப்பார்கள். வேறு வேறு நேரத்தில், நூற்றுக்கணக்கான நாடுகளுக்குச் செல்லும் வேறு வேறு நிறுவனங்களின் விமானங்களின் வருகை நேரம், அவை சரியான நேரத்தில் வருகிறதா, தாமதமாக வருகிறதா, அது

எந்த முனையிலிருந்து கிளம்பும் என்ற எண்ணற்ற தகவல்களை அந்தப் பெண்கள் எப்படி அறிவார்கள்? நீங்கள்தான் விமானங்களின் தாமதம், ஒரு முனையிலிருந்து மற்றொரு முனைக்குச் செல்வதற்கு ஆகும் நேரம், உங்கள் விமானம் இறங்கும் நேரத்திற்கும், தொடர் விமானம் கிளம்பும் நேரத்திற்குமான கால இடைவெளி ஆகியவற்றை நன்கு யோசித்து டிக்கெட் போடவேண்டும். அந்தப் பெண்களிடம் இந்தத் தகவல்கள் இருக்கவே முடியாது. அதற்காக அவர்கள் மீது நீங்கள் கோபப்படவே கூடாது. கோபப்பட்டாலும், அதற்காக அந்தத் தகவல் அவர்களுக்கு உடனடியாகக் கிடைக்கப் போவதும் இல்லை.

அவர்கள் அழகாக இருப்பதால், அவர்களுக்கு அறிவு கிடையாது என்ற எண்ணமும் வேண்டாம். நிறையப் பயணிகள் தம் அழகின் காரணமாகவே தங்களை முட்டாளாக நினைப்பதாகவும், அந்தப் பணிக்காகத் தாம் எடுத்துக் கொண்ட கடும் பயிற்சிகள் பற்றிச் சிறிதும் நினைக்காமல், கவர்ச்சிக் கன்னிகளாக மட்டுமே நினைப்பதாகவும் குமுறுகிறார் மார்கன்.

உன் அம்மா உன்னைச் சரியாக வளர்க்கவில்லை என்பது அருமையான அத்தியாயம். அதில் மார்கன் சொல்பவை விமானப் பயணத்திற்கு மட்டுமல்ல, அத்தனை விதமான பொதுப் போக்குவரத்துப் பயணங்களுக்கும் பொருந்தும். பாட்டில்கள், உணவு சாப்பிட்ட பேப்பர் தட்டு, மாத்திரை கவர் போன்றவற்றை அதற்குண்டான குப்பைத் தொட்டியில் போடுவதிலிருந்து எத்தனை எத்தனையோ விஷயங்களில் நம் வளர்ப்பு சரியில்லாமல்தான் இருக்கிறது. எந்த நாட்டின் விமானமாக, நீங்கள் அறியாத மொழி பேசப்படும் நாட்டின் விமானமாக இருந்தாலும், குப்பைத் தொட்டிக்கு படம் போட்டு விளக்கம் இருக்கும். முன் வரிசை சீட்டில் கால் வைப்பது, சில மணி நேரப் பயணத்தின்போது தலையணை போர்வை கேட்பது, (தரவேண்டும் என்ற மனம் இருந்தாலும், விமானத்தில் அவை இருக்கவே இருக்காது) பல் தேய்க்காமல், குளிக்காமல், படுக்கையில் புரண்ட வியர்வை வாடையோடு இருக்கும் இரவு உடையில் அப்படியே

விமானம் ஏறுவது... கையில் ஒரு டெட்டி பியர் வேறு.. என்று எத்தனை எத்தனையோ... விமானப் பயணத்திற்கு இந்த உடைதான் என்ற விதி முறை இல்லாவிட்டாலும் கூட, உங்கள் அலுவலகத்திற்கு யாராவது நைட்டியிலோ, அரை டிராயரிலோ வந்தால் உங்களுக்கு எப்படி இருக்கும், அப்படித்தானே எங்களுக்கும் என்கிறார் மார்கன். நீங்கள் ஒரு வக்கீலையோ, டாக்டரையோ பார்க்கப் போகும் போது, அவர் நைட்டி அல்லது அரை டிராயரோடு உட்கார்ந்திருந்தால், நீங்கள் அதை விரும்புவீர்களா? என்ன டாக்டரா இருந்துக்கிட்டு, இந்தம்மா இப்படி நைட்டில ஒக்காந்து பேஷண்ட பாக்குது? என்று சொல்ல மாட்டீர்களா? அது போலவே இரவு உடை என்பது உங்கள் வீட்டிற்கானது. உங்களிடம் துர்நாற்றம் வீசுகிறது, குளித்துவிட்டு வாருங்கள் என்று விமானத்தில் நுழைய அனுமதி மறுப்பதற்கு அவர்களுக்கு அதிகாரம் இருக்கிறதாம்.

கடைசி அத்தியாயமான விமானப் பயணத்திற்கான உதவிக் குறிப்புகள் மிகவும் முக்கியமானது. ஏறும்போதும், இறங்கும்போதும் உணவு வைக்கும் டிரேயை மடக்கி வைப்பது, முக்கியம். அதில் மோதினால் உயிருக்கே ஆபத்து. அதே போல் ஏறும்போதும், இறங்கும் போதும் டாய்லெட் போகக் கூடாது. காரணம் அந்த இருக்கையில் சீட் பெல்ட் கிடையாது.

தொடர் விமானப் பயணம் என்றால் மூன்று மணி நேர இடைவெளி இருக்குமாறு புக் செய்யுங்கள். உங்கள் கோபதாபங்களை வீட்டிலேயே விட்டுவிட்டு வாருங்கள். உங்களது சின்ன தவறான நடத்தைக்கும் உங்களைச் சிறையில் தள்ளிவிடும் அதிகாரம் விமான நிர்வாகத்திற்கு உண்டு. உடல்நலம் குன்றியிருந்தால் விமானப் பயணங்களை உடல்நிலை சரியான பிறகு மேற்கொள்ளுங்கள். கண்டதற்கெல்லாம் உங்கள் மீது வழக்குத் தொடர்வேன் என்று குதிக்காதீர்கள். விமானத்தில் என் கணவருக்கு நீ நிறைய ஊற்றிக் கொடுத்து விட்டாய். இறங்கியதும் எங்களுக்குள் வந்த வாக்குவாதத்தில், அவன் போதையில் என்னை அடி வெளுத்துவிட்டான். எனவே நீ நஷ்ட ஈடு தரவேண்டும் என்று ஒரு பெண் மார்கன்மீது வழக்குத் தொடர்ந்தாளாம். மார்கன் இப்படிப் பயணிகளைத் திட்டித்திட்டி ஒரு புத்தகம் எழுத அந்தப் பெண்தான் காரணம் என்று நினைக்கிறேன்.

நமக்கு விமானம் பற்றி, விமானப் பணிப்பெண் பற்றி அதிகம் தெரியாது. சுஜாதா அந்தக் காலத்து ஏர் இண்டியாவின் மாமி பணிப்பெண்கள் பற்றிக் கிண்டலாக எழுதியிருப்பது, காஞ்சனா நடிக்க வரும் முன் விமானப் பணிப்பெண்ணாக இருந்தது போன்ற ஒன்றிரண்டுதான் நமக்கு விமானப் பணிப்பெண்கள் பற்றிய மொத்த அறிமுகம். இரா.முருகனின் மூன்று விரல் நாவலில் விமானத்தில் இந்தியர்கள் செய்யும் ரகளை மிக நகைச்சுவையாகப் பதிவு செய்யப் பட்டிருக்கும். ஆனால், இன்று இந்திய நடுத்தர வர்க்கம் நிறைய விமானப் பயணங்கள் மேற்கொள்ள ஆரம்பித்திருக்கிறது. மகள்,

மருமகள் பிரசவத்திற்காக ஆண்டிகள், அங்கிள்கள் வெளிநாடு பறக்கும் காலமாக இருக்கிறது. அவர்கள் எல்லோரும் இந்தப் புத்தகத்தைப் படித்தால் நல்லது. எப்படி நம்மைப் பற்றி இந்த வெள்ளைக்காரி அப்படியே நேரில் பார்த்தது மாதிரி இவ்வளவு துல்லியமாக எழுதியிருக்கிறாள் என்று ஆச்சரியப்பட்டுக்கொண்டே இருக்கலாம்.

- ஆர்வமுள்ளோர் வாசிக்க

    Why your flight attendant hates you - Morgan Carver Richards

பதிப்பகத்தின் கதை

8

நீங்கள் விருப்பப்பட்டுc செய்யும் எதுவும் உங்களுக்குத் தொல்லையே தரும். அந்தத் தொல்லைகளைப் பொருட்படுத்தாது, அவற்றோடு போராடி வெல்பவர்கள் காலத்தால் அழியாத புகழைப் பெறுகிறார்கள். அப்படியானவர்கள் வெகு சிலரே. அப்படிப்பட்ட வெகு சிலரில் ஒருவரான பார்னி ரோஸட் என்பவரின் சுவாரஸ்யமான வாழ்க்கை வரலாறுதான் *My life in Publishing and how I fought the censor* என்ற நூல். குரூவ் பிரஸ் என்ற புகழ்பெற்ற பதிப்பகத்தின் உரிமையாளரான ராஸட்டின் கதை எழுத்துச் சுதந்திரத்தின் கதை. இலக்கியத்தில் எது ஆபாசம், எது ஆபாசம் இல்லை என்று யார் தீர்மானிப்பது என்பதை இந்த உலகிற்குச் சொன்ன கதை.

ராஸெட் பதிப்பகத் தொழிலுக்கு விரும்பி வந்தவர் அல்ல. எல்லா அமெரிக்க இளைஞர்களைப் போலவே, உலகப் போரின் போது ராணுவத்தில் சேர்ந்தவர்.ராணுவ செய்திப் பிரிவின் புகைப்படக் கலைஞராக இருந்தவர். அந்த அனுபவத்தில் போருக்குப் பிறகு பத்திரிகைகளில் வேலை பார்த்தவர். குடும்பச் சூழல் காரணமாக வாசிப்பில் ஆர்வமுள்ளவர்.

தற்செயலாக ஒரு பதிப்பகம் விற்பனைக்கு வருகிறது, வாங்கி நடத்துகிறாயா? என்று நண்பர் கேட்க, அப்பாவும் அதற்கான முதலீட்டிற்குப் பணம் தருவதாகச் சொல்ல குரூவ் பிரஸ்ஸை 1500 டாலருக்கு வாங்கி நடத்த ஆரம்பித்தார். ஒரு குடோன் நிறைய விற்காத புத்தகங்களைத் தலையில் கட்டினார்கள். எல்லா பதிப்பகங்களைப் போலவே கவிதைத் தொகுப்புகளை வெளியிட்டு கொஞ்சம் கொஞ்சமாக நிறுவனத்தை தூக்கி நிறுத்தினார். மனவைி பிரபலமான நவீன ஓவியர். மனைவியின் நண்பர்கள் வட்டத்தின் காரணமாக நவீன எழுத்தாளர்களின் நட்பு கிடைத்தது. நாவல்களை வெளியிட ஆரம்பித்தார். சாமுவெல் பெக்கெட்டின் நட்பு கிடைத்தது. பாரீஸின் புகழ்பெற்ற புத்தகக் கடையான ஷேக்ஸ்பியர் அண்ட் கோவின் உரிமையாளர் சில்வியா பீச் மூலமாக பெக்கெட் அறிமுகமானார். அவரது படைப்புகளை வெளியிட ஆரம்பித்ததில் இருந்து ஏறுமுகம்தான். பெக்கெட்டுக்கும், இவருக்குமான நட்பு காவியத்தனமானது. இருவரும் பாரீஸ் முழுவதும் சுற்றித் திரிந்து இலக்கியம் பேசினார்கள். ராஸெட் தனது மகனுக்கு பெக்கெட்டின் பெயரைத்தான் வைத்தார்.

பதிப்பகம் ஆரம்பித்த காலத்தில் 1952இல் கொலம்பியா பல்கலைக் கழகத்தில் பதிப்பகம் தொடர்பான படிப்பில் சேர்ந்து படித்தார். அங்கு விளம்பரம், எடிட்டிங் என்று பதிப்பகம் தொடர்பான பல்வேறு விஷயங்களைப் பற்றிப் பாடம் நடத்தினார்கள். பதிப்புத்துறையில் சாதனை படைத்த பெரிய பதிப்பக உரிமையாளர்கள் வருகைதரு பேராசிரியர்களாக வந்து பாடம் நடத்தினார்கள். பாலன்டைன் புக்ஸ், பென்குவின் புக்ஸ் நிர்வாகிகள் எல்லாம் வந்து பாடம் நடத்தினார்கள். இங்கு நம் நாட்டில் இது மாதிரியான படிப்பெல்லாம் இருக்கிறதா? தமிழ்ப் பதிப்பக உரிமையாளர்கள் யாரேனும் இப்படியான படிப்புகள் எல்லாம் படித்திருக்கிறார்களா? என்று தெரியவில்லை.

நல்ல படிப்பறிவுடன் தனது நிறுவனத்தை நடத்த ஆரம்பித்தார். 1959இல் லாபம் ஒரு மில்லியன் கூட இல்லை, ஆனால் 1969 வாக்கில் லாபம் 14 மில்லியன் டாலர் என்று ராஸெட் சொல்லும் போது வியப்பாக இருக்கிறது. கூடவே புத்தகங்களுக்காக எவர்கிரீன் என்ற பத்திரிகையை ஆரம்பித்தார். முதலில் காலாண்டிதழாக வந்த இந்தப் பத்திரிகை பின்னர் மாத இதழாக வந்தது. இதில் எழுதாத பிரபலங்களே இல்லை. ழான்பால் சார்த்தர், நார்மன் மெய்லர், சார்லஸ் புகோவ்ஸ்கி, ஆல்பர் காம்யூ என்று பல பிரபலங்களின் கட்டுரைகளும் வந்தன.

இந்த நேரத்தில்தான் டி.ஹெச்.லாரன்ஸின் லேடி சாட்டர்லீஸ் லவரை அமெரிக்காவில் பதிப்பிக்கலாம் என்று ஒரு யோசனை வந்தது. புத்தகத்தின் நான்கு பிரதிகளுக்கு ஆர்டர் செய்தார். கப்பல் மூலம் வந்தது. கரை இறங்கியதும் அமெரிக்கத் தபால் துறை இந்தப் புத்தகம் ஆபாசம் என்பதால் தபால் துறையால் தடை செய்யப்பட்டது என்று சொல்லி இவருக்கு டெலிவரி செய்ய மறுத்தது.அன்றிலிருந்து

போராட்டம் ஆரம்பித்தது. ஒருவழியாகத் தனது சொந்த ஊர் போஸ்ட் மாஸ்டர் ஜெனரலின் தடை உத்தரவை நீக்க வைத்துப் புத்தகத்தை அச்சிட்டார். அமெரிக்காவின் சட்ட விநோதங்களில் ஒன்று மாகாணத்திற்கு மாகாணம் சட்டங்கள் மாறுவது. மற்றொரு விநோதம் புத்தகம் ஆபாசம் என்று தடை செய்ய அஞ்சல் துறைக்கு இருந்த அதிகாரம். லேடி சாட்டர்லீஸ் லவர் முதல்பதிப்பாக 1750000 பிரதிகள் அச்சடிக்கப் பட்டது. பிரிண்ட் ஆன் டிமாண்டில் அச்சடிக்கும் நமது பதிப்பாளர்கள் மயக்கம் போட்டு விட வேண்டாம். நிஜமாகவே 1750000 பிரதிகள்தாம் அச்சடித்தார்கள். காரணம், பேப்பர் பேக் புத்தகங்களுக்கான அமெரிக்க சந்தை. அமெரிக்காவில் அன்று பீடி, சிகரெட் விற்கும் பெட்டிக்கடைகள், டீக்கடைகளில் பேப்பர் பேக் புத்தகங்களும் விற்கப்பட்டன. தினந் தோறும் அமெரிக்கா முழுவதும் சுமார் பத்து லட்சம் பேப்பர் பேக் புத்தகங்கள் விற்றன. பதிப்பாளர்களின், எழுத்தாளர்களின் பொற் காலம் அது.

திரும்பவும் இந்தப் புத்தகங்களை தபாலில் அனுப்ப முடியாமல், பார்சல் புக் செய்ய முடியாமல் அஞ்சல் துறையின் தடை. புத்தக விற்பனை யாளர்கள் கைது, வழக்குகள் என்று வரிசையாகப் பிரச்சனைகள். புத்தக விற்பனையாளர்கள் வழக்குகளை குரூவ் பிரஸ் நடத்தும். அவர்களுக்கு ஏற்படும் நஷ்டத்தை குரூவ் பிரஸ் ஈடுசெய்யும் என்ற ராஸெட் அறிவித்தார். எழுத்துச் சுதந்திரம், தணிக்கைக்கு எதிராகப் போராடுவது என்ற முடிவு செய்தார்.வரலாறு தன்னை F வார்த்தையை முதன்முதலாக அச்சிட்டு விற்றவன் என்று நினைக்கக்கூடாது. எழுத்துச் சுதந்திரத்திற்காகப் போராடியவன் என்றே போற்ற வேண்டும் என்று முடிவு செய்தார்.

அமெரிக்கா முழுவதிலும் 60 நீதிமன்றங்களில் இவர் மீது வழக்கு. நியூஜெர்சி பகுதியில் மட்டும் 23 வழக்குகள். மஸாசூசெட்ஸ், ரோட்ஸ், லாஸ் ஏஞ்சல்ஸ், சிகாகோ, பிலாடெல்ஃபியா, கிளீவ்லாண்ட், அட்லாண்டா, மியாமி, டல்லஸ், ஹில்டன், சியாட்டில், ஹார்ட்ஃபோர்ட், வில்மிங்டன், இண்டியானாபொலிஸ், செயிண்ட் லூயிஸ், டெல் மோயின்ஸ், டிரெல்டன், பஃபலோ. ஃபோனிக்ஸ், ஒக்லஹோமா. பிர்மிங்ஹாம் என்று எல்லா முக்கிய இடங்களிலும் தடை, வழக்குகள். ஓர் இடத்தில் வழக்கு வெற்றி பெறும்போது மற்றொரு ஊரில் புது வழக்கு ஒன்று போடப்படும். மீண்டும் நீதிமன்றப் படிகளில் ஏறி இறங்க வேண்டும். எல்லா நாடுகளிலும், போஸ்ட் மாஸ்டர்களும், போஸ்ட் மாஸ்டர் ஜெனரல்களும் ஒரே மாதிரியாகத்தான் இருப்பார்கள் போலும். ஒரு மாகாணத்தில் நடந்த விசாரணையின் போது, அந்தப் பகுதி போஸ்ட் மாஸ்டர் ஜெனரல், “லாரன்ஸ் மிக அற்புதமாக ஆபாசத்தை எழுதி யுள்ளார். அதனால்தான் தடை செய்தோம்“ என்றாராம். ராஸெட்டின் வழக்கறிஞர், “அப்படியானால் ஆபாசத்தை சுமாராக அல்லது படுமோசமாக எழுதினால் தடை செய்ய மாட்டீர்களோ?” என்று கிண்டலாகக் கேட்டாராம். ஒரு கட்டத்தில் எல்லா வழக்குகளையும்

இணைத்து அமெரிக்க உச்சநீதிமன்றம் ஒன்றாக விசாரித்தது. விசாரணையின்போது ஏராளமான அறிவுஜீவிகள் ராஸெட்டுக்கு ஆதரவாக எழுதினார்கள். ஆனால் எந்தப் பதிப்பகமும் துணை நிற்கவில்லை.

ஜேம்ஸ் ஜாய்ஸின் யுலிஸிஸ் நாவலுக்கு எதிரான தடையை எதிர்த்துப் போராடி வெற்றி பெற்ற ராண்டம் ஹவுஸ் நிறுவனம் கூட லேடி சாட்டர்லீஸ் லவர் ஆபாசம் தான் என்றது. பங்காளிக் காய்ச்சல் போலும்.

இறுதியில் நீதிபதி எப்ஸ்டீன் அருமையான தீர்ப்பு வழங்கி, லேடி சாட்டர்லீஸ் லவர் ஆபாசமானதல்ல. உயர்ந்த இலக்கியம் என்று தடையை நீக்கினார். தீர்ப்பில் அவர், "இலக்கிய ரசனை என்பது கல்வி தொடர்பானது. ஒரு படைப்பைப் பிடிக்காதவர்கள் பிறரைப் படிக்க வேண்டாம் என்று பரிந்துரைக்கலாம். தனிப்பட்ட முறையில் தவிர்ப்பது வேறு. அரசாங்கம் தடை செய்வது என்பது வேறு. பெற்றோர் தம் குழந்தைகளை இதைப் படிக்காதே என்று சொல்லட்டும். ஆனால் அரசாங்கம் சொல்லக் கூடாது. ஒவ்வொரு வாசகனும் தனிப்பட்ட முறையில் ஒரு தணிக்கை அதிகாரி. அவர்கள் முடிவு செய்யட்டும்" என்று குறிப்பிட்டார்,

இதன் பிறகு ராஸெட் தடை செய்யப்பட்ட பல புத்தகங்களை வெளியிட்டார். அவற்றில் எல்லாம் பிரச்சனைகள்தாம். ஹென்றி மில்லரின் ட்ராபிக் ஆஃப் கேன்சர் என்ற நாவலை வெளியிட முயற்சி மேற்கொண்டார். இதுவும் அமெரிக்க அஞ்சல் துறையால் தடை செய்யப்பட்ட புத்தகம். ஹென்ரி மில்லருக்கு 50000 டாலர் முன்பணம் கொடுத்து உரிமம் வாங்கினார். எனக்கு நம்மூர் நிலைமையை நினைத்து வயிறு எரிந்தது.

இங்கு பதிப்பாளர் எழுதியவருக்கு 10 பிரதிகள் தருவதே பெரிய விஷயமாக இருக்கிறது. டி.ஹெச்.லாரன்ஸ் நாவலுக்கு வந்த தீர்ப்பின் பிறகும் அஞ்சல்துறையின் சட்டங்கள் மாறவில்லை. போஸ்ட் மாஸ்டர்களும், போஸ்ட் மாஸ்டர் ஜெனரல்களும், அஞ்சலகங்களின் காய்ந்த பசையைப் போலவே மாறாமல் இருந்தார்கள். இம்முறையும் ஒவ்வொரு மாகாணத்திலும் தடை. வழக்கு. ஒட்டக்கூத்தன் பாட்டுக்கு இரட்டைத் தாழ்ப்பாள் என்பது போல், இம்முறை ஹென்றி மில்லரை ஆபாசமாக எழுதத் தூண்டியதாக ராஸெட் மீது வழக்குப் போட்டுக் கைது செய்து உள்ளேயும் தள்ளிவிட்டார்கள். "கனம் கோர்ட்டார் அவர்களே! ஹென்றி மில்லர் டிராபிக் ஆஃப் கேன்சர் நாவலை 1934இல் எழுதினார். அப்போது எனக்கு வயது 12! மேலும் அதை அவர் அப்போது பிரெஞ்சு மொழியில் எழுதினார். எனக்கு அப்போது பிரெஞ்சு மொழி தெரியாது," என்று கெஞ்சிக் கதறிய பிறகு ஜாமீனில் விட்டார்கள். லேடி சாட்டர்லீஸ் லவ்வரை ராஸெட் வெளியிட்ட போது டி.ஹெச்.லாரன்ஸ் உயிரோடு இல்லை. அவர் மனைவியிடம் உரிமை பெற்றுதான் வெளியிட்டார்கள். இம்முறை ஹென்றி மில்லர்

உயிரோடு இருந்ததால், அவர் நேரில் ஆஜராகித் தனது நாவல் பற்றிச் சாட்சியம் அளித்தார். பெரிய சட்டப் போராட்டத்திற்குப் பிறகு இந்த நூல் வெளியானது.

ரோஜர் கேஸ்மண்ட் என்ற ஒரு ஐரிஷ் புரட்சியாளரின் டைரிக் குறிப்புகளை வெளியிட்ட போது திரும்பவும் பிரச்சனை. கேஸ்மண்ட் ஓர் ஓரினச்சேர்க்கையாளர் என்று அவரது டைரிக் குறிப்பை பிரிட்டன் தடை செய்திருந்தது. எனவே இங்கும் போஸ்ட் மாஸ்டர்கள் அணி சுறுசுறுப்பாக இயங்கித் தடை செய்தது. உண்மையில் அந்த டைரிக் குறிப்புகளில் ஆபாசம் எதுவுமே இல்லை. கேஸ்மண்ட் அமேசான், காங்கோ பகுதிகளில் கறுப்பின மக்களுக்காகப் பாடுபட்டவை பற்றிய குறிப்புகள்தாம் இருந்தன. இதை நீதிபதிகளுக்குப் புரிய வைக்க ஒரு நீண்ட சட்டப் போராட்டம். இதிலும் இறுதி வெற்றி ராஸெட்டுக்குத்தான்.

இதற்கு முன்னதாக மால்கம் எக்ஸ் சுடப்பட்ட செய்தி கிடைத்ததும், ராஸெட் அவரது வாழ்க்கை வரலாற்றை எழுதி வந்த புகழ்பெற்ற எழுத்தாளர் அலெக்ஸ் ஹேலியைத் தொடர்பு கொண்டார். நீங்கள் நினைத்தது சரிதான். கறுப்பின மக்கள் குறித்த அற்புதமான நூலான ரூட்ஸை எழுதிய அதே அலெக்ஸ் ஹேலிதான். மால்கம் எக்ஸ்ஸின் வரலாற்றை வெளியிட எல்லா பதிப்பகங்களும் தயங்குவதாக ஹேலி சொன்னார். ராஸெட் அதை குரூவ்ஸ் வெளியீடாகக் கொண்டு வந்தார். இந்நூல் உலகப் புகழ் பெற்றது. தமிழிலும் மொழிபெயர்க்கப்பட்டுள்ளது.

சே குவேரா பொலிவியாவில் கொல்லப்பட்ட போது, சேவின் இறுதி நாள்கள் பற்றி *The Great Rebel:Che Guevara in Bolivia* என்ற நூலை வெளியிட்டார். லூயி ஜே.கோன்சலாஸ், கஸ்டவோ ஏ.சான்சஸ் சாலசர் என்ற இரண்டு எழுத்தாளர்கள் பொலிவியாவில் எழுச்சியை ஏற்படுத்த சே போராடிய வரலாற்றை அற்புதமாக எழுதியிருந்தார்கள். சேவின் இறுதி நாள்களின் டைரிகள் பொலிவிய அரசிடம் இருந்தன. அவற்றை அந்த அரசிடமிருந்து பெற்று நூலாசிரியருக்குத் தர ராஸெட் மிகவும் சிரமப்பட்டார். அது பற்றித் தனியாகவே ஒரு நூல் எழுத வேண்டும் என்று சொல்லி நிறுத்திக்கொண்டுவிட்டதால், பொலிவிய அரசிற்கும், அவருக்கும் நடந்த மோதலின் விபரங்கள் இந்த நூலில் இல்லை. ராஸெட் இப்படித் தடை, வழக்கு, நீதிமன்றம் என்று அலைந்து கொண்டே, ஏராளமான புகழ்பெற்ற புத்தகங்களை வெளியிட்டுக் கொண்டே இருந்தார். நான்கு முறை விவாகரத்து செய்து, தாத்தா ஆகிவிட்ட வயதில் ஐந்தாவது திருமணம் செய்து கொண்டு, ஏராளமான குழந்தைகளைப் பெற்றார். இவரது பதிப்பகத்தில் தமது புத்தகங்களை வெளியிட்டவர்களான பாப்லோ நெருடா, ஆக்டேவியோ பாஸ், ஹெரால்ட் பின்டர், சாமுவெல் பெக்கட், கெஸ்காபுரோ ஓயே ஆகியோர் நோபல் பரிசு பெற்றார்கள். ஒரு பதிப்பகத்தின் ஐந்து எழுத்தாளர்கள் நோபல் பரிசு பெற்றது பெரிய சாதனை. அதைவிடப் பெரியச் சாதனை தணிக்கைக்கு எதிராக, எழுத்துச் சுதந்திரத்திற்காக அவர் இடைவிடாது ஆண்டுக்கணக்காகப் போராடியது.

இந்த நூலைப் படித்துக் கொண்டிருக்கும்போதே எனக்கு இர்விங் வாலஸின் தி செவன் மினிட்ஸ் என்ற நாவல் நினைவிற்கு வந்தது. ஆபாசம் என்று தடை செய்யப்பட்ட ஒரு நூலின் தடையை நீக்க ஒரு கற்றுக்குட்டி வக்கீல் போராடி ஜெயிக்கும் கதை. செவன் மினிட்ஸைத் தேடினால், என் இர்விங் வாலஸ் எப்போதும் போலவே ஆச்சரியப் படுத்தினார். குரூவ் பிரஸ் பற்றி, லேடி சாட்டர்லீஸ் லவர் வழக்கு பற்றி, டிராபிக் ஆஃப் கேன்சர் வழக்கு பற்றி கிட்டத்தட்ட ஐம்பது இடங்களில் குறிப்பிட்டுள்ளார் வாலஸ். ஓர் இடத்தில் லேடி சாட்டர்லீஸ் லவர் தடை வழக்குகள் எந்தெந்த ஊரில் நடந்தன என்ற பட்டியலே வருகிறது! இந்த வழக்குகள் நடந்தது 1960களில். தி செவன் மினிட்ஸ் வெளிவந்தது 1969இல். இணையமும், கணினியும் இல்லாத காலத்தில் இர்விங் வாலஸ் அன்றைய தேதியில் மிகச் சமீப தணிக்கை வழக்குகளான லேடி சாட்டர்லீஸ் லவர் பற்றியும், டிராபிக் ஆஃப் கேன்சர் பற்றியும் அவற்றின் இலக்கிய நயம் பற்றியும், எழுதியிருப்பது வியப்படைய வைத்தது. பார்னி ராஸெட் மீதான மரியாதையுடன், இர்விங் வாலஸ்மீதான மரியாதை இன்னும் அதிகரித்தது. தமிழில் நான் வாசித்த ஒரே பதிப்பாளர் வாழ்க்கை வரலாறு வானதி திருநாவுக்கரசு அவர்களின் வெற்றிப்படிகள் மட்டுமே. மற்ற பதிப்பக உரிமையாளர்களும் தமது அனுபவங்களை இவ்வாறு எழுதினால் நன்றாக இருக்கும்.

- **ஆர்வமுள்ளோர் வாசிக்க**

  My Life In Publishing and How I Fought Censorship - Barney Rosset.

52 வாரம் 52 வேலை

9

தான் செய்யும் வேலையால்தான் மனிதன் அறியப்படுகிறான். என்றேனும் ஒரு நாள் நான் நோபல் பரிசு வாங்கினாலும் கூட, எங்கள் தெருக்காரர்கள் நம்ம எல்ஐசிக்காரர் ஏதோ ப்ரைஸ் வாங்கியிருக்காரு போல என்றுதான் சொல்வார்கள். இது இங்கு மட்டுமல்ல, உலகம் முழுவதுமே இப்படித்தான். *Carter, Goldsmith, Painter, Gardener, Taylor, Dyer, Shepherd, Weaver, Spinner, Thatcher, Miller, Baker, Mason, Fisher, Cook, Cheeseman, Spicer* என்று முன்னோர்கள் செய்த தொழில் சார்ந்த குடும்பப் பெயர்கள் இன்றும் ஆங்கிலத்தில் சர்வசாதாரணம். தொழில் என்பது பரம்பரையாய்ச் செய்து வந்த ஒன்றாக இருந்தது. பின்னர் நமக்கு எது கிடைத்ததோ, அதைச் செய்வதாக மாறியது. பிடித்த வேலையைச் செய்ய வேண்டும் என்று வாட்ஸ் அப் குருமார்கள் போதித்துக் கொண்டே இருந்தாலும், அது எல்லோருக்கும் எளிதில் கிடைத்துவிடக் கூடியதல்ல. அது யாரோ கோடியில் ஒருவருக்கு மட்டுமே அமையும் சொகுசு. நாம் எல்லோருமே படித்து முடித்ததும் வேலையைத் தேடுகிறோம். ஆனால் ஒரு குறிப்பிட்ட வேலையைத் தேடுவதில்லை. அதிலும் குறிப்பாக, எனக்கு இந்த வேலைதான் பிடிக்கும், இந்த வேலைக்குத்தான் போவேன் என்று பிடிவாதம்

பிடிப்பதில்லை. ஏனெனில் ஒரு வேலையைப் பார்த்தால்தானே இது பிடிக்கிறதா இல்லையா என்று தெரியும்? ஷான் ஏகென் என்ற இளைஞர் கல்லூரிப் படிப்பை முடித்ததும் ஓராண்டிற்கு 52 வாரங்களில் 52 வேலைகள் பார்ப்பது, அந்த அனுபவத்தின் அடிப்படையில் எந்த வேலைக்குப் போகலாம் என்று தீர்மானிப்பது என்று முடிவு செய்தார். அதை செயல்படுத்தவும் செய்தார். அந்த அனுபவங்களை The One Week One Job Project என்று மிகச் சுவையாக எழுதியிருக்கிறார். யூட்யூபிலும் இவர் பற்றி ஏராளமான காணொளிகள் உள்ளன. நம் நாட்டில் சாத்தியமே இல்லாத இந்த செயல்திட்டத்தைப் பற்றி அறிய மிக வியப்பாக இருந்தது. இந்த ஆள் அப்படி என்னென்ன வேலை பார்த்தார் என்ற ஆவலில் படித்ததை இங்கு பகிர்கிறேன்.

தினமும் எப்போது வேலை முடியும் நேரம் வரும் என்று கடிகாரத்தைப் பார்ப்பது, எப்போது சனி, ஞாயிறு வரும் என்று காலண்டரைப் பார்ப்பது என்றில்லாமல், சம்பளம் பற்றிய கவலையின்றித் தன்னால் நேசிக்க முடிந்த ஒரு வேலையைக் கண்டுபிடிக்க நினைத்தார் ஷான். உடனடியாக oneweekjob.com என்ற இணைய தளத்தை ஆரம்பித்தார். எனக்குச் சம்பளம் எதுவும் தரவேண்டாம். ஒரு வாரம் உங்கள் நிறுவனத்தில் வேலை பார்க்க வாய்ப்பு மட்டும் தாருங்கள் என்று விளம்பரம் செய்தார். அப்படி சம்பளம் என்று ஏதாவது தரப்பட்டால் அதைச் சமூகப் பணிகளுக்கு நன்கொடையாகத் தந்துவிடுவதாகவும் அறிவித்தார். அவர் நினைத்ததை விட வாய்ப்புகள் அதிகமாக வந்தன. 52 வாரங்களுக்கு 204 வேலை வாய்ப்புகள் வந்தன. அதுவும் உலகம் முழுவதிலுமிருந்து. இஸ்ரேலில் கௌன்சலிங் தரும் வேலை, சீனாவில் ஆங்கில ஆசிரியர் வேலை, இந்தியாவில் பஞ்சகர்மா உதவியாளர் வேலை (இது என்ன கருமம் பிடித்த வேலை என்று ஷானுக்கும் தெரியவில்லை, எனக்கும் தெரியவில்லை!), மெக்சிகோவில் மீன் பிடிக்கும் வேலை, லண்டனில் மாடலிங் வேலை என்று வாய்ப்புகள்.

வீடு வீடாகச் சென்று நாய்களுக்கு முடி வெட்டும் வேலை, லேசரை வைத்துப் பச்சை குத்தியதை அழிக்கும் வேலை, 5000 டாலர் சம்பளத்தில் ப்ளூபிலிமில் நடிக்கும் வேலை (ஷான் இந்த வேலைக்குக் கொஞ்சம் ஆசைப் பட்டார். ஆனால், ஜோடி ஆண் என்றதும் வேண்டாம் என்று சொல்லிவிட்டார்) என்பது போன்ற வினோத வேலைகளுக்கும் வாய்ப்புகள் வந்தன. Naked News Daily Male என்றொரு செய்தித் தொலைக்காட்சி. இது பெண் பார்வையாளர்களுக்கானது.

செய்தி வாசிக்கும் ஆண் ஒவ்வொரு செய்தியையும் சொல்லிவிட்டு, ஒவ்வொரு உடையாகக் கழட்ட வேண்டும். கடைசிச் செய்திக்கு முழு நிர்வாணத்தில் நின்று சொல்ல வேண்டும். ஷான் ஜட்டி வரைக்கும் கழற்றத் தயாராக இருந்தார். கடைசிச் செய்திக்கு அதையும் கழற்ற வேண்டும் என்பதால் போகவில்லை! nicejob.ca என்ற வேலை தேடித்தரும் நிறுவனம் ஷானுக்குப் பயணப்படியாக மாதம் 1000 டாலர் தந்தது. வேலைகள் பற்றியும், வாழ்க்கை பற்றியும் ஏராளமாக

அறிந்துகொண்டார். இடையில் வீடியோகிராபரான நண்பர் ஒருவர் உடன் சேர்ந்துகொண்டு, இவரது வேலை அனுபவங்களைப் படம் பிடித்தார். இவருக்கு வேலை தந்தவர்கள், உடன் வேலை பார்த்தவர்களை நேர்காணல் செய்து அவற்றையும் இணைத்து, ஷானின் அனுபவங்களை ஆவணப்படுத்தினார். ஷான் அப்படி என்னென்ன வேலை பார்த்தார் தெரியுமா? எடுத்ததுமே, முதல் வாரத்தில் காலில் கயிற்றைக் கட்டிக் கொண்டு, மலைச் சிகரத்திலிருந்து கீழே நதிக்குள் குதிக்கும் ஜம்ப் மாஸ்டர் வேலை. பிறகு டிவி தொகுப்பாளர், பனிச்சறுக்கு பயிற்சியாளர். வாலிபால் பயிற்சியாளர். செய்தியாளர். பொக்கே விற்பனை நிலையத்தில் பூக் கட்டும் வேலை. யோகா ஆசிரியர். பேர்தான் யோகா ஆசிரியர். உண்மையில் அங்கு வகுப்பு நடக்கும் இடத்தை சுத்தம் செய்தல், பாய்களை விரித்தல், மடக்கி வைத்தல் போன்ற வேலைகளுடன் இவரும் யோகா கற்றார். பால்பண்ணையில் உதவியாளர். உலகில் மிகக் கடினமான வேலை சாணி அள்ளுதல்தான் என்கிறார் ஷான். ஆனால் அவர்கள் நாட்டில் தலையிலிருந்து கால் வரை மூடும்படியாக கொரோனா காலத்து டாக்டர்கள் உடை, காலுக்குத்தார் போடுபவர்கள் போட்டுக் கொள்ளும் முழங்கால் வரையிலான ரப்பர் பூட்ஸ் என்று தனி உடை போட்டுக் கொண்டுதான் சாணி அள்ள வேண்டும்! பனிச் சறுக்கு ரிஸார்ட் ஊழியர், மென்பொருள் விற்பனையாளர், படங்களுக்கு பிரேம் போடும் வேலை, ஆய்வு உதவியாளர், வேலைக்கு ஆள் எடுத்துத் தரும் நிறுவனத்தில் நேர்காணல் நடத்தும் வேலை, லாட்ஜ் ஊழியர்.

டை, கோட்டு, சூட்டுடன் வேலைக்கு நேர்காணல் செய்யும் வேலை முடிந்த அடுத்த வாரம், லாட்ஜில் படுக்கை மாற்றுதல், டீ, காபி, மது வாங்கி வருதல், காலி செய்து செல்பவர்களின் பெட்டிகளைத் தூக்கிச் சென்று காரில் ஏற்றிவிடுதல் என்று லாட்ஜ் பாய் வேலை என்று இரண்டையும் கீதையில் சொல்லப்படும் ஸ்திதப் பிரக்ஞயனாகச் செய்கிறார் ஷான். இந்தியர்களால் நினைத்தும் பார்க்க முடியாத மனநிலை இது. அடுத்தடுத்த வாரங்களில் ஸ்போர்ட்ஸ் கிளப் ஊழியர்.

ஸ்டோர்கீப்பர். கேட் டெயில் என்ற நாணல் போன்ற புல் பிடுங்கும் வேலை.

தொடர்ந்து வாய்ப்புகள் வந்தபடி இருக்கின்றன. பீர் காய்ச்சும் வேலை. ஒயின் காய்ச்சும் வேலை. பீட்சாவிற்கு மாவு பிசையும் வேலை. வானொலி ஜாக்கி. ஹோட்டல் தொழிலாளி. கால்நடை மருத்துவருக்கு உதவியாளர். திரைப்பட விழாவிற்கான சிறப்பு செய்தியாளர். மீன் காட்சி சாலை ஊழியர். பங்கு விற்பனை. நடுவில் வடிவேலு மாதிரி ஒரு வாரம் பூச்சி மருந்து அடித்தல். பார் ஊழியர். மலை யேற்றப் பயிற்சி நிலைய ஊழியர். புகைப் படக் கலைஞர். தன்னம்பிக்கைப் பேச்சாளர், ப்ரீஸ்கூல் ஆசிரியர். மாடு மேய்க்கும் கௌபாய். புற்றுநோய் விழிப் புணர்வுப் பிரச்சார ஊழியர். வானிலை ஆய்வு. விமானப் படை வீரர். தீயணைப்புப் படை வீரர். கடைசியாக ஒரு வாரம் சொந்த ஊரின் மேயராகவும் வேலை பார்த்தார்.

இந்த ஒவ்வொரு வேலை அனுபவம் பற்றியும் சுருக்கமாக அவர் எழுதியிருக்கிறார். ஒவ்வொரு வேலைக்கும் என்ன தகுதி இருக்க வேண்டும், எவ்வளவு சம்பளம் தருவார்கள், அந்த வேலை பற்றிய சிறப்புத் தகவல் ஒன்றிரண்டு போன்ற விபரங்களோடு தனது அனு பவத்தையும் சேர்த்து எழுதியிருக்கிறார். பூ கட்டும் வேலை பற்றி எழுதும்போது அமெரிக்கர்கள் தினமும் பூங்கொத்துகளுக்காக 20 மில்லியன் டாலர் செலவழிப்பதாகச் சொல்வார். பேக்கரியில் வேலை பார்க்கும்போது பேக்கர்ஸ் டஜன் என்றால் என்ன என்று சொல்வார். பேக்கரிக்காரர்களுக்கு 13 பிரட்தான் ஒரு டஜனாம். ஏதேனும் ஒன்று கருகிப் போய்விட்டால் என்ன செய்வது என்று 13ஆகச் சுடுவார்களாம். ஒன்றிரண்டு அளவு சின்னதாகிவிட்டது என்று வாடிக்கையாளர் சொல்லிவிட்டாலும், அதை ஈடுகட்ட அந்த 13வது ரொட்டி பயன்படுமாம்! தற்காப்புக் கலை கற்றுத் தரும் பயிற்சிப் பள்ளியில் ஒரு வார வேலை. ஷான் பெரிய கராத்தே வீரர் என்று நினைக்க வேண்டாம். உடல் முழுவதும் கவசம் அணிந்து இவர் நிற்க வேண்டும். கராத்தே, குத்துச் சண்டை பயிலும் குழந்தைகள் இவரை இஷ்டத்திற்கு குத்துவார்கள். உதைப்பார்கள். ஒரு வாரத்திற்கு சிரோப்ராக்டர் என்பவரிடம் வேலை. நான் கூட முன்பு ஜுராசிக் பார்க் பார்த்த ஞாபகத்தில் இது ஏதோ டைனாசார் சம்பந்தப்பட்ட ஆய்வு வேலை போல என்று நினைத்தேன். சிரோப்ராக்டர் என்பது ஹோமியோ, சித்தா, அக்குபங்சர் போல ஒருவித மாற்று மருத்துவராம்.

ஒரு வாரம் ஒரு ஹாலிவுட் திரைப்படத் தயாரிப்பாளர் தனது உதவியாளராக இருக்குமாறு அழைக்கிறார். ஹாலிவுட் தயாரிப்பு என்றால் பிரம்மாண்டம் என்று ஷானுக்குத் தெரியும். வேலைக்குச் சேர்ந்த அன்று ராம்போ படத்தின் ஏதோ ஒரு பாகத்திற்கான விளம்பரத்திற் காக சில்வஸ்டர் ஸ்டாலோனை நான்கு முக்கிய நகரங்களுக்கு அழைத்துச் செல்ல தனி ஜெட் விமானத்தை அமர்த்துவதற்கான பேச்சு வார்த்தைக்கு அழைத்துச் செல்கிறார்கள். ஜெட் வாடகை நாளொன்றுக்கு 500000 டாலர் என்று பேசி முடிக்கும்போது ஷானுக்கு மயக்கம் வருகிறது. அந்த நிகழ்ச்சிக்குச் செல்ல ஷானுக்கும், அவரது காதலிக்கும் பாஸ் தருகிறார்கள். அல் பாசினோ, ராபர்ட் டி நீரோ ஆகியோருடன் ஷானும், அவரது காதலியும் சிறப்பு அழைப்பாளர்களாக! அதே போலத் தான் ரியல் எஸ்டேட் நிறுவன வேலையும். ஹாலிவுட்டின் பழைய வீடுகளை விற்க, வாங்க உதவும் நிறுவனத்தில் வேலை. ஹாலிவுட்டில் மிக மோசமான பழைய வீட்டின் விலை 13 மில்லியன் டாலருக்குக் குறையாது. வீட்டில் நீச்சல் குளம் இருப்பது பெரிய விஷயமல்ல. வீட்டிற்குள் ஒரு சிற்றருவி கண்டிப்பாக இருக்க வேண்டுமாம் !

உருப்படியாக ஒரு வேலையில் உட்கார்ந்து படிப்படியாக முன்னேறச் சோம்பல்பட்டுக் கொண்டு, அதை மறைக்கத்தான் இப்படித் திரிகிறோமோ என்ற சந்தேகமும் ஷானுக்கு மனத்தில் அவ்வப்போது வரும். ஆனால், இந்த ஓராண்டுத் திட்டத்தில் அவர் நிஜமாகவே வேலை களைப் பற்றி மட்டுமல்லாது, வாழ்க்கையைப் பற்றியும் அறிந்து கொண்டார் என்றே சொல்ல வேண்டும். கல்லூரிப் படிப்பை முடித்த கையோடு இப்படியான தேடலில் இறங்கிய ஓர் இளைஞனின் எழுத்தில் ஆங்காங்கே தெறிக்கும் அற்புத வரிகள் அவர் நிறையத் தெரிந்து கொண்டார் என்பதையே காட்டுகின்றன. தன்னம்பிக்கைப் பேச்சாளரின் உதவியாளராகச் செல்லும் போது அந்தப் பேச்சாளர் சொன்ன ஒரு கருத்தை அப்படியே மனத்துக்குள் இருத்திக் கொள்கிறார் ஷான். நம் வாழ்க்கையை மூன்று பெட்டிகளில் சமமாக வாழ வேண்டும். ஒன்று கற்கும் பெட்டி. மற்றது உழைக்கும் பெட்டி. மற்றது பொழுதுபோக்குப் பெட்டி என்கிறார் அவர். பல இடங்களிலும் ஷானிடம் உள்ளூர்ப் பத்திரி கைகள், டிவி சேனல்கள் நேர்காணல் செய்கின்றன. உங்களுக்கான வேலையைக் கண்டுபிடித்து விட்டீர்களா? என்கின்றன. இன்னும் இல்லை. எதிர்காலத்தில் நான் என்னவாக ஆகப்போகிறேன் என்பது எனக்கு இன்னும் தெரியவில்லை. ஆனால், பிரச்சனை அதுவல்ல. அதற்காக எதுவும் செய்யாதிருப்பதே பிரச்சனை. நல்ல வேளையாக நான் அது குறித்து ஏதோ முயற்சி செய்துகொண்டுதான் இருக்கிறேன் என்கிறார் ஷான்.

இந்தப் புத்தகம் வெளிவந்து பத்தாண்டுகள் ஆகி விட்டது. இப்போது ஷான் என்னவாக இருக்கிறார் என்று தெரியவில்லை. ஆனால் இந்தப் புத்தகத்தின் இறுதியில் அவர் தான் அறிந்ததை அழகாகச் சொல்லி இருக்கிறார். வேலையில் உயர்ந்தது தாழ்ந்தது என்று எதுவும் இல்லை.

தான் செய்யும் வேலையை நேசித்துச் செய்வோர், தாம் தனது வேலையைவிட வேறேதோ உயர்ந்த ஒன்றைச் செய்வதாக நினைத்தே செய்வதாக ஷான் உணர்கிறார். அவர் வேலை பார்த்த மாட்டுப் பண்ணையின் உரிமையாளரிடம் 200 மாடுகள் உள்ளன. ஒரு நாள் எங்கும் வெளியூர் போக முடியாது. விடுமுறையைக் கொண்டாட முடியாது. ஆனால் அவர் எனது வேலை சாணி அள்ளுவதல்ல.... குழந்தைகளுக்கு நல்ல இயற்கையான சத்தான உணவைத் தருவது எனது வேலை.. அதிலிருந்து எனக்கு எதற்காக ஓய்வு? என்கிறார். குழந்தைகளுக்கு தற்காப்புக் கலையைக் கற்றுத் தரும் ஒருவரிடம் ஷான் வேலை பார்த்து ஒரு வாரம் குழந்தைகளிடம் தாறு மாறாக அடி வாங்கினார் அல்லவா? அந்த மாஸ்டர் ஒரு வலிமையான இளம் சமுதாயத்தை நான் உருவாக்குகிறேன் என்ற பெருமை ஒன்று போதும்.. வருமானம் எல்லாம் இரண்டாம் பட்சம்தான் என்கிறார்.

அந்த 52 வாரத்தில் ஷான் சந்தித்த மனிதர்களில், தமது வேலையை நேசித்த ஒவ்வொருவரும் தாம் வேலையை நேசிப்பதற்குக் கிட்டத்தட்ட ஒரே மாதிரியான காரணத்தைத்தான் சொல்கிறார்கள். ஒன்று, இந்த வேலை மிக முக்கியமானது என்ற எண்ணம். இரண்டாவது, உடன் வேலை பார்ப்போரின் நட்பு.

எனது முப்பத்தியாறு வருடப் பணி அனுபவத்தில் நானும் இவ்வாறே உணர்கிறேன். உழைப்பாளி எல்லா இடங்களிலும் ஒரே குணத்தோடு தான் இருப்பான் போலும் !

- **ஆர்வமுள்ளோர் வாசிக்க**

  The One Week One Job Project by Sean Aiken.

கூலிப் படை

10

உலகமயக் கொள்கைகள் இந்தியாவில் அமலான 1990களின் துவக்கத்திலிருந்து வெற்றி தோல்வி பற்றிய கவலையின்றித் தனியார் மய எதிர்ப்பியக்கங்களை தொழிற்சங்கங்கள் விடாது நடத்தி வருகின்றன. ஆர்ப்பாட்டங்கள், தர்ணாக்கள், பொது இடங்களில் துண்டுப் பிரசுர வினியோகம், மனிதச் சங்கிலி, வேலைநிறுத்தம், ரயில் மறியல், பாரத் பந்த் என்று எத்தனை எத்தனையோ இயக்கங்கள். இது போன்ற எத்தனையோ இயக்கங்களில் மேடையில் அல்லது இயக்கம் முடிந்து டீக்கடையில் தோழர்கள் பேசும்போது, எல்லாவற்றையும் தனியார் மயப்படுத்துகிறார்களே! ராணுவத்தையும் தனியார் மயப்படுத்த வேண்டியதுதானே! என்று சொல்வதைக் கேட்டிருக்கிறேன். உண்மையில், முதலாளித்துவ நாடுகளில் தனியார் ராணுவம் எப்போதோ வந்துவிட்டது. அப்படியான ஒரு தனியார் ராணுவத்தில் பணிபுரிந்தவரான பீட்டர் மெர்சர் என்பவரது Dirty deeds done cheap என்ற நூலை சமீபத்தில் படித்தேன். அக்கினிப் பாதை வழியாக இன்னும் பத்திருபதாண்டுகளில் இந்தியாவிற்கும் வந்துவிடப் போகும் தனியார் ராணுவங்கள் பற்றி மெர்சர் மூலம் நான் அறிந்ததை இங்குப் பகிர்ந்துகொள்கிறேன்.

மெர்சர் பிரிட்டனின் கமாண்டோ படைவீரராக பணிபுரிந்து ஓய்வு பெற்றவர். பிரிட்டன், இந்தியா என்று எந்த நாடாக இருந்தாலும், முன்னாள் ராணுவத்தினர் என்றால் டிரைவர், வாட்ச்மேன் வேலைதான் பெரும்பாலும் கிடைக்கும். பொதுவாக கமாண்டோ வீரர்களாக இருந்தவர்களின் இல்வாழ்க்கை அத்தனை சுமுகமாக இருப்பதில்லை. மெர்சருக்கும் அப்படியே. எங்கேனும் ஓடிப் போய்விடலாமா என்று நினைக்குமளவு வெறுப்பான வாழ்க்கை. அப்போதுதான் இவரது நண்பர் ஒருவர் தான் ஒரு தனியார் ராணுவக் கம்பெனியில் வேலை பார்ப்பதாகவும் நாள் சம்பளம் 750 டாலர் என்றும் சொல்கிறார். வேலை பாக்தாத்தில்.. கடினமான வேலை எல்லாம் இல்லை. மெய்க்காப்பாளர் வேலை. மெர்சருக்கு ஆசை வந்துவிடுகிறது. நண்பர் மூலமாக ஒரு தனியார் ராணுவத்திற்கு விண்ணப்பிக்கிறார். நேர்காணல் நடக்கிறது. வேலை கிடைக்கிறது. நண்பரளவு சம்பளம் இல்லை. ஆனால் மிக குறைவாகவும இல்லை. தினமும் 500 டாலர். அப்போது ஈராக் யுத்தம் நடக்கும் சமயம். ஈராக்கிற்கு அனுப்பப்படுகிறார் மெர்சர். தினக் கூலி 500ஐ நல்லபடியாக வாங்கிச் செலவழிக்க தினமும் தான் உயிரோடு இருக்க வேண்டும் என்பதை அறிந்தும், அறியாதவராக ஈராக் செல்கிறார் மெர்சர்.

ஈராக் முழுக்கவே அமெரிக்கப் படைகளும், இவர்களைப் போன்ற தனியார் கூலிப் படைகளும்தான். பார்க்கப் போனால் கூலிப் படையினர்தான் அதிகமாக உள்ளனர். அங்குப் போன பிறகுதான் மெர்சர் வேலைக்குச் சேர்ந்த தனியார் ராணுவக் கம்பெனி போல ஏகப்பட்ட கம்பெனிகள் இருப்பதும், அவற்றின் ஊழியர்கள், அதாவது வீரர்கள் ஈராக்கிற்கு போர் புரிய அனுப்பப்பட்டிருப்பதும் மெர்சருக்குத் தெரிகிறது, ஈராக்கில் அப்போது கிட்டத்தட்ட 500000த்துக்கும் மேற்பட்ட தனியார் ராணுவ வீரர்கள் இருக்கிறார்கள். இந்தத் தனியார் ராணுவக் கம்பெனிகள் எல்லாம் மிகப் பெரியவை. பிளாக் வாட்டர் என்ற ஒரு தனியார் ராணுவக் கம்பெனி வீரர்கள் மட்டுமே ஈராக்கில்

சுமார் 20000 பேர் இருந்தார்கள். அந்தக் கம்பெனியிடம் 20 போர் விமானங்கள் கூட இருந்தன.

மெர்சர் போன்ற வீரர்கள் தனியார் ராணுவக் கம்பெனிகளுக்கும் தேவை. அமெரிக்கா போன்ற ஏகாதிபத்திய நாடுகளுக்கும் தேவை. ஈராக் போன்ற ஒரு தேசத்தில், தன்னுயிர் போவது பற்றிய கவலையில்லாத தற்கொலைப் படைகள் நிறைந்த தேசத்தில் அமெரிக்க ராணுவத்திற்கு ஆள்சேதம் ஏராளம். எனது ஏகாதிபத்தியக் கனவிற்காகத் தினந்தோறும் நாட்டின் இத்தனை இளைஞர்களை நான் பலி கொடுத்து வருகிறேன் என்று எந்தக் கட்சியைச் சேர்ந்த அமெரிக்க அதிபராலும் மக்களிடம் சொல்ல முடியாது. அடுத்த தேர்தலில் வாக்குப் பெற முடியாது. இது ஒரு முக்கியக் காரணம். மற்றொரு முக்கிய காரணம், என்னதான் பெரிய ஏகாதிபத்தியம் என்றாலும். ஐநா சபையே தன் பாக்கெட்டிற்குள்தான் என்றாலும், போர்க் குற்றங்களை, அட்டூழியங்களை ஓர் அளவிற்கு மேல் செய்ய முடியாது. உலகிற்குப் பதில் சொல்லியாக வேண்டும். இதற்கெல்லாம் நல்ல தீர்வு தனியார் ராணுவம்தான்.

பெரும் பன்னாட்டு நிறுவனங்களுக்கு லாபம் மட்டும்தான் குறிக்கோள். அந்த லாபம் மென்பொருள் விற்றாலும் சரி, போர்விமானம் விற்றாலும் சரி, கம்ப்யூட்டர் சாம்பிராணியோ அல்லது கோமியமோ எதை விற்றாலும் சரி, இல்லை மனித உயிர்களையே விற்றாலும் கூட சரி, லாபம் வந்துகொண்டே இருக்க வேண்டும். அவ்வளவுதான். எனவே, அமெரிக்காவிற்குத் தனியார் ராணுவம் என்ற தேவை இருப்பதை அறிந்ததும் பல நிறுவனங்களும் அந்த சேவையை அளிக்க முன்வந்துவிட்டன. இந்தக் கம்பெனிகள் எல்லா நாட்டு முன்னாள் ராணுவத்தினரையும் வளைத்துப் போட்டன. அவர்களும் பாவம், பணத்திற்காகத் தினமும் செத்துப் பிழைக்கும் இந்த வேலைக்கு வந்தார்கள். இவர்கள் எல்லோருக்கும் கம்பெனி மெர்சர் மற்றும் அவரது நண்பருக்குத் தந்தது போல் 500, 750 டாலர் என்று வாரி வழங்கியது என்று நினைக்கவேண்டாம். அதெல்லாம் முன்னாள் பிரிட்டிஷ் எஸ்ஏஎஸ் கமாண்டோக்கள், அமெரிக்க நேவி சீல்கள், டெல்டா ஃபோர்ஸ்க்காரரர்களுக்கு மட்டும்தான். இவர்களைக் குறைந்த எண்ணிக்கையில்தான் வேலைக்கு எடுப்பார்கள். நேபாளி கூர்க்காக்கள், பிஜித் தீவினர், பெரு நாட்டைச் சேர்ந்தவர்களைத்தான் அதிகமாக எடுப்பார்கள். இவர்களுக்குக் குறைவான சம்பளம் கொடுத்தால் போதும். தற்போது தென் ஆப்ரிக்க கம்பெனிகள் நிறைய இந்தத் தொழிலில் இறங்கி விட்டன. இவர்கள் வந்த பிறகு சம்பளம் மேலும் குறைந்து போய் விட்டது. இப்போது கூர்க்காக்களுக்கு தினக்கூலி 50 டாலர். பெருவியருக்கு 33 டாலர். தென் ஆப்ரிக்கர்களுக்கு மட்டும் சற்று கூடுதலாக 140 டாலர். அமெரிக்கர்களுக்கு 450, 500 டாலர்.

ஈராக்கிற்கு அமெரிக்க அரசியல்வாதிகள், செனட்டர்கள், ஐநா அதிகாரிகள், செஞ்சிலுவைச் சங்கத்தினர் என்று யாராவது விஐபிக்கள் வந்துகொண்டே இருப்பார்கள். அமெரிக்க ராணுவத் தளம் ஓர்

இரும்புக் கோட்டை. ஒரு கொசு கூட நுழைய முடியாது. விமான நிலையமும் அவ்வாறே. பாக்தாத் விமான நிலையம் சுமார் 45 சதுர மைல் பரப்பளவுள்ளது. அதன் பாதுகாப்பிற்கு மட்டுமே 50000 அமெரிக்கர்களும், 3000 தனியார் வீரர்களும் இருந்தனர். ஆனால், விமான நிலையத்திலிருந்து அமெரிக்க ராணுவத் தளத்திற்கு வரவேண்டுமல்லவா? அந்தப் பாதை படுபயங்கரமானது. அந்தப் பாதையில் எந்த நொடியும், எதுவும் நடக்கலாம். மிக அதிநவீன ஆயுதங்களோடு, மிக மிக வேகமாக அந்த இடத்தைக் கடக்க வேண்டும். எதிரில் யாராவது வந்தால் கண்மண் தெரியாமல் சுட்டுக் கொண்டே வந்துவிட வேண்டும். இப்படி வந்து போகும் விஐபிகளுக்குப் பாதுகாப்பு தந்தே ஏராளமான ராணுவ வீரர்கள் உயிரை விட்டுவிட்டதால், இந்த விஐபி எஸ்கார்ட் பணி மெர்சர் போன்ற தனியார் வீரர்களுக்கு. ஏனெனில், இவர்கள் செத்தாலும் கேள்வி இல்லை.

எனவே, மெர்சர் போன்ற கூலிப் படையினர் தமது உயிரைக் காப்பாற்றிக் கொள்வதற்கான வழிமுறைகளைத் தாமே வகுத்துக் கொண்டார்கள். காரணம், தனியார் ஊழியர்கள் என்பதால் ராணுவ ஆலோசனைக் கூட்டங்களில் இவர்கள் கலந்துகொள்ள முடியாது. எந்தெந்தப் பகுதிகளில் எதிரிகளின் நடமாட்டம் அதிகம், எந்த தேதியில் எதிரி எந்த இடத்தில் தாக்கத் திட்டமிட்டுள்ளான், எந்த விஐபியை அவர்கள் அதிகமாகக் குறி வைத்துள்ளார்கள் போன்ற உளவுத் தகவல்களை சிஐஏ ராணுவத்திடம் மட்டுமே சொல்லும். ராணுவம் அவற்றைத் தனியார் கம்பெனி உயரதிகாரிகளிடம் முழுமையாகப் பகிர்ந்து கொள்ளாது. சிஐஏ சொல்லும் ஆபத்தான வேலைகள் அனைத்திற்கும் கூலிப் படையை ஏவி விட்டுவிட்டு தன் ஆள்களைப் பாதுகாத்துக்கொள்ளும். இந்தக் கூலிப் படைகளுக்கு கவச வாகனங்கள் எல்லாம் கிடையாது. இவர்களாக வாகனங்களை வாங்கிக் கொண்டு, அவற்றின் மீது இரும்புத் தகடுகளை வெல்டு செய்து கவச வாகனமாக மாற்றிக் கொள்வார்கள். ஒவ்வொரு விஐபி பாதுகாப்பின்போதும் வாகனங்கள் கடுமையாக அடி வாங்கிவிடும்.

ஈராக், துருக்கி எல்லையில் உள்ள துர்கிஸ்தான் பகுதியும் ரத்த பூமிதான் என்றாலும், ஈராக்கை ஒப்பிடும்போது அமைதிப் பூங்கா. அங்குள்ள கள்ளச் சந்தை மிகவும் புகழ் பெற்றது. அங்கு எது வேண்டு மானாலும் வாங்கலாம். ஒரு ஏகே 47 ஐம்பது டாலர். உஸி சப்மெஷின் கன் 100 டாலர். டயோட்டா, ஹிலக்ஸ், லாண்ட் க்ரூஸர் எல்லாம் 25000 முதல் 55000 டாலர் வரையில் கிடைக்கும். அவ்வப்போது வாங்கி வந்து இரும்புத் தகடு வெல்ட் வைத்து கவச வாகனமாக மாற்றிக் கொள்வார்கள். ஆனால், துர்கிஸ்தானிலிருந்து வாகனத்தை ஓட்டி வருவது கடும் ஆபத்தானது. அப்படி வாங்கி வரும்போது தாக்கப்பட்டு இறந்தவர்கள் பலர். மெர்சர் அங்கு வேலை பார்த்த 15 மாதங்களில் இது மாதிரி 27 வாகனங்கள் வாங்கி வந்திருக்கிறார். அதாவது 27 வாகனங்கள் சேதமாகியிருக்கின்றன. எனவே, வாகனத்தில் செல்லும்போது தாக்கப் பட்டால் எதிர்கொள்வதற்கு இந்தக் கூலி ராணுவத்தினர் தமக்கென்று சில விதிமுறைகளை ஏற்படுத்திக் கொண்டனர். இவர்களது வாகனங்களிலிருந்து ஈராக் வாகனங்கள் எப்போதும் 20 மீட்டர் இடைவெளி விட்டுத்தான் வரவேண்டும் என்று மிகத் தெளிவாக அரபிமொழியில் எழுதி இருப்பார்கள். 20 மீட்டருக்குள் வந்தால் வாகனத்திற்கு முன்பாகச் சுடப்படும். அதன் பிறகும் வந்தால் டயர்கள் சுடப்படும். பிறகு அந்த வாகனத்தில் வருவோர்மீது சுடப்படும். அவர்கள்

சிவிலியன்களானாலும் சரி. போர் விதிகளின்படி அமெரிக்க ராணு வத்தால் இவ்வாறு சுட முடியாது. கூலிப்படை சுட்டால் கேள்வி கிடையாது.

ஈராக்கியர்களுக்கும் இது தெரியும். அவர்கள் இந்தக் கூலிப் படையினரைத் தாக்குவதில் ஆர்வம் காட்ட மாட்டார்கள். அவர்கள் அமெரிக்க ராணுவத்தோடுதான் மோதுவார்கள். காரணம், அமெரிக்க ராணுவத்தோடு மோதினால், பிடிபட்டால் கைதுதான். பின்னால் பேச்சுவார்த்தை மூலம் இவர்கள் தரப்பில் சில ராணுவ வீரர்களை விடுதலை செய்து, பதிலுக்குத் தம் ஆள்கள் சிலரைத் திரும்பப் பெற்றுக் கொள்ளலாம். ஆனால், கூலிப்படையிடம் மோதும்போது இந்த வசதி கிடையாது. கூலிப் படைக்குக் கைது செய்யும் அதிகாரம் கிடையாது. எனவே, அது தன்னிடம் சரணடைபவர்களை அந்த இடத்திலேயே கொன்று பிரச்சனையை முடித்துவிட்டுப் போய்விடும். இதன் காரணமாக அமெரிக்க ராணுவம் கூலிப்படைகளையே எல்லா இடங்களிலும் முன்னிறுத்தும்.

அமெரிக்க ராணுவம் கூலிப்படைகளை அதிகமாக வெளி வேலைகளுக்கு வைத்திருந்ததற்கு மற்றொரு காரணமும் இருந்தது. ஒரே இடத்தில் நீண்ட நாள்கள் தங்கியிருந்தால், எதிரி எப்படிப்பட்ட முட்டாளாக இருந்தாலும் இவர்களது ஆள்பலம். ஆயுத பலம், பலவீனம் எல்லாவற்றையும் கண்டுபிடித்துவிடுவான். சமயம் பார்த்துப் போட்டுத் தள்ளிவிடுவான். எனவே அமெரிக்க ராணுவம் தனது ராணுவத்தினரை ஈராக்கில் அதிக நாள்கள் தங்க விடாது மாற்றிக் கொண்டே இருக்கும். கூலிப் படைகள் மட்டுமே நிரந்தரமாக அங்கே தங்கி எதிரியின் உளவாளிகளின் கண்ணில் சிக்கி அழிவார்கள்.

கூலிப்படைகளுக்குக் கவச வாகனங்கள் கிடையாது, ஏதேனும் தாக்குதலில் சிக்கினால், விமானப் படையின் உதவியும் சிடையாது என்பதால் உயிர்ச்சேதம் அதிகம். அதிலும் கூர்க்காக்கள்தாம் அதிகமாக

உயிரிழப்பார்கள். வாகனத்தின் கூரையில் சுழலும் துப்பாக்கியை வைத்துக் கொண்டு, எந்தப் பாதுகாப்புமின்றிப் பயணிக்கும் துணிச்சல் மெர்சர் போன்ற அமெரிக்கக் கமாண்டோக்களுக்கே கிடையாது. ஆனால் நேப்பாளிகள் துணிச்சலாக நிற்பார்களாம். குண்டுகள் தீர்ந்தாலும், தங்களது குக்ரி என்ற கத்தியோடு எதிரிமீது சிறிதும் அஞ்சாது பாய்ந்து விடுவார்களாம். இயல்பாகவே தனியார் ராணுவக் கம்பெனிகளில் நேப்பாளிகளின் உயிர்சேதம்தான் மிக அதிகம். அவர்களது நாடு மிகவும் சிறியது என்பதால் இறந்த வீரரின் உடலைச் சொந்த ஊருக்கு எடுத்துச் செல்வது கூட மிகவும் சிரமம். அந்த வேலைகளையெல்லாம் ஒருங்கிணைக்க அவர்கள் நாட்டு வெளியுறவுத் துறை அதிகாரிகள்கூட யாரும் ஈராக்கில் இருக்க மாட்டார்கள். ஒரு மோசமான தாக்குதலில் மெர்சரின் குழுவில் இருந்த பதினாறு கூர்க்காக்கள் மொத்தமாக உயிரை விட்டார்கள். மெர்சர் படுகாயமடைந்தார். உயிர் பிழைத்ததே பெரும் பாடாகிவிட்டது. அதோடு இந்த வேலையை விட்டு விட்டுச் சொந்த ஊர் திரும்பினார். இப்போது எண்ணெய்த் துரப்பணக் கம்பெனி ஒன்றில் வேலை பார்க்கிறார். Rope access technician என்ற இதுவும் மிக ஆபத்தான பணிதான். 200, 300 அடி உயர கோபுரங்களில் உச்சியில் நின்று வேலை செய்ய வேண்டும். இதற்கு முன்னாள் கமாண்டோக்களைத்தான் எடுப்பார்கள். ஆனால், எந்த நேரம் துப்பாக்கிக் குண்டு நம்மை நோக்கிப் பாய்ந்து வருமோ என்ற பயம் கிடையாது. இயல்பாகவே ஓர் ஏகாதிபத்திய எதிர்ப்பு, தனியார்மய எதிர்ப்பு மனநிலை கொண்டவன் நான் என்பதால் இந்தப் புத்தகம் முழுவதும் தனியார்மயத்தின் கோரமுகத்தை என்னால் பார்க்க முடிந்தது. ஆனால் பீட்டர் மெர்சர் காசுக்காகத் தெரிந்தேதான் போனேன்... என்ற மனநிலையில் உள்ளதை உள்ளபடி அப்படியே கூறும் தொனியில் எழுதியிருக்கிறாரேயன்றி, அதில் எந்த இடத்திலும் எப்படிச் சுரண்டுகிறார்கள் பார் என்ற தொனி இல்லை.

இதைப் படிக்கும்போது எனக்கு பிரடெரிக் ஃபார்சித்தின் *dogs of war* நினைவிற்கு வந்தது. ஒரு பன்னாட்டுக் கம்பெனி கூலி ராணுவத்தை வைத்து ஒரு சிறு ஆப்பிரிக்க நாட்டில் ஆட்சியைப் பிடிக்கும் கதை. 1974இல் வந்த நாவல். பின்னர் திரைப்படமாகவும் வந்தது. 2004இல் இந்தக் கதையைப் படித்து விட்டு, ஈக்விடோரியல் கயானாவில் தன் செலவில் ஒரு கூலிப் படையை ஏவிவிட்டு அந்த நாட்டையே பிடிக்க முயன்று தோல்வியுற்றார் ஒரு பெரிய இடத்துப் பிள்ளை. அவர் மார்கரெட் தாட்சரின் மகன் மார்க் தாட்சர். அம்மா பிரதமர் என்பதால் ஒரு வருடச் சிறைத் தண்டனை தந்து தண்டனையையும் நிறுத்தி வைத்துவிட்டார்கள். இது பற்றியெல்லாம் படித்த காலத்தில் இப்படியும் நடக்குமா என்று நினைத்ததுண்டு. இன்று எல்லாம் நடக்கிறது. பீட்டர் மெர்சர் போன்றோர் அவற்றை ஆவணப்படுத்துகிறார்கள்.

- ஆர்வமுள்ளோர் வாசிக்க.
  Dirty Deeds Done Cheap. Peter Mercer.

அமெரிக்க மணியம் பிள்ளை

11

தான் செய்த தொழில் பற்றி ஒருவர் எழுத வேண்டும் என்றால் அந்தத் தொழில் சட்டவிரோதமானதாக இருக்கக் கூடாது என்றெல்லாம் எதுவும் இல்லை. ஆனால் பொதுவாக வெளியில் சொல்லிக்கொள்ளக் கூச்சமாக இருக்கும். நான் திருடன், நான் மாமா வேலை பார்ப்பவன் என்றெல்லாம் பொதுவெளியில் சொல்லிக்கொள்ள முடியுமா? மிகவும் பொதுப்படையாக பிசினஸ் என்று சொல்லி முடித்துக்கொள்ளத்தான் முடியும். அந்தக் கூச்சமும், தயக்கமும் இல்லை என்றால் பொதுவெளியில் அது பற்றிக் கூறலாம். அத்தொழிலில் உள்ள கஷ்டநஷ்டங்கள், அந்தத் தொழிலால் ஏற்படும் டென்ஷன், அத்தொழிலின் நுணுக்கங்கள் எல்லாவற்றையும் எழுதலாம். அப்படித்தான் பில் மேசன் என்ற திருடர் (அவர் செய்தவற்றைப் படிக்கும் போது 'ன்' விகுதி போட மனம் வரமாட்டேன் என்கிறது!) Confessions of a Master Jewel Thief என்று தனது திருட்டுத் தொழில் வாழ்க்கை பற்றி மிக விரிவாக சுமார் 470 பக்கங்களுக்கு எழுதியுள்ளார். அவரது வாழ்க்கை வரலாறுதான் என்றாலும் கூட, புத்தகம் புதுத் திருடர்களுக்குப் பெரிய வழிகாட்டி நூலாக இருக்கிறது. எழுதிச் செல்லும்போதே அவர் தன்னையறியாமல் வருங்காலத் திருடர்களுக்கு வகுப்பு எடுத்துக்கொண்டே சென்றிருக்கிறார்.

குற்றவாளிகள் பிறக்கிறார்களா? உருவாக்கப் படுகிறார்களா? என்பது விடை சொல்ல முடியாத ஒரு கேள்வி. சமூக ஆர்வலர்கள் பொதுவாக குற்றவாளிகள் உருவாக்கப்படுவதாகவே சொல்வார்கள். இந்தச் சமூகச் சூழல்தான் அவனைத் திருட வைத்தது என்பார்கள். இந்த வாதம் பில் மேசன் போன்ற மிகப் பெரிய திருடர்களுக்குப் பொருந்துமா என்று தெரியவில்லை. ஏனெனில் அவரே புத்தகத்தின் தலைப்பில் சொல்லிக் கொள்வது போல அவர் ஒரு மாஸ்டர் திருடர். அவரது கதையைப் படித்தால் குற்றவாளிகள் - குறைந்த பட்சம் திருட்டுத் தொழில் செய்யும் குற்றவாளிகள் - பிறப்பதாகவே தெரிகிறது.

ஃப்ளோரிடாவில் ஒரு நடுத்தரக் குடும்பத்தில் பிறக்கிறார் பில். நன்றாகப் படிக்கிறார். ரியல் எஸ்டேட், பெரிய பெரிய அடுக்ககங்களை நிர்வகிக்கும் அவுட் சோர்சிங் நிறுவனம் போன்றவற்றில் பணி செய்கிறார். நண்பன் ஒருவனுடன் ஒரு த்ரில்லுக்காக ஒரு பெட்ரோல் பங்கைக் கொள்ளையடித்து மாட்டிக் கொள்கிறார். திருடியது சிறிய தொகை. சில மாதங்கள் சிறைத் தண்டனை. வெளியே வரும் போது ஒரு முடிவு எடுக்கிறார். இனி திருடவே கூடாது என்றல்ல. இனி எந்த சம்பவம் செய்தாலும், உடன் ஒரு கூட்டாளியை வைத்துக்கொள்ளக் கூடாது என்பதே அது. பல வருடங்கள் மாட்டிக் கொள்ளாமல் கோடி கோடியாகத் திருடிய அவர் ஒரே ஒரு முறை மற்றொரு ஆளை உடன் வருகிறாயா? என்று கேட்டு, தனது விதியைத் தானே மீறுகிறார். அந்த மற்றொரு ஆளால் காட்டித் தரப்பட்டு மாட்டிக் கொண்டு சிறை செல்கிறார்.

வெளியே ரியல் எஸ்டேட் கம்பெனி ஊழியர். அழகான மனைவி. மூன்று குழந்தைகள். யாருக்கும் எந்த சந்தேகமும் வராத வாழ்க்கை. ஆனால் அவருக்குத் திருடுவதில் உள்ள த்ரில் பிடிக்கும். மிக மிகப் பாதுகாப்பான இடத்தில் வாழ்ந்து கொண்டு, கோடிக்கணக்கான டாலர் மதிப்புள்ள நகைகளைப் போட்டுக் கொண்டு, என்னை யாரும் எதுவும் செய்ய முடியாது என்று கர்வமாகத் திரியும் கொழுத்த பணக்காரப் பெண்கள், பிரபலங்களைக் கண்டால் அவர்களிடம் இருப்பதைக் கொள்ளையடித்தே தீர வேண்டும் என்று அவருக்குள் ஒரு பரபரப்பு வரும். அந்தக் கொள்ளையை நடத்தினால்தான் அது தீரும்.

முதன்முதலாக ஒரு கோல்ஃப் கிளப்பின் லாக்கரிலிருக்கும் பணத்தைக் கொள்ளையடிக்கத் திட்டமிடுகிறார். அதற்குத் தேவையான கருவிகள் சரிவர எடுத்துச் செல்லாமல், மிகவும் சிரமப்பட்டு, அந்த லாக்கரையே தூக்கிக் கொண்டு வந்துவிடுகிறார். அதை உடைப்பது பெரும் போராட்டமாக இருக்கிறது. அத்தனை சிரமங்களையும் ஈடு செய்யும் விதமாக அதில் பணம் இல்லை என்பதுதான் கொடுமை. இதற்குப் பின்னரே பில் தன் திருட்டுத் தொழிலுக்குத் தேவையான சில திறமைகளை வளர்த்துக்கொள்கிறார். உயரமான கட்டிடங்களில் கயிறு போட்டு மேலே ஏறி, மொட்டை மாடியிலிருந்து தனக்குத் தேவையான மாடிக்கு இறங்கி வருதல், சன்ஷேடில் நடந்து ஜன்னல் கண்ணாடியை கழற்றி உள்ளே நுழைதல், கள்ளச் சாவி போட்டு எந்தப் பூட்டையும்

திறந்து விடுதல் (அவசரமாகப் ஒரு பூட்டைத் திறக்க வேண்டுமென்றால் பில் சாவியை வைத்துத் திறந்தால் நேர மாகும் என்று தன் பூட்டுத் திறக்கும் கம்பியை வைத்து சட்டென்று திறப்பான் என்று பின்னாளில் அவரது நண்பர் ஒருவர் போலீசிடம் சொல்லியிருக்கிறார்) என்று கற்றுக்கொள்கிறார். மிக விலை யுயர்ந்த கற்கள் பதித்த நகைகளைத்தாம் பணக்காரப் பெண்கள் விரும்புவார்கள் என்பதால், கற்களை மதிப்பிடுவதற்குப் படிக்கிறார். மாட்டிக் கொள்ளாமல் இருப்பதற்காகத் தனக்கென்று திருடுவது குறித்த சட்டதிட்டங்களை உருவாக்கிக்கொள்கிறார்.

மிகப் பெரும் பணக்காரர்கள் தம்மிடம் பெருமையாகச் சொல்லிக்கொள்ள எதுவுமே இல்லாத போது, தமது பண வசதியை அளவுக்கு அதிகமாகவே வெளிக்காட்டுவார்கள் என்று அறிந்தவர் பில். அமெரிக்கப் பத்திரிகைகளில் பொது நிகழ்ச்சிகள், பார்ட்டிகள் போன்ற செய்திகள் அதிகம் இடம்பெறும். அதில் வரும் சீமாட்டிகளின் படங்களைக் கவனமாகப் பார்ப்பார். ஒவ்வொரு படத்திலும் வேறு வேறு நகை போட்டுக் கொண்டு அவர்கள் வந்தால், அவர்களைப் பின் தொடர ஆரம்பிப்பார். அவர்கள் குடியிருக்கும் அடுக்ககம், அதன் பாதுகாப்பு, இது போன்ற பார்ட்டிகளுக்குச் சென்றால் அவர்கள் பொதுவாக இரவு எத்தனை மணிக்கு வீடு திரும்புவார்கள், ஒவ்வொரு முறை பார்ட்டிக்குச் செல்லும்போதும் வங்கிக்குச் சென்று லாக்கரிலிருந்து நகையை எடுக்கிறார்களா அல்லது வீட்டிலிருந்தே எடுத்து அணிந்து செல்கிறார்களா என்று கவனிப்பார். இதற்கெல்லாம் அவர் *Prospecting and Qualifying* என்று பெயர் வைத்திருக்கிறார். இப்படித் தேர்ந்தெடுத்ததும் அடுத்த கட்டத்திற்கு நகர்வார். அந்தக் கட்டத்தில் நான் ஒரு ஆராய்ச்சி செய்யும் விஞ்ஞானி போல, புதிதாய் ஒன்றைக் கண்டுபிடிக்கப் போகும் அறிவியலாளன் போலச் செயல் படுவேன் என்கிறார். அதனால் பில் செய்த பல திருட்டுகளை போலீஸ் ஒரு கும்பல் செய்ததாகவே கடைசி வரை நினைத்தது.

மனிதர்கள் ஒன்றிரண்டு கேள்விகள் கேட்டால், அது தொடர்பான அத்தனை விஷயங்களையும் கொட்டிவிடக் கூடியவர்கள் என்கிறார் அவர். அந்த அடுக்ககத்தின் மேலாளரைப் பார்த்து இங்கு ஒரு ஃபிளாட் வாங்குவதாக இருக்கிறேன். செக்யூரிட்டிதான் எனக்கு முக்கியம். விலை பற்றிக் கவலையில்லை என்பார். அந்த மேலாளர் அங்கு எத்தனை செக்யூரிட்டி, அவர்கள் எத்தனை ஷிப்ட்டில் வருவார்கள், எத்தனை பேர் வாசலில், எத்தனை பேர் ஒவ்வொரு தளமாக ரவுண்ட்ஸ் வருவார்கள், எத்தனை சிசிடிவி கேமரா, அவை எங்கெங்கு உள்ளன

என்று நுணுக்கமாக விவரிப்பார். தான் திருடப் போகும் வீட்டின் பூட்டு எந்த மாடல் , அதன் வரிசை எண் என்ன என்பதைக் கூடப் பார்த்து விடுவார். பின்னர் தனது ரியல் எஸ்டேட் கம்பெனி லெட்டர்பேடில், அந்தப் பூட்டுக் கம்பெனிக்கு ஐயா, நாங்கள் இன்ன இடத்தில் உள்ள அபார்ட்மெண்ட்டை வாங்கியுள்ளோம். இன்ன வரிசை எண் உள்ள பூட்டை மட்டும் திறக்க முடியவில்லை. அதன் காம்பினேஷன் எண் பற்றி விற்றவரிடம் கேட்டால் பதில் இல்லை. உங்கள் கம்பெனி பூட்டு என்பதால் நீங்கள் தரமுடியுமா? விலை உயர்ந்த பூட்டை உடைக்க மனமில்லாததால் உங்கள் உதவியை நாடுகிறோம் என்று எழுதுவார். இரண்டே நாட்களில் பூட்டின் காம்பினேஷன் எண் வரும்.

குறித்த நாளில் சம்பந்தப்பட்ட நபர் வெளியே சென்றதும், அந்த வீட்டுக்கு சற்று இடைவெளி விட்டு விட்டு ஐந்தாறு முறை பொது தொலைபேசியகத்திலிருந்து அழைப்பார். எவரும் எடுக்கவில்லை என்றால் உள்ளே நுழைவார். வேலையை முடிப்பார். எடுத்தவற்றை ஓரிரண்டு ஆண்டுகளுக்குப் பிறகு தனித்தனியாக வேறுவேறு இடங்களில் விற்பார். அதன் அசல் மதிப்பில் மூன்றில் ஒரு பங்குதான் கிடைக்கும் என்றாலும் அதுவே மில்லியன் கணக்கில் இருக்கும். திருடிய எந்தப் பொருளையும் ஆசைப்பட்டு நாமே வைத்துக் கொள்ளக்கூடாது. அது என்றாயினும் ஒருநாள் நம்மை மாட்ட வைத்து விடும் என்பது அவரது சொந்த விதிகளில் மிக முக்கியமானது.

இப்படி அவர் செய்த ஏராளமான திருட்டுகளில் மிக முக்கியமான பல திருட்டுகள் பற்றி நுணுக்கமாக வகுப்பு எடுப்பதுபோல் எழுதி யிருக்கிறார். மிக அமைதியான இடத்தில் திருடுவதில் ஒரு வசதி என்னவென்றால், யாரேனும் வந்தால், பக்கத்து வீட்டில் கதவைத் திறந்தால் நமக்குக் கேட்டுவிடும். அதே சமயம் நாம் செய்யும் சிறு சப்தம்கூட நம்மைக் காட்டியும் கொடுத்துவிடும். யாரும் இல்லாத

வீட்டில் என்ன சேரை நகர்த்தும் சத்தம் என்று யாரேனும் ஒருவருக்கு சந்தேகம் வந்துவிடும். அதே போல்தான் பக்கத்து, எதிர் ஃபிளாட்டுகளில் பாட்டை அலற விடும் அக்கம் பக்கத்தினர் இருப்பதும் சாதக பாதகம் இரண்டும் கலந்ததுதான். அந்தப் பாட்டுச் சத்தம் திருடும் சத்தத்தை அமுக்கிவிடும். அதில் உள்ள ஒரு சிரமம், யாரேனும் வந்தாலும் தெரியாது என்பதுதான். திருடச் செல்லும்போது பயம் இருக்கவேண்டுமா? கண்டிப்பாக இருக்க வேண்டும். அதுதான் மாட்டிக்கொண்டு விடாமல் கவனமாக இருக்க வைக்கும். ஆனால், வேலையைப் பாதியிலேயே விட்டு விட்டு ஓடிவந்து விடுமளவு இருக்கக் கூடாது. வயதானவர்களிடம் திருடுவதில் பல சாதகங்கள் உண்டு. மிக முக்கியமானது அவர்கள் நீண்ட காலமாக நிறைய சேமித்து வைத்திருப்பார்கள். வருங்காலத் திருடர்களுக்கு அவர் கூறியிருக்கும் அறிவுரைகளில் மிக முக்கியமானது, வேலையை முடித்து விட்டுத் திரும்பிச் செல்லும் பாதையை கவனமாகத் தேர்ந்தெடுத்த பிறகே களத்தில் இறங்க வேண்டும் என்பதுதான். திருடப் போகும் போது உங்களை யாராவது நிறுத்தி விசாரித்தால் ஏதேனும் பதில் சொல்லித் தப்பிவிடலாம். ஆனால் கையில் திருட்டுப் பொருளோடு இருக்கும்போது அவ்விதமாகப் பதில் சொல்லித் தப்பித்தல் கடினம். கூடிய வரையில் சம்பவம் நடத்திய இடத்திலிருந்து உடனடியாக வெகு தூரம் சென்றுவிட வேண்டும். சம்பவம் நடந்தது பற்றிச் சம்பந்தப்பட்டவர்களுக்கு மிகவும் தாமதமாகத்தான் தெரிய வேண்டும். வீட்டில் இருந்த வைர நெக்லஸ் காணோம் என்பதே பத்து நாள்களுக்குப் பிறகுதான் அவர்களுக்குத் தெரிய வேண்டும். அவ்வாறு செய்தால் அந்தத் திருட்டில் மாட்டிக் கொண்டாலும் தப்பி விடலாம். ஆகஸ்ட் 19ஆம் தேதி இரவு 7 மணி முதல் 8 மணி வரை எங்கே இருந்தீர்கள்? என்று அரசு வழக்கறிஞர் கேட்பதற்கும், ஆகஸ்ட் மாதம் நீங்கள் எங்கே இருந்தீர்கள்? என்று அவர் கேட்பதற்கும் உள்ள வித்தியாசம் ஜெயிலுக்கும், வீட்டிற்கும் உள்ள வித்தியாசம் என்று நான் புரிந்துகொண்டேன்.

இப்படியாக அவர் மிகப் பெரிய ஹாலிவுட் நட்சத்திரங்கள், பாப் பாடகிகள், என்று பல பிரபலங்கள் வீட்டில் கொள்ளையடித்திருக்கிறார்.

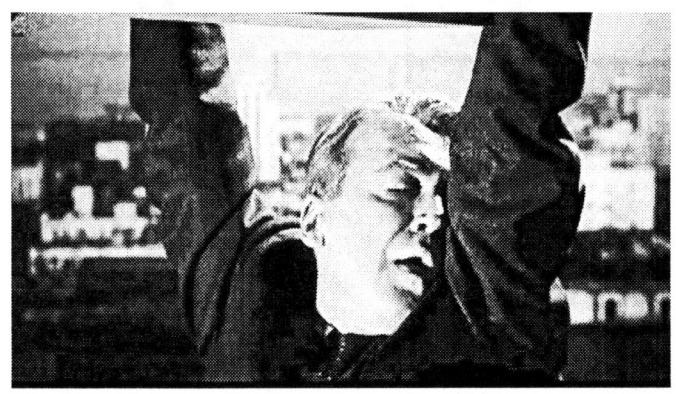

ஒரு முறை ஒரு பெரிய பணக்காரக் கிழவர் வீட்டில் கொள்ளையடிக் கிறார். என்ன எடுத்தோம் என்று கூடப் பார்க்காமல் அப்படியே லாக்கரில் வைத்து விடுகிறார். பேப்பரில் பார்த்தால் அந்தக் கிழவர் தான் ஒலிம்பிக்கில் நீச்சல் போட்டியில் வென்ற தங்கப்பதக்கங்களைக் காணோம் என்று அழுகிறார். 1924 பாரீஸ் ஒலிம்பிக்கில் நீச்சலுக்காக அவர் மூன்று பதக்கங்கள் வென்றவர். பில்லுக்கு மிகவும் சங்கடமாகப் போய்விடுகிறது. காரை எடுத்துக் கொண்டு பக்கத்து மாநிலம் சென்று அங்கு ஏதோ ஒரு கிராம அஞ்சலகத்திலிருந்து அந்தத் தங்கப் பதக்கங்களை அவரது முகவரிக்குப் பார்சலில் அனுப்புகிறார். தொலை தூர இடங்களுக்கும் அவர் காரில்தான் செல்வார். விமானப் பயணத்தைத் தவிர்ப்பார். ஏனெனில் விமான நிலையங்கள் மிகப்பெரிய சல்லடைகள். அவை தம் போன்ற குற்றவாளிகளை மிக எளிதாகச் சலித்து எடுத்துவிடும் என்கிறார் பில். தன் தங்கப்பதக்கங்களைத் திருப்பித் தந்த புண்ணியவானுக்குக் கிழவர் நன்றி சொன்ன செய்தியைப் பத்திரிகையில் பார்த்த பிறகு குற்ற உணர்வு நீங்குகிறது.

இத்தனை கவனமாக இருந்தும் போலீசில் மாட்டுகிறார். தண்டனை பெறுகிறார். பரோலில் வந்து தப்பித்து வேறு பெயரில் வாழ்கிறார். விவாகரத்து ஆகிறது. மிகப் பெரிய பணக்காரப் பெண் ஒருத்தியை இரண்டாம் முறையாக மணக்கிறார். போலீஸ் வழக்கு மேல் வழக்காகப் போடுகிறது. முதல், இரண்டாம் மனைவிகளை, குழந்தைகளைப் பாடாய்ப் படுத்துகிறது. புத்தகத்தின் பல இடங்களில் தானொரு திருடன் என்பதையே மறந்து போலீஸ் அராஜகம், தனிமனித உரிமை பற்றி யெல்லாம் பில் முழங்குவதைப் படிக்கச் சிரிப்பாக இருக்கிறது. ஒரு நாள் ஒரு மிகப் பெரிய அடுக்ககத்தில் திருடப் போய், 170 அடி உயரத்தில் இவர் ஏறிய ஏணி வழுக்கி விழ, அந்தரத்தில் தொங்கும் நிலை ஏற்படு கிறது. அன்றோடு தொழிலை விட்டுவிடுகிறார். அந்தரங்கத்தில் தொங்கிய அந்தச் சில நிமிடங்களில் தான் செய்த கேவலமான செயல்கள், தன்னை மணந்த ஒரே பாவத்திற்காக மனைவிகள் பட்ட துன்பம், இழந்தவர்களின் வலி (ஒலிம்பிக் தங்க மெடலை

இழந்தால் மட்டும்தான் வேதனையா? கஷ்டப்பட்டு சம்பாதித்து வாங்கிய சின்ன வெள்ளிக் கிண்ணமும் அந்த மெடல் போன்றதுதானே!) எல்லாம் மனதில் வந்து போக, மாறிய மனிதனாகக் கீழே விழுந்து தப்பிக்கிறார்.

என் செயல்களை நான் நியாயப்படுத்தவில்லை. என் வாழ்வில் நடந்தவற்றை, நான் செய்தவற்றை, உணர்ந்தவற்றை அப்படியே சொல்லி யிருக்கிறேன். கூடுதலாக, என் இந்த அத்தனை செயல்களும் என்னைச் சுற்றியிருந்த எனது குடும்பத்தாரை எப்படி பாதித்தன என்பதைச் சொல்லியிருக்கிறேன் என்கிறார். இந்தப் புத்தகத்தின் வருமானத்தின் பெரும்பகுதியைத் திருட்டுகளால் பாதிக்கப்பட்டவர்களுக்கு உதவும் ஓர் அமைப்பிற்கு நன்கொடையாகத் தருகிறார்.

வாசிப்பு சுவாரஸ்யத்திற்காகத் தலைப்பு அமெரிக்காவின் மணியம் பிள்ளை என்று நான் தந்திருந்தாலும், மணியம் பிள்ளை பில் மேசனுக்கு முன்னால் பச்சைக் குழந்தை. பில் மேசன் கோடி கோடியாகத் திருடியபோதும், மணியம் பிள்ளை போல் அரசியலில் இறங்கிக் கலக்கவில்லை என்பது மற்றொரு முக்கியவேறுபாடு. ஒரு வேளை இந்திய அரசியல் திருடர்களுக்கான பிரத்யேகமான களமாக இருப்பது போல் அமெரிக்காவில் இல்லை போலும். இருந்திருந்தால் பில் மேசன் அதிலும் ஒரு ரவுண்ட் வந்திருப்பார்!

- ஆர்வம் உள்ளோர் வாசிக்க
Confessions of a Master Jewel Thief by Bill Mason.

குடைநிழலிலிருந்து குஞ்சரம் ஊர்ந்தவன்

12

உலகமயத்தின் தாரக மந்திரம் ஆட்குறைப்பு. நீண்ட அனுபவத்துடன் உயர் பதவியில் இருக்கும் அனுபவஸ்தனை எந்தச் சங்கடமும் இன்றிக் குப்பையில் தூர எறிந்து விட்டு, அதே பதவிக்குக் குறைந்த சம்பளத்தில் ஒருவனை அமர்த்துவது எல்லா இடங்களிலும் நீக்கமற நடந்து வருகிறது. உழைப்பை ஒட்டவொட்ட உறிஞ்சிவிட்டு, உழைக்கும் சக்தியற்ற நடுத்தர வயதினனை அல்லது முதியவனை ஒரு சக்கையாய்ப் பாதையோரம் வீசிவிடுகிறது அது. மிகப் பெரிய விளம்பர நிறுவனம் ஒன்றில் தலைமை நிர்வாகிக்கு அடுத்த மட்டத்தில் இருந்த ஒரு பெரியவர் இவ்வாறாகத் தூக்கி எறியப்பட்டபோது, தனக்குத் தெரிந்த தொழில் என அதே போல் ஒரு விளம்பர நிறுவனத்தை நிறுவி, இதுகாறும் சேமித்து வைத்த பொருளையும் சொந்த நிறுவனம் நடத்தும் சாகசத்தில் இழந்து வீதியில் நின்று பின்னர் ஸ்டார்பக்ஸில் பரிசாரகனாக வேலைக்குச் சேர்ந்த கதையை சமீபத்தில் படித்தேன். மைக்கேல் கேட்ஸ் கில் என்ற முதியவர் காலத்தின் கண்மூடித்தனமான விளையாட்டில் கிழிந்துபோன தன் வாழ்வை, அதிலிருந்து தான் மீண்டு வந்ததை How Starbucks Saved My Life என்று எழுதியுள்ளார். வாடிக்கையாளர்களுக்கு காபி கலந்து

யானைகளோடு பேசுபவன் ❖ 79

கொண்டு வந்து தரும் சர்வராக வேலை செய்யும் போதுதான் மனிதனை மனிதனாக மதிக்க வேண்டியதன் அவசியத்தை உணர்கிறார். அதை மிக நேர்மையாகப் பதிவும் செய்கிறார்.

எல்லாத் தொழிலும் உயர்ந்தவைதாம். திருடக் கூடாது. பொய் சொல்லக் கூடாது. பிறரை ஏமாற்றிப் பிழைக்கக் கூடாது. மற்றபடி எந்தத் தொழில் செய்தாலும் அதில் கேவலம் ஒன்றுமில்லை என்றெல்லாம் நாம் எவ்வளவோ படிக்கிறோம். வாட்ஸ் அப் புலவர்கள் பலர் நமக்கு இந்த மாதிரி தத்துவங்களை எல்லாம் அன்றாடம் பொழிந்தபடிதான் இருக்கிறார்கள். ஆனால், நடைமுறையில் சாத்தியமா? 2000 டாலர் விலையுள்ள கோட், சூட் அணிந்து மிகப் பெரிய விளம்பர நிறுவனத்தின் நிர்வாகியாக இருந்து விட்டு, எல்லாத் தொழிலும் உயர்ந்தவைதாம் என்று காபிக் கடையின் சீருடை, ஏப்ரனுடன் மூணாவது டேபிளுக்கு ரெண்டு காபி என்று சந்தோஷமாக சவுண்ட் விட முடியுமா? மைக்கேலுக்கு முடிந்திருக்கிறது, அதுவும் அறுபது வயதில், ஆறிலக்க சம்பள வேலையை இழந்த பிறகு என்பதுதான் ஆச்சரியம்.

மிகவும் படித்த, பணக்காரக் குடும்பத்தில் பிறந்தவர் அவர். அவரது தந்தை நியூயார்க்கர் பத்திரிகையில் பணிபுரிந்த எழுத்தாளர். ஏராளமான புத்தகங்கள் எழுதிய அவர் தனது பத்திரிகை அனுபவங்கள் குறித்து *Here at the Newyorker* என்று எழுதிய புத்தகம் மிகவும் புகழ் பெற்றது. பிராங்க்ஸ்வில்லில் மைக்கேல் சிறுவயதில் வசித்த பங்களாவில் 35 அறைகள். வீட்டுக்குள்ளேயே இரண்டு மாடிகள் முழுக்க நூலகம். மைக்கேலின் தந்தையாருக்குத் தெரியாத பெரிய மனிதர்கள், இலக்கியவாதிகள் இல்லை. மைக்கேலுக்குப் பாடத்தில் ஜேம்ஸ் தர்பரின் கட்டுரை ஒன்று வருகிறது. உடனே அவரது தந்தை ஜேம்ஸ் தர்பரை வீட்டிற்கு அழைத்து வந்து மகனுக்கு அறிமுகம் செய்து வைக்கிறார். சிறுவன் மைக்கேலுக்கு ஸ்ட்வார்ட் லிட்டில் கதை மிகவும் பிடித்துப் போய் விடுகிறது. அப்பாவிடம் சொல்கிறான். சில நாள்களில் ஸ்ட்வார்ட் லிட்டிலை எழுதிய ஈ.பி. வொயிட்டை வீட்டிற்கு விருந்துக்கு அழைத்து வருகிறார் தந்தை. யேல் பல்கலைக்கழகத்தில் படிப்பு. பல்கலைக் கழகத்தில் படிக்கும் காலத்தில் ராபர்ட் ஃபிராஸ்ட், டி.எஸ்.எலியட் ஆகியோருடன் அறிமுகம் கிடைக்கிறது. பிராங்க் சினெட்ரா போன்றோர் பாடும் உணவகங்களில்தான் மைக்கேல் நண்பர்களோடு ஜாலியாக உணவருந்தச் செல்வார்.

படிப்பை முடித்ததும் மிகப் பெரிய விளம்பர நிறுவனத்தில் வேலை. மிகப் புகழ்பெற்ற பன்னாட்டு நிறுவனங்கள் அனைத்திற்கும்

விளம்பரங்களை வடிவமைத்துக் கொடுத்திருக்கிறார். நிஜமாகவே குடை நிழலிருந்து குஞ்சரம் ஊர்ந்தவர்தான். ஆனால் கார்ப்பரேட் வெட்டுக் கத்தி யார் மீதுதான் விழவில்லை? விழுகிறது. இவர் பார்த்து வேலைக்குச் சேர்த்த பெண் ஹெச்.ஆர். இவரை ஒரு நாள் டின்னருக்கு அழைக்கிறாள். கார்ப்பரேட் ஏணியில் எத்தனை உயரத்தில் இருக்கி றார்களோ, அத்தனை அளவு அவர்கள் தாமதமாக வருவார்கள் என்ற விதியின்படி இவரைக் காத்திருக்க வைத்துவிட்டு, தாமதமாக வருகிறாள். நீங்கள் வீட்டிற்குச் செல்ல வேண்டியதுதான் என்கிறாள். சும்மா செல்ல வேண்டாம். உங்களது ஒவ்வோர் ஆண்டுப் பணிக் காலத்திற்கும் ஆண்டுக்குப் பத்து நாள் சம்பளம் என்று கணக்கிட்டுத் தந்து விடுகிறோம் என்கிறாள். அதை வாங்கிக் கொள்ளவும், அலுவலக மேஜையைச் சுத்தம் செய்து சொந்தப் பொருள்களை எடுத்துச் செல்லவும் நீங்கள் வரவேண்டிய அவசியம் இல்லை. எல்லாம் தாமாக வீடு தேடி வரும் என்கிறாள். வாழ்வின் பெரும்பகுதியைக் கழித்த அலுவல கத்திற்குச் சென்று நண்பர்களிடம் விடைபெறக் கூட முடியாத நிலை.

சொந்தத் தொழிலும் சரிப்பட்டு வரவில்லை. உடல், மனச் சோர்விற்காகச் சென்ற யோகா வகுப்பில் நடுத்தர வயதுப் பெண் ஒருத்தியுடன் பழக்கம் ஏற்படுகிறது. எனக்குக் குழந்தை பிறக்காது என்று மருத்துவர்கள் சொல்லிவிட்டதால் நான் திருமணம் செய்து கொள்ள வில்லை என்று சொல்கிறாள் அவள். இவரது கஷ்டகாலம், அவள் கர்ப்பமாகிறாள். குட்டிப் பையன் பிறக்கிறான். குழந்தை பிறந்ததும் அவள் பிரிந்து செல்கிறாள். எப்படியோ தைரியத்தை வரவழைத்துக் கொண்டு மனைவியிடம் மகன் பிறந்ததைச் சொல்கிறார். இவரது குழந்தைகள் நால்வரும் திருமண வயதில் இருப்பவர்கள். பேரன், பேத்தி எடுக்க வேண்டிய வயது இவருக்கு. மனைவி விவாகரத்து கோருகிறார். இருக்கும் அத்தனை சொத்துகளும் மனைவி, குழந்தை களுக்குத் தர நேர்கிறது. எழுதிச் செல்லும் விதியின் கைகளை நொந்தபடி, ஸ்டார்பக்ஸில் காபி சாப்பிடும் போதுதான், ஒரு கறுப்பினப் பெண் நீங்கள் இங்கே வேலை பார்க்க விரும்புகிறீர்களா?

என்று கேட்கிறாள். அவள் அந்த ஸ்டார்பக்ஸ் கிளையின் மேலாளர். ஏதேனும் வேலை செய்தே ஆகவேண்டும் என்ற நிலையில் மைக்கேல் சரி என்கிறார். கறுப்பின மக்களைத் தாழ்ந்தவர்களாகவே பார்த்துப் பழகும் வாழ்க்கைச் சூழலில் வளர்ந்தவரின் மேலாளர் ஒரு கறுப்பினப் பெண். சக ஊழியர்கள் அனைவரும் வாட்டசாட்டமான கறுப்பின ஆண், பெண்கள்.

எடுத்த எடுப்பிலேயே காபி கொண்டு வந்து தரும் சர்வராக எல்லாம் வேலை தந்துவிட மாட்டார்கள். அங்கே காபியில் அத்தனை ரகங்கள் உண்டு. அவையெல்லாம் தெரிந்துகொள்ளச் சில மாதங்கள் ஆகும். முதல் நாள் பணியாளருக்கான சீருடை அணிந்ததும் மேலாளர் பெண்மணி. “கடையைச் சுத்தம் செய்துவிடுகிறீர்களா?“ என்று வாளியையும், மாப்பிங் குச்சியையும் தருகிறார். மைக்கேலின் சிறுவயது வாழ்வின் செழிப்பு பற்றி மேலே சொன்னேன் அல்லவா? அவை யெல்லாம் நான் சொன்னது போல ஒரு நேர்கோட்டில் சொல்லப் படவில்லை. மாப்பிங் ஸ்டிக்கோடு கையில் நிற்கும் போது, வீட்டிற்கு ஸ்ட்வார்ட் லிட்டில் எழுதிய ஈ.பி. வொயிட் வந்த சம்பவம் நினைவிற்கு வரும். இவரைக் கழிப்பறைகளைச் சுத்தம் செய்யச் சொல்லும் போது தனது சிறுவயதின் 35 அறை மாளிகை நினைவிற்கு வரும். மெட்ரோவைப் பிடிக்க பிராங்க்ஸ்வில் ரயில் நிலையத்தில் காத்திருப்பார். அது மிக கலை நயத்தோடு கட்டப்பட்ட புராதனக் கட்டிடம். அரசாங்கம் அதை இடித்துவிட்டு, நவீனப்படுத்த ஒரு திட்டம் அறிவித்தது, அதைத் தடுக்க மக்கள் போராடியது, அந்தப் போராட் டத்திற்குக் கென்னடியின் மனைவி ஜாக்குலின் தலைமை தாங்கியது, போராட்டத்திற்கு விளம்பரம் செய்ய ஜாக்குலின் மைக்கேலை வந்து சந்தித்தது, இன்று மெட்ரோவிற்குக் காத்திருக்கும் அதே இடத்தில் ஜாக்குலினோடு கைகுலுக்கியது எல்லாம் மனதில் அலைமோதும். என்ன அலை மோதி என்ன, இன்று அவர் ஒரு சர்வர். சர்வர் கூட இல்லை. சர்வராகப் பணி செய்யக் கற்றுக் கொண்டிருக்கும் அப்ரசெண்ட் !

காலம் தனக்கேயுரித்தான கடுமையோடும், இரக்கமற்ற தன்மையோடும் அவருக்குத் தினம் தினம் பாடம் கற்றுத் தரும். சக ஊழியர்களும் அவ்விதமாகவே தொழில் கற்றுத் தருவார்கள். கழிப்பறை சுத்தம் செய்ய ஏதோ ராணுவ நடவடிக்கைக்கான செயல்திட்டம் போல இதற்கடுத்து இது என்று வரிசையாகச் சில வேலைகள் இருக்கும். ஒரு நாள் எல்லாம் செய்து முடிப்பார். வாளி, பினாயில் போன்றவற்றை அவற்றிற்குரிய இடங்களில் வைத்துக்கொண்டிருக்கும்போது ஒரு முதியவர் கழிப்பறையைப் பயன்படுத்த வருவார். அவர் சாலையோரம் வசிப்பவர். ஸ்டார்பக்ஸின் வாடிக்கையாளர் அல்லர். மைக்கேல் அவரிடம் பணிவாக இப்போது பயன்படுத்த முடியாது. பாதிச் சுத்தம் செய்துகொண்டிருக்கிறேன். பினாயில் எடுக்க வந்தேன் என்பது மாதிரி பொய் சொல்லி அனுப்பிவிடுவார். சற்று நேரத்தில் மேலாளர் பெண் மைக்கேலை அழைத்து அந்த முதியவரிடம் என்ன பேசினாய்? என்பாள். இவர் உண்மையைச் சொல்வார். பின்னர் அவர் வாடிக்கையா ளராக வரவில்லை என்று சேர்த்துச் சொல்வார். மேலாளர் கடும் கோபத்துடன் நம் கடைக்குள் நுழைபவர் எல்லோரும் நம் விருந்தினர்கள். இங்கு யாரையும் நாம் வாடிக்கையாளர் என்று குறிப்பிடுவதில்லை. விருந்தினர் என்றுதான் குறிப்பிடுவோம். நீங்கள் ஒரு விருந்தினரை திருப்பித் அனுப்பிவிட்டீர்கள். இனி இது போல் செய்யாதீர்கள் என்று சொல்வாள்.

கொஞ்சம் கொஞ்சமாக பில் போடுவது, காபி கொண்டு போய் தருவது, பின்னர் காபி கலக்குவது என்றெல்லாம் கற்றுக் கொள்கிறார் மைக்கேல். மேலாளர்களுக்கான பணிப்பரிசீலனைக் கூட்டத்தில் கலந்துகொள்வதற்காக மேலாளர் பவர்பாயிண்ட் தயாரிக்கும்போது மைக்கேல் அவளுக்கு உதவி செய்து நெருக்கமாகி விடுகிறார். ஆனாலும், கடை அடைக்கும்போது இவரது கல்லாவில் பணம் குறையும்போது திட்டுதான் வாங்குகிறார். வாடிக்கையாளராக, இல்லை, இல்லை, ஸ்டார்பக்ஸின் விருந்தினராக இவரோடு முன்பு பழகிய வேறு பெரிய நிறுவனங்களின் நிர்வாகிகள், இவரது சொந்த மகன், மகள்கள் எல்லாம் வரும் போது இவர் பில் போட்டுக் கொண்டோ, சப்ளை

செய்துகொண்டோ இருப்பது சங்கடமாக இருக்கும் . பின்னர் பழகியும் போய்விடும்.

எது எப்படியோ, சாப்பாட்டுப் பிரச்சனை இல்லாமல், ஒருவரிடம் கையேந்தாமல் கௌரவமாக உழைத்துப் பிழைக்கும் ஒரு வாழ்க்கை அமைந்தது குறித்து நிஜமாகவே மகிழ்கிறார் மைக்கேல். நல்ல படிப்பும், இலக்கிய வாசிப்பும் உள்ளவர் என்பதால் தனக்கு நிகழ் பவற்றை மகிழ்ச்சி, துக்கம் இன்றிச் சமநிலையோடு ஏற்கும் பக்குவம் இருக்கிறது. ஒரு முறை ஊழியர்களுக்குப் போட்டிகள் எல்லாம் வைக்கிறார்கள். ஸ்டார்பக்ஸ் பெயர்க் காரணம் தெரியுமா? என்று கேட்கிறார்கள். ஸ்டார்பக்ஸ் என்பது மோபி டிக்கில் வரும் ஒரு கப்பல் கேப்டனின் பெயர் என்கிறார் மைக்கேல். என்ன இருந்தாலும் படிச்சவன் படிச்சவன்தான்யா, எப்படி டக்குன்னு அடிச்சான் பாரு என்று வியக்கிறார்கள் சக ஊழியர்கள். பெரிய கல்வியறிவு, வசதியான குடும்பச் சூழல் ஏதும் அற்ற கறுப்பினத்தவர்கள் அவர்கள். ஆணோ, பெண்ணோ, எல்லோருமே ஆறரை அடிக்குக் குறையாத உயரமும், அச்சுறுத்தும் பருமனுமாக இருப்பவர்கள். உடல் முழுவதும் பச்சை குத்திக்கொண்டு, வினோதமான சிகை அலங்காரத்தோடு வருபவர்கள். மைக்கேல் தனது விளம்பரக் கம்பெனி பூர்வாசிரம வாழ்வில் இவர்கள் போன்றவர்கள் எதிரில் வந்தால், தன்னிடம் இருப்பதைப் பிடுங்கி விடுவார்களோ, தன்னை அடித்துப் போட்டு விடுவார்களோ என்று நினைத்துக் காரணமே இன்றி பயந்தவர். வெறுத்தவர். ஸ்டார்பக்ஸ் வேலை அவர்களும் நம் போன்றவர்களே என்று உணர வைக்கிறது.

ஒரு நாள் இரவுப் பணியின்போது, சற்று கூடுதல் நேரம் பணி செய்ய வேண்டிய அவசியம் ஏற்படுகிறது. மைக்கேலின் மேற்பார்வை யாளனான கெஸ்டர் இன்று தயவுசெய்து சிறிது கூடுதல் நேரம் வேலை பார்க்க முடியுமா? என்று கேட்கிறான். மற்றொரு நாள் மைக்கேலுக்கு விடுமுறை நாளாக இருந்தபோதும், அன்று வரமுடியுமா? என்று மிகப் பணிவாக வேண்டுகிறார்கள். மைக்கேலின் கார்ப்பரேட் உலகில் இப்படி இருந்ததே இல்லை. வீட்டுக்குக் கிளம்புபவனுக்கு வேண்டு மென்றே ஒரு வேலை தந்து போகவிடாமல் செய்வது அங்கே சகஜம்.

இந்த சனி, ஞாயிறு நீங்கள் எல்லோரும் வேலைக்கு வந்தாக வேண்டும் என்று பல வெள்ளிக்கிழமைகளில் இரவு ஏழு மணிக்கு மேல் எந்தக் கூச்சமும் இன்றி அதிகாரமாகச் சொல்லிவிட்டு, அவர்கள் முகம் பார்க்காமல் எழுந்து சென்றவர்தான் மைக்கேல். ஊழியர்களை இப்படியும் நடத்தலாம் என்று ஸ்டார்பக்ஸ் அவருக்கு அனுபவபூர்வமாகக் காட்டுகிறது. நான் மகிழ்ச்சியாக இருந்தால், எனக்குக் கீழே வேலை பார்க்கும் அனைவரும் மகிழ்ச்சியாகத்தான் இருப்பதாக அர்த்தம் என்று உயர்மட்ட அதிகாரிகள் நினைப்பதை மட்டுமே பார்த்தவரான அவருக்குக் காபி கலந்து தரும் வேலை தினம் தினம் எவ்வளவோ கற்றுத் தருகிறது. கற்றுத் தந்தது மட்டுமல்லாமல், இதுநாள்வரை இல்லாத மனநிம்மதியையும் தந்திருக்கிறது.

வாழ்ந்து கெட்டவர்கள் வாழ்வைச் சொல்வதாக நம் தமிழ் இலக்கியத்தில் ஒரு தனி வகைமை எப்போதும் இருந்திருக்கிறது. இளங்கோவடிகள் முதல் வண்ணநிலவன், கலாப்ரியா என்று எத்தனை எத்தனையோ படைப்பாளிகள் சொல்லிச் சென்ற விஷயம்தான். ஆனாலும், பழைய வாழ்வையும், இன்றைய வாழ்வையும் மாறி மாறிச் சொல்லும்போது, இன்றைய நிலையின் கசப்பை, துக்கத்தை ஒரு ஸ்பூன் தூக்கலாகவே சொல்வதாகத்தான் அவை அமையும். நடை மெலிந்தோரூர் நண்ணும்போது, குறையொன்றும் இல்லை, மறை மூர்த்திக் கண்ணா என்று சொல்வோர் குறைவுதான். ஆனால் மிக அபூர்வமான மைக்கேல் கேட்ஸ் கில் அதையும் மகிழ்ச்சியாக ஏற்று அதை இலக்கியமாகவும் பதிவும் செய்திருக்கிறார்.

- ஆர்வமுள்ளோர் வாசிக்க

    How Starbucks Saved My Life - Michael Gates Gill. யூட்யூப் காணொளிகளும் நிறைய உள்ளன.

பேனாவிலிருந்து சுத்தியலுக்கு

13

ஒரு வேலையில் நிரந்தரமாக இருக்க வேண்டும் என்பது இந்திய மனநிலை. அரசுப்பணியில் இருப்போருக்கு வேறு வழியில்லை. பிடித்தாலும், பிடிக்காவிட்டாலும் பணிஓய்வு பெறும் வயதுவரை அதைக் கட்டிக்கொண்டு போராடித்தான் ஆகவேண்டும். தனியார் நிறுவனங்களில், கடைகளில் வேலை பார்ப்போருக்கு அந்தக் கட்டாயம் இல்லை. எனினும், யாரும் அத்தனை எளிதில் பணி மாறுவதில்லை. துணிக்கடையில் வேலை பார்த்தோர் அந்த வேலை போய் விட்டால், கொரியர் கம்பெனியில் சேர்வதில்லை. மற்றொரு துணிக்கடைக்குத்தான் செல்கிறார்கள். எத்தொழிலிலும் அனுபவம் அல்லது முன்னனுபவம் என்பது நம் மனநிலையில் மிக முக்கியமான ஒன்றாக இருக்கிறது. ஆனால், எல்லாவற்றிலும் - அதாவது எண்ணம், செயல் ஆகியவற்றில் - கட்டற்ற சுதந்திரம் உள்ள அமெரிக்கா போன்ற இடங்களில் இது இவ்வாறாக இல்லை. நினா மெக்லாஃப்லின் என்ற பெண்ணுக்குத் தனது பத்திரிகை அலுவலக உதவியாசிரியர் பணி பிடிக்காமல் போனபோது, தச்சு ஆசாரியாக வேலைக்குப் போகிறாள். அந்த வித்தியாசமான அனுபவங்களை *Hammer Head* என்று புத்தகமாக எழுதியிருக்கிறாள். படிக்கப் படிக்க வியப்பூட்டும் புத்தகம். என் பத்திரிகைத் தொழிலை

விட இதில் வருமானம் குறைவு என்ற புலம்பலும் இல்லை, நான் நினைத்ததைவிடத் தச்சுத் தொழிலில் அதிகம் சம்பாதித்தேன் என்ற பெருமையும் இல்லை என்பது மற்றொரு வியப்பு. உடல் உழைப்பு, புதிய தொழிலைக் கற்றது என்று அனுபவம் சார்ந்த பதிவாக மட்டுமே எழுதிச் சென்றிருக்கிறாள் நினா.

நம் நாட்டைப் போலன்றி, அமெரிக்கா உள்ளிட்ட பல மேலை நாடுகளிலும் வீட்டின் தளம், உட்பக்கச் சுவர்கள் எல்லாம் மரத் தாலானவை என்பதால் தச்சர்கள்தாம் வீட்டின் பெரும்பகுதியைக் கட்டுபவர்களாக இருப்பார்கள். அங்கு கொத்தனாரின் பங்கு குறைவு. எனவே, தச்சர்களுக்கு வேலை நிறையக் கிடைக்கும். என் ஐம்பத்தியேழு வயது வாழ்க்கையில் ஒரு பெண்தச்சரைக்கூடப் பார்த்ததில்லையே என்ற வியப்போடு, சரி, அமெரிக்காவில் இதெல்லாம் சகஜம் போலும் என்ற எண்ணத்தோடு தான் புத்தகத்தைப் படிக்க ஆரம்பித்தேன். ஆனால், அங்கும் அப்படித்தானாம். அமெரிக்காவிலும் தச்சுவேலை ஆண்களின் வேலைதான். அங்கு தச்சுதான் பிரதானமான கட்டுமானப்பணியாக இருக்கிறது. அதில் 97.6 சதம் ஆண்கள்தான் ஈடுபட்டுள்ளனர். பெண்கள் வெறும் 2.4 சதம்தான். 1972 வரை 0.5 சதம் மட்டுமே பெண்கள் என்று இருந்தது. 2009இல் 1.6 சதமாக உயர்ந்ததாம். 2.4 என்பது 2011ன் புள்ளிவிபரம். அதே போல், உடலுழைப்பைக் கோரும் தச்சத் தொழிலில் மட்டும்தான் வியப்பூட்டும் விதமாக கறுப்பின மக்களின் பங்களிப்பு குறைவு. அமெரிக்கத் தச்சர்களில் 90.9 சதவிகிதத்தினர் வெள்ளையர்கள். பொதுவாக மற்ற தொழில்களில் ஆதிக்கம் செலுத்தும் ஸ்பானிய மக்களும் இந்தத் தொழிலில் குறைவுதான். இன்றளவும் அமெரிக்காவில் தச்சுத் தொழில் மட்டும் தனது இனவெறியை, பாலின அசமத்துவத்தை அப்படியே காப்பாற்றிக் கொண்டு வருவது மிகப் பெரிய காலமுரண்.

தன் பத்திரிகைப் பணி பிடிக்காமல் போன நிலையில் நினா அந்த வேலையை உதறிவிட்டு, வேறு வேலை தேடுகிறார். உடலுழைப்பைக் கோரும் வேலையைச் செய்வது என்று முடிவு செய்கிறார். பொதுவாகவே

அமெரிக்கப் பெண்கள் திடகாத்திரமாகத்தான் இருப்பார்கள். நினா சற்று கூடுதல் திடகாத்திரம். இணையத்தில் வேலை தேடும் போது, மேரி என்ற தச்சர் தனக்கு உதவியாளர் வேண்டும் என்று விளம்பரம் செய்திருந்ததைப் பார்த்து விண்ணப்பிக்கிறார். இவரும் இரண்டு கட்ட வடிகட்டலுக்குப் பிறகு நினாவை உதவியாளராகச் சேர்த்துக் கொள்கிறார். கட்டற்ற சுதந்திர தேசத்தின் பெண் என்பதன் முழு வடிவம் இந்த மேரி. இவர் தன்பால் ஈர்ப்பாளர். ஒருபெண்ணைத் திருமணம் செய்து கொண்டு குடும்பம் நடத்துபவர். அந்தப் பெண்ணுக்கு ஒரு ஆண் மூலம் பிறந்த குழந்தை ஒன்று உண்டு என்பதால், இயல்பாகவே மேரி கணவனாகவும், அந்தப் பெண் மனைவியாகவும் வாழ்கிறார்கள். வேலை முடிந்து மேரி வீடு சென்றதும், முகம் கழுவிக்கொண்டு, ஒரு சிகரெட்டைப் பற்ற வைத்துக்கொண்டு சோபாவில் உட்கார, மனைவியானவள் டீ போட்டுக் கொண்டுவரும் நம்மூர் காட்சி அன்றாடம் நடக்கிறது.

நினா பத்திரிகையாளர். எம் போன்றோர் அடிக்கடி சொல்வது போல் கருத்தால் உழைத்துக் கொண்டிருந்தவர். திடீரென கரத்தால் உழைக்க ஆரம்பிக்கும்போது அவருக்கு எல்லாமே புதிதாய் இருக்கிறது. எல்லாவற்றையும் புத்தகங்கள், வாசிப்பு மூலமாகவே அறிந்தவருக்கு, கண் நிதானத்தில் காலரைக்கால் அங்குலம் விட்டு மரத்தை அறுக்க வேண்டும் என்பது மாதிரியான வேலைகள் மிகவும் புதுமையாக, திகைப்பாக இருக்கிறது. அரை நாள் உட்கார்ந்து கட்டுரை எழுதுபவர். எழுதி எழுதித் திருத்தித் திருத்தி மீண்டும் மீண்டும் எழுதி அழித்து படைப்பை உருவாக்குபவர். பல முறை அளந்து பார்த்து விட்டு, ஒரே ஒரு முறைதான் மரத்தை அறுக்க முடியும் என்ற முதுமொழியை எத்தனையோ முறை படித்தவர்தாம். ஆனால், தச்சுத் தொழிலில் பேக்ஸ்பேஸ் கிடையாது. Control + z கிடையாது. கேட்டுக் கேட்டு, பார்த்துப் பார்த்து மேரியிடம் திட்டு வாங்காமல் தொழிலைப் பழகுவது பெரிய சவாலாகத் தான் இருக்கிறது. கொஞ்சம் கொஞ்சமாக அந்த சவாலில் வெல்லவும் செய்கிறார்.

இணையத்தில் தச்சுத் தொழில் சார்ந்து நிறைய படிக்கிறார். சுத்தியல் பற்றிப் படிக்கிறார். இவரது வீட்டிற்கு 90 மைலுக்கு வடக்கே ஜுனோ என்ற இடத்தில் சுத்தியலுக்கான ஒரு தனி அருங்காட்சியகம் இருக்கிறது. 1973இல் ஆரம்பிக்கப்பட்டது. சுத்தியலின் வரலாறு, 1500க்கும் மேற்பட்ட விதவிதமான சுத்தியல்கள் எல்லாம் இருக்கின்றன. எல்லாம் பார்த்து வருகிறார். ஆனால், அப்படித் தெரிந்து

கொண்டவை எவையும் சுத்தியலை வைத்து ஓர் ஆணியை ஒழுங்காக அடிக்க உதவவில்லை. ஓங்கி அடித்தால், கையில் படுகிறது. ஆணி தெறித்து பறந்து சென்று விழுகிறது. வளைந்து போகிறது. அளவுகளும் அவ்வாறே. அளவுகள் பற்றி ஏராளமாகப் படிக்கிறார். அடி என்றால் என்ன, கஜம் என்றால் என்ன? இரண்டு கை நீளத்திற்கு என்ன பெயர்? நம் புராணங்களில் வரும் யோஜனை, க்ரோஸம் என்பது பற்றிக் கூடப் படிக்கிறார். ஒரு மாட்டு வண்டி ஒரு நாள் பொழுதில் கடக்கக் கூடிய தூரமே ஒரு யோஜனை. கிழட்டு மாடு, மேடுபள்ளமான சாலை என்றால் யோஜனை மாறுமே என்று யோசிக்கிறார். க்ரோஸம் என்றால் ஒரு பசு 'ம்மா' என்று கத்தும் குரல் கேட்கும் தூரமாம். மாட்டுக்குத் தொண்டை கட்டியிருந்தால் ? காற்று எதிர் திசையில் வீசினால்? ஸ்குரூடிரைவரின் வரலாறு பற்றி *one good turn* என்று ஒரு முழு புத்தகமே படிக்கிறார். ஸ்குரூடிரைவர் 1580 முதல் பயன்பாட்டில் இருக்கிறது என்ற தகவல், ஸ்குரூடிரைவரை மேரி போல் எளிதாக, வேகமாகப் பயன்படுத்த ஒரு போதும் நினாவிற்கு உதவவில்லை !

அளவுகள் முறைப்படுத்தப்பட்டது நெப்போலியன் காலத்தில் என்று அறிகிறார். பாரீஸ் வழியாக நிலநடுக்கோட்டிலிருந்து வடதுருவத்திற்குச் செல்லும் நேர் கோட்டின் பத்துலட்சத்தில் ஒரு பங்குதான் ஒரு மீட்டர் என்கிறார் நெப்போலியன் காலத்து விஞ்ஞானி ஒருவர். ஒரு மீட்டர் மரத்தை வெட்ட நிலநடுக் கோட்டிலிருந்து வடதுருவம் பயணிக்க வேண்டுமா? வேண்டாம் என்றால் அதைவிட சுலபமான வழி இருக்கிறது. காற்றில்லாத வெற்றிடத்தில் ஒரு விநாடியின் 1/ 299785588 பாக நேரத்தில் ஒளி கடக்கக் கூடிய தூரம்தான் ஒரு மீட்டர் என்று வைத்துக்கொள் என்கிறார் மற்றொரு விஞ்ஞானி. மேரி போன்ற அனுபவப் பள்ளி ஆசான்கள் இவை எதுவும் தெரியாமல் டக்டக்கென்று அளக்கிறார்கள். கண் நிதானத்தில் அளந்து வெட்டுகிறார்கள். படிப்பிற்கும் அனுபவத்திற்கும் உள்ள வேறுபாட்டை அனுபவபூர்வமாக உணர்கிறார் நினா.

மேரிக்குப் பொதுவாக படுக்கையறை, சமையலறை ஆகியவற்றைப் பிரித்து, தயார் செய்யும் வேலைதான் நிறைய வருகிறது. மத்திய காலகட்டத்தில் வீடுகளில் இப்படிப்பட்ட அறைகளே கிடையாது. எல்லோரும் பாதுகாப்பிற்காகவும், கதகதப்பிற்காகவும் ஒரே அறையில் வசித்த காலமது. நாகரீகம் வளர வளர, அக்கம்பக்கத்தினர், விலங்குகள், பூச்சிகள், குளிர் ஆகியவை உள்ளே வராமலும், வெப்பமும், குடும்ப ரகசியங்களும் வெளியே செல்லாமலும் தடுக்கவே

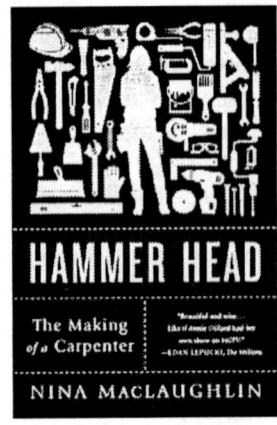

அறைகள் உருவானதாக நினாவின் படிப்பு சொல்கிறது. அவற்றை மரப்பலகைகள், சட்டங்களை வைத்து உருவாக்க மேரி சொல்லித் தருகிறாள். நல்ல உடல் பலம் உள்ளவள்தான் நினா என்றாலும், அந்த பலத்தை வைத்து நாள் முழுவதும் உழைப்பது கடினமாகத்தான் இருக்கிறது. ஒரு நாள் டைல்ஸ் பெட்டிகளை மூன்றாவது மாடிக்கு ஏற்றும் வேலை. ஒவ்வொரு மாடிக்கும் முப்பது படிகள். அன்று மட்டும் கிட்டத்தட்ட அரை டன் எடை உள்ள டைல்ஸ்களை மூன்று மாடிகள் ஏறி இறங்கி ஏற்றியிருக்கிறாள் நினா. உடல் உழைப்பு என்றால் என்னவென்று புரிகிறது. பத்திரிகை அச்சுக்குப் போகும் கெடு முடிவடைய சில நிமிடங்களுக்கு முன்னால், ஒரு நீண்ட புத்தக மதிப்புரையை எழுதி முடிக்கும் திருப்திக்கும், இதற்கும் மிகப் பெரிய வேறுபாடு இருக்கிறது. கட்டுரையை எழுதி முடித்த மறுகணமே அதை முடித்த மகிழ்ச்சி வடிந்து போய், அதிலுள்ள பிழைகளும், கருத்து முரண்களும்தான் பெரிதாய்த் தெரியும். ஆனால், டைல்ஸ் பெட்டிகளை ஏற்றி முடித்ததும் முழுத் திருப்தி. கூடுதலாக நாளுக்கு நாள் கைகளும், தொடைகளும், மார்புகளும் இதுவரை இல்லாத திண்மையை, வடிவத்தைப் பெறுகின்றன.

சமையலறை, படுக்கையறை வேலைகள் பலவும் ஏற்கனவே ஆள்கள் வசிக்கும் வீடுகளில்தான் நடக்கின்றன. மரமாத்து வேலைகள், மாற்றியமைத்தல் என்பதான வேலைகள்தாம் நிறைய வருகின்றன. தச்சுத் தொழில் சகமனிதர்களின் வாழ்க்கையை வெளியிலிருந்து பார்க்கும் தொழிலாக இல்லை. அவர்கள் வீட்டிலேயே, அவர்கள் வசிக்கும் போதே, ரியல்டைமில் அருகிலிருந்து பார்க்க முடிவதான ஒரு தொழிலாக இருக்கிறது. அவர்கள் என்ன சாப்பிடுகிறார்கள்? காபி எந்த விதமாகப் போடுகிறார்கள்? சுவரில் என்ன மாதிரியான படங்களை மாட்டியிருக்கிறார்கள்? அவர்களது புத்தக அலமாரிகளில் என்னென்ன புத்தகங்கள் இருக்கின்றன? ஏன் ஒரு செய்தித்தாளில் வந்திருக்கும் அஞ்சலிக் குறிப்பைக் கத்தரித்து வைத்திருக்கிறார்கள்? சுவரில் எழுதி வைத்திருக்கும் கைபேசி எண் யாருடையது? அந்த வீட்டுப் பெண் உருளைக்கிழங்கை உரிப்பது, பல் தேய்ப்பது, இரண்டு கைகளையும் தூக்கி டீஷர்ட்டை அவிழ்ப்பது எல்லாவற்றையும் பார்க்க முடிகிறது. இவை எதையும் கவனிக்கக் கூடாது என்று மேரி சொல்லிக்கொண்டே இருக்கிறாள். ஆனால், நினாவிற்குள் இருக்கும் எழுத்தாளினி அவற்றைக் கவனித்துக்கொண்டே இருக்கிறாள்.

புத்தகம் முழுவதும் எழுத்துத் தொழிலுக்கும், தச்சுத் தொழிலுக்குமான ஒற்றுமை வேற்றுமைகளை சொல்லிக் கொண்டே

செல்கிறார் நினா. தச்சுத் தொழிலைக் கண்டுபிடித்தது யார் என்று பிளைனி சொன்னதை மேற்கோள் காட்டுவார். ரம்பம் எப்படிக் கண்டு பிடிக்கப்பட்டது என்று ஓவிட் சொல்வது ஓரிடத்தில் வரும். "கடைசியில் இலக்கியம் என்பது தச்சுத் தொழில்தான்... இரண்டிற்குமே கடின உழைப்பு தேவை.. இரண்டிலுமே நீங்கள் மரம் போன்ற ஒரு கடினமான ஒன்றை, ஒரு யதார்த்தத்தை வைத்துத்தான் வேலையை ஆரம்பிக்கி றீர்கள்" என்று கேப்ரியல் கார்ஸியா மார்க்வெஸ் சொன்னதை மேற்கோள் காட்டுவார். அதோடு கூடவே மார்க்வெஸ் தச்சுத் தொழில் செய்ததில்லை. சொற்கள் மாறக்கூடியவை. ஒரு மரத்துண்டு அப்படியல்ல என்று சேர்த்தும் சொல்வார்.

நினா இப்போது சொந்தமாக காண்ட்ராக்ட் எடுத்து வேலை செய்கிறார். மேரி அழைக்கும் போது அவருக்கு உதவியாளராகவும் செல்கிறார். தொழில் கற்கும் காலத்தில், "முயற்சி செய். தோல்வியடை. மீண்டும் முயற்சி செய். முன்பைவிடச் சற்று மேம்பட்ட தோல்வியை அடை" என்ற சாமுவெல் பெக்கெட்டின் வார்த்தைகளை மனதில் கொண்டே முயற்சி செய்து தொழில் கற்றார். தொழில் கற்கும் போது மேரி ஒரு முறை, "தச்சுத் தொழிலில் முக்கியமான விஷயமே தவறுகளை எப்படிச் சரி செய்வது என்பதுதான். ஏதேனும் ஒன்று தவறாகிவிட்டால், அதை எப்படி சரி செய்வது என்று தெரிந்து கொண்டால், பாதித் தொழிலைத் தெரிந்து கொண்டதாக அர்த்தம்," என்பாள்.

அந்த அறிவுரை எல்லாத் தொழில்களுக்கும்தான் என்று நான் புரிந்து கொண்டேன்.

- **ஆர்வமுள்ளோர் வாசிக்க**

  Hammer Head by Nina Maclaughlin.

ஸார் போஸ்ட்

14

மிக அதிகமான பணிச்சுமை, சிரிக்கவே மறந்த, சிரிக்கவே முடியாத ஊழியர்கள், வேலையைத் தவிர வேறு எதையுமே நினைக்க முடியாத ஊழியர்கள் இருக்கும் ஒரே துறை அஞ்சல் துறைதான். அங்கு எவருக்குமே பெயர் கிடையாது. பி1, ஏ2, ஈ3 என்றுதான் எழுத்தர்களை அழைப்பார்கள். தபால்காரர்களை ஒன் பீட், டூ பீட், த்ரீ பீட் என்று அவர்கள் தபால் பட்டுவாடா செய்யும் பீட்டுகளின் எண்ணால் அழைப்பார்கள். அப்படியான துறையிலும், நினைத்தே பார்க்க முடியாதபடிக்கு வித்தியாசமாக வாசிப்பும், எழுத்துமாக இருந்தவர்கள் எனக்குத் தெரிந்து கவிஞர். நா.விச்வநாதன், தோழர். ச.தமிழ்ச்செல்வன், தோழர்.வேல.ராமமூர்த்தி. முன்னவர் பணிஓய்வு பெற்றுவிட, மற்ற இருவரும் ஒரு கட்டத்தில் வேலையை உதறிவிட்டு வெளியேறிவிட, ஒற்றைப் படைப்பாளி கூட இல்லாத ஒரே அரசுத் துறை என்ற பெருமையோடு இயங்குகிறது அஞ்சல்துறை ! அந்தத் துறையைச் சேர்ந்த வின்சென்ட் வைகோஃப் தபால்காரராக தனது அனுபவங்களைப் பதிவு செய்திருக்கும் *Beware of Cat and other encounters of a letter carrier* என்ற நூலைப் பார்த்ததும் இயல்பாகவே ஆசையாக இருந்தது. சின்ன புத்தகம்தான் . ஒரே மூச்சில் படித்துவிட்டேன். எல்லா

வேலைகளிலும் இனிய அனுபவங்கள் உண்டு, புதுமைகள் உண்டு என்பதை மீண்டும் ஒருமுறை நிறுவிய புத்தகம். வின் சென்ட்டின் அனுபவங்கள் சில நம்மூர் தபால்காரர்களின் அனுபவங்கள். சில அமெரிக்காவிற்கே உரிய அனுபவங்கள். மொத்தத்தில் நல்ல அனுபவப் பகிர்வு.

அமெரிக்காவில் தபால்காரர் போஸ்ட்மேன் அல்லர். லெட்டர் கேரியர். நம்மூர் போஸ்ட்மேன் போல் முன்பு சைக்கிளில், இப்போது இருசக்கர வாகனத்தில் வருவதில்லை. காலம் காலமாக அவர்களுக்கு ஜீப் வழங்கப்பட்டிருக்கிறது. கடினமான உழைப்பைக் கோரும் வேலை. வின்சென்ட் இந்தப் புத்தகத்தை எழுதிக் கொண்டிருக்கும்போது கூட புதிதாக 5 இளைஞர்கள் பணியில் சேர்கிறார்கள். 90 நாள்கள் தகுதிகாண் காலம் முடிவதற்குள்ளாகவே மூவர் முடியவில்லை என்று ஓடிவிடுகிறார்கள். இருவர் விரைவாகப் பணிசெய்யவில்லை என்று நிர்வாகம் வீட்டுக்கு அனுப்பிவிடுகிறது. பருவநிலை எப்படி இருந்தாலும், தபால்கள் அனைத்தையும் தந்தே ஆகவேண்டும் என்றால் சும்மாவா? அதுவும் வின்சென்ட் வேலை பார்க்கும் தென் மினியாபொலிஸில் கடுமையாகப் பனிப் பொழிவு இருக்கும். ஆண்டில் பெரும்பகுதி மைனஸ் இருபத்தைந்து டிகிரி குளிர். சமயங்களில் தெருக்களில் மூன்றடி உயரத்திற்கும் மேலாகப் பனி படிந்திருக்கும். அப்போது துணைக்கு மற்றொரு தபால்காரரை அனுப்பு வார்கள். மாற்றி மாற்றி ஜீப் ஓட்டிக்கொண்டும், பனியை அகற்றி, ஜீப்பைத் தள்ளிக்கொண்டும் தபாலைத் தந்துவிட்டு வரவேண்டும்.

இங்கு அஞ்சல் அலுவலகம் பக்கமே போகாமல், நாம் எல்லோருமே கிட்டத்தட்ட கொரியருக்கு மாறிவிட்டோம். அவர்களும் தபால் தொழிலை விட்டுவிட்டு, கங்கா ஜலம் விற்க ஆரம்பித்து விட்டார்கள். அமெரிக்காவில் அப்படியல்ல. இன்னும் மக்கள் அரசு அஞ்சல் துறையைத்தான் பயன்படுத்துகிறார்கள். விளம்பரங்கள், புத்தகங்கள், தனிப்பட்ட கடிதங்கள் என்று ஒவ்வொரு வீட்டிற்கும் தினமும் பத்து தபாலாவது வருகிறது. இங்குள்ளது போல் மெயில் வேனில் , ரயிலில் தபாலை அனுப்புவதில்லை. இதற்காகவே தனி விமானங்கள் பறக்கின்றன. திங்கட்கிழமை நம்மூர் போஸ்டாபீஸ் போலவே இரு மடங்கு தபால்கள் குவிந்து கிடக்கின்றன. மற்றொரு வியப்பான விஷயம், இன்ன பொருள்தான் என்றில்லாமல், கண்டதையும் தபாலில் அனுப்புகிறார்கள் அமெரிக்கர்கள். இளநீரைத் தபாலில் அனுப்புகிறார்கள். எந்த பேக்கிங்கும் இல்லாமல், அப்படியே இளநீரின் முதுகில் மார்க்கர் பேனாவால், அனுப்புநர் பெறுநர் முகவரிகளை எழுதி, கிடைத்த இடத்தில் ஸ்டாம்ப் ஒட்டி அனுப்புகிறார்கள். வின்சென்ட்

போன்ற கடமை வீரர்கள் அதை உடைத்துக் குடித்து விடாமல் உரியவரிடம் பத்திரமாகச் சேர்க்கிறார்கள். இளநீர் ஹவாய் தீவிலிருந்து தென் மினியாபொலிஸிற்குப் பத்திரமாக வந்து சேர்கிறது! ஒரு முறை ஒரு அட்டை டப்பா நிறைய புறாக்கள் அனுப்பப்படுகின்றன. புறாக்களின் சுவாசத்திற்காக எல்லாப் பக்கங்களிலும் சின்னச் சின்னதாய் ஓட்டைகள். போதைப்பொருளைத் தபாலில் அனுப்புவோரும் உண்டு. ஒரு குறிப்பிட்ட பார்சலில் போதைப் பொருள் இருப்பதாக விமான நிலையத்தின் மோப்ப நாய் சந்தேகப்பட, அமெரிக்க போதைப் பொருள் தடுப்பு போலீசார், 'நம்ம ராமு என்னவோ சொல்கிறான்' என்று உஷாராகிறார்கள். ஒரு போலீஸ் அதிகாரி நம் வின்சென்ட்டுடன் அந்த பார்சல் பட்டுவாடாவிற்கு வருகிறார். குறிப்பிட்ட வீடு வந்ததும், வின்சென்ட்டிற்குப் பதிலாக அவர் 'சார் போஸ்ட்' என்று அழைக் கிறார். முகவரிதாரர் பார்சலை வாங்க வெளியே வந்ததும் மறைந் திருந்த அவரது சகாக்களோடு சேர்ந்து வளைத்துப் பிடிக்கிறார். வின் சென்ட்டின் வழக்கமான பணியில், மாறுதலாக ஒரு சாகச தினம்.

அமெரிக்காவில் இன்றும் வெளிநாடுகளுக்குச் செல்வோர் அங்கிருந்து தம் குடும்பத்தினருக்கு, நண்பர்களுக்குப் புகைப்படங்கள் போட்ட வாழ்த்து அட்டைகள் அனுப்பும் வழக்கம் இருக்கிறது. தினமும் ஏராளமாக இப்படி அட்டைகள் வரும். கடற்கரைகளில் அரைகுறை ஆடையில் இருக்கும் பெண்களின் படங்கள் போட்ட வாழ்த்து அட்டைகளைத்தான் நிறைய அனுப்புவார்கள். வின்சென்ட் போன்ற தபால்காரர்கள் இந்த மாதிரி அட்டைகளை மட்டும் பார்த்து ரசிப்பதுண்டு. எங்கோ ஒரு தீவிற்கு விடுமுறைக்குச் சென்றிருந்து, வின்சென்டின் பகுதியில் இருக்கும் ஒரு கவர்ச்சிக் கிழவி இது போன்ற அட்டை ஒன்றைத் தன் பக்கத்து வீட்டின் மற்றொரு கவர்ச்சிக் கிழவிக்கு அனுப்புகிறாள். தன் சிநேகிதியின் பெயர் போட்டு, அன்புடன் என்று கையெழுத்திட்டுள்ள அந்தக் குறும்புக்காரக் கிழவி, பின்குறிப்பு ஒன்றும் எழுதியிருக்கிறாள். இந்தப் படத்தை பார்த்து

ரசித்து விட்டு டெலிவரி செய்யப் போகும் வின்சென்ட்டிற்கும் என் அன்பு முத்தம் என்று எழுதியிருக்கிறது. வின்சென்ட் வெட்கத்தோடு அதை டெலிவரி செய்கிறார். ஊர் திரும்பிய கிழவி வின்சென்ட்டைப் பார்க்கும் போது "படம் எப்படி?" என்கிறாள். திரும்பவும் வெட்கம்.

வண்ணதாசனின் கூறல் கதையில் நாவிதரிடம் அன்பாகப் பேசும் தாத்தா வருவாரே, அதுபோல அமெரிக்கத் தாத்தா, பாட்டிகள் போஸ்ட் மேனிடம் அன்பாகப் பேசுகிறார்கள். அவர்களிடம் பேசும் ஒரே ஜீவன் தபால்காரரர் மட்டுமே. "நான் வளர்த்த கிளி ஒன்று பறந்து போய்விட்டது. விசில் அடித்தால் பறந்து வந்து தோளில் உட்கார்ந்து விடும். எங்காவது மரங்களில் கிளிகளைப் பார்த்தால் விசில் அடி. என் கிளி உன்னிடம் வந்தால், அதை என்னிடம் ஒப்படை", என்று தினமும் ஒரு கிழவர் சொல்வார். வின்சென்ட்டும் மரங்கள் அடர்ந்த பகுதிகளில் செல்லும் போதெல்லாம் விசில் அடித்தபடியே செல்வார். ஒரு கிளியும் வந்து தோளில் உட்காராது. ஒரு நாள் கிழவரின் மனைவிக் கிழவி வீட்டில் இருக்க, வின்சென்ட் அவளிடம் தான் கிழவரின் கிளியைத் தேடிக்கொண்டே இருப்பதாகவும், என்றேனும் ஒருநாள் கண்டு பிடித்துவிடலாம் என்று நம்புவதாகவும் சொல்ல, கிழவி "வேண் டாம்ப்பா, அது பறந்து போய் இருபத்தி அஞ்சு வருஷம் ஆச்சு" என்பாள். மற்றொரு தனிமைக் கிழவர் மரத்தின் கிளைகளை வெட்டிவிடலாம் என்று மரத்தில் ஏறிவிட்டு, இறங்கத் தெரியாமல், வின்சென்ட் வரும் வரை காத்திருப்பார். இரண்டு மணி நேரம் கழித்து வின்சென்ட் வரும்போது மரத்திலிருந்து தன்னை இறக்கி விடுமாறு குரல் தருவார்.

தபால்காரரர் - நாய்கள் உறவு பற்றிய ஜோக்குகள் உலகம் முழுவதும் இருக்கின்றன. அவை உண்மையும்கூட. வின்சென்ட்டின் ஏரியா முழுவதும் நாய்கள். எல்லா நாய்களையும் அவருக்குத் தெரியும். எல்லா நாய்களுக்கும் அவரைத் தெரியும். பெரும்பாலானவை 'நம்ம ஆளுதான்' என்று வாலாட்டும். "எனக்கு எதுவும் தபால் இல்லையா?" என்று இங்கிலீஷில் கேட்காதது மட்டுமே குறை.

இன்னும் சில 'என்றேனும் ஒரு நாள் நீ என்னிடம் மாட்டத்தான் போகிறாய்' என்ற முகபாவனையோடு காத்திருக்கும். ஒரு வீட்டின் கதவில் ஒரு முரட்டு டாபர் மேனின் படம் போட்டு, அதன் கீழ் "நான் நினைத்தால், இந்த காம்பௌண்ட் சுவரை, கதவை, 1.3 விநாடியில் தாண்டி விடுவேன். உன்னால், அதற்குள் ஓடிப்போய்விட முடியுமா?" என்ற வாசகத்தோடு, ஒரு பெரிய எச்சரிக்கைப் பலகை இருக்கும். வின்சென்ட்டின் தபால்பையில் எப் போதும் நாய் பிஸ்கெட்டுகள் இருக்கும். சில முரட்டு தாதா நாய்களின் ஏரியா வழியே செல்லவேண்டும் என்றால், மாமூலாக அந்த பிஸ்கெட்டைப் போட்டுவிட்டுத்தான் போக முடியும். அது போக, நாய்களை மயக்கமுறச் செய்யும் ஸ்ப்ரேயும் இருக்கும். பணிக் காலத்தில் ஒரே ஒரு முறை அதைப் பயன்படுத்தும் ஆபத்தும் ஏற்படுகிறது. நாய், பூனை என்று நாம் சிறுவயதிலிருந்து பார்த்த, வீட்டு விலங்குகள் என்றால் பரவாயில்லை. வெள்ளைக்காரர்கள் நாம் கனவிலும் நினைத்துப் பார்க்காத பிராணிகளை எல்லாம் வளர்க்கக் கூடியவர்கள் என்பதை நாம் டிஸ்கவரி சேனல் வழியாக அறிவோமல்லவா? ஒரு வீட்டில் ஒரு பதிவுத் தபாலைத் தந்து கையெழுத்து வாங்க வேண்டிய தாகிறது. "சாரா மேடம், ஒரு பதிவுத் தபால்" என்று குரல் தருகிறார். கதவைத் திறக்கும் சாராவின் இரு தோள்களிலிருந்தும் திருப்பதி பெருமாளுக்கு சாத்திய மாலைபோல் பத்தடி நீள மலைப்பாம்பு தொங்குகிறது. அது தபாலை என்னிடம்தான் தரவேண்டும் என்று அடம் பிடிக்கிறது. "சும்மா தொட்டுப் பாருங்க, அவனுக்கு விஷம் எல்லாம் கிடையாது" என்கிறாள் சாரா. உயிரைக் கையில் பிடித்துக்கொண்டு, கையெழுத்து வாங்கிக் கொண்டு, தபாலைத் தருகிறார். வெளியே வரத் திரும்பும் போது, "இன்று வெயில் சற்று இதமாக இருக்கிறதே, தம்பியை வராண்டாவில் சற்று வாக்கிங் செய்ய விடலாம் போலிருக்கிறதே" என்று பாம்பைத் தோளிலிருந்து இறக்கிவிடப் போகிறாள் சாரா. "அம்மா, தாயே, நான் அடுத்த தெருவிற்குப் போனதற்குப் பிறகு, உன் தம்பியை வாக்கிங் அனுப்பு" என்று சிட்டாகப் பறக்கிறார் வின்சென்ட். தினமும், வேலைக்குச் செல்லும்போது அந்த வீட்டுக்குப் பதிவுத் தபால் எதுவும் வராமல் இருக்க வேண்டுமே என்று ஆண்டவரைத் துதித்துக் கொண்டே போகிறார் அவர்.

ஒரு வீட்டின் மனிதர்களைப் பற்றி அறிய அந்த வீட்டிற்கு வரும் தபால்களே போதும் என்கிறார் வின்சென்ட். வில்லங்கம் வீராச்சாமிகள் வீட்டிற்கு எப்போது பார்த்தாலும் வக்கீல் நோட்டீஸ்களும், நீதிமன்ற சம்மன்களும் வந்துகொண்டே இருக்கும். எம் போன்ற எழுத்தாளர்

பைரவன்களுக்கு புத்தகங்களும், சிறு பத்திரிகைகளும் வந்துகொண்டே இருக்கும். வியட்நாம் போர், ஆப்கன் போர், ஈராக் போர் என்று போர் முனை களிலிருந்து கடிதங்கள் வந்தால் அவை யெல்லாம் ராணுவக் குடும்பங்கள். இன்னும் முதியோர் பென்ஷன், ஆதரவற் றோர் பென்ஷன் பெறும் குடும்பங்கள் என்று ஒவ்வொரு தபாலும் அந்தக் குடும் பத்தின் கதையை உணர்த்தும். பாக்கிக் கதையை அந்தந்தக் குடும்பத்தினரே ஏதேனும் ஒரு சந்தர்ப்பத்தில் சொல் வார்கள். கிறிஸ்துமஸ் சமயங்களில் வின் சென்ட் சாண்டா கிளாஸ் தொப்பியும், பொய்த்தாடியும் அணிந்து தபால் பட்டுவாடா செய்வார். அப்போது எல்லாக் குடும்பங்களின் சந்தோஷ, சோகக் கதையும் தெரியும். கிறிஸ்துமஸ் பலகாரம் தருவது, பையன் கல்யாணத்திற்குப் பத்திரிகை தருவது, "சிகாகோவிலிருந்து என் சித்தப்பா ஒருத்தரு அடிக்கடி வருவாருல்ல, அவர் போன வாரம் தவறிப் போய்ட்டாரு, ஹார்ட் அட்டாக்" என்று தகவல் சொல்வது என்று வின்சென்ட் தன் பகுதி மக்களின் குடும்ப உறுப்பின ராகவே மாறிவிட்ட அந்த நீண்ட அனுபவப் பகிர்வுதான் இந்தப் புத்தகம்.

ஒரு காலத்தில் இங்கும் அப்படித்தானே இருந்தது. என் சிறுவயதில் எங்கள் பகுதிக்கு இருந்த போஸ்ட்மேனை, அவர் அய்யரல்லர் என்றாலும் கூட, ஏனோ 'அய்யர் போஸ்ட்மேன்' என்பார்கள். அவரது லீவ் நாளில் அவரது தம்பி சுப்ரமணியம் வருவார். அய்யர் போஸ்ட்மேன் எங்கள் சேதுபதி பள்ளியில் ரிசல்ட் போட்ட அன்று பிரமோட்டட் கார்டு கொண்டுவரும்போது, தெருவின் மொத்த சிறுவர்களும் அவர் பின்னால் ஓடுவோம். தபாலைப் பிரிக்காமலேயே உள்ளே இருப்பதை உற்றறியும் ஏழாம் அறிவு பெற்றவர் அவர். 1986 மார்ச் மாதத்தின் ஒரு காலை வேளையில் நான் தாமதமாகக் காலை உணவு சாப்பிட்டுக் கொண்டிருந்தபோது, "அம்மா, தம்பிக்கு எல்ஐசில வேல கெடச்சிருச்சு" என்று சொல்லி, என் பணி நியமனக் கடிதத்தைத் தந்தவர். பின்னாளில் ஒரு நாள் என் முதல் கதை செம்மலரில் வந்து, அதற்கான சன்மானமாக 100 ரூபாய் மணியார்டர் வந்தபோது, (இன்றும் செம்மலர் தன் சக்திக்கு மீறிச் சன்மானம் தருகிறது, அதையும் மணியார்டர் செய்கிறது என்பது வியப்பான விஷயம் !) என்னை "தோழர், செம்மலர்லேர்ந்து சன்மானம் வந்திருக்கு" என்று அழைத்துத் தந்தார். தம்பி தோழரானதில் அவருக்கு அத்தனை மகிழ்ச்சி.... கால வெள்ளத்தில், இன்று எல்லாம் கொரியர் மயமாகிவிட்டது. போன் செய்து "உங்க வீட்ட கண்டுபிடிக்க முடியல, மெயின் ரோட்டுக்கு வந்து நில்லுங்க" என்று சொல்லித்தான் மாதாமாதம்

உயிர்மையைத் தருகிறார் எஸ்டி கொரியர்காரர். மாதா மாதம் ஒரு புது பையன்.. அல்லது பையர்... எல்லாம் உலக மயத்தின் கோரம் !

ஆனால், உலகமயத்தை நமக்குப் போதித்த சர்வதேசப் போலீஸ்காரன் இப்போதும் வின்சென்ட் போன்றோரை வைத்துத்தான் தன் அஞ்சல் துறையை நடத்துகிறான் என்பது பெரும் முரண்தான் என்றாலும், அதை அறியச் சந்தோஷமாகத்தான் இருக்கிறது !

- ஆர்வமுள்ளோர் வாசிக்க

Beware Of Cat And Other Encounters Of A Letter Carrier - Vincent Wyckoff.

எனது நூலகத்தில்
15

செய்யும் தொழிலே தெய்வம். அந்தத் தொழிலைச் செய்யும் இடம் கோவில். எனவே அங்கு வந்து செல்வோர் தம் கைகால்களை வைத்துக்கொண்டு சும்மா இருக்க வேண்டும். எதையும் தொடக் கூடாது. எதையும் எடுக்கக் கூடாது என்பதில் அந்தத் தொழில் செய்வோர் மிக கவனமாக இருப்பார்கள். அதிலும் இந்த நூலகங்கள் இருக்கின்றனவே, அவை மிகப் பெரிய அறிவுக் கோவில்கள் என்பதால், அங்கே வேலை பார்ப்பவர்கள் இன்னும் கெடுபிடி அதிகமாக உள்ளவர்களாக இருப்பார்கள். சற்றுச் சிரித்த முகமாக இருந்தால், கூடுதலாக இரண்டு புத்தகத்தை எடுத்துச் செல்லவா? என்று கேட்டு விடுவார்களோ என்ற பயத்தில் கடுகடுவென்றே இருப்பார்கள். அங்குச் சத்தம் போடக் கூடாது. சிரிக்கக் கூடாது. புத்தகங்களின் தூசியால் தும்மல் வந்தாலும் அடக்கிக்கொண்டு இருந்து விட்டு, வெளியே வந்த பிறகுதான் தும்ம வேண்டும். ஆதி காலம் தொட்டு நான் பார்த்த நூலகங்கள் இப்படித் தான் என்பதால், ஜினா ஷெரிடன் என்ற பெண் I work in a Public Libtary - A Collection of Crazy Stories from the Stacks என்று தனது நூலகர் பணி அனுபவங்களை எழுதிய புத்தகத்தைப் பார்த்ததும் படிக்க ஆரம்பித்துவிட்டேன். ஜினா அமெரிக்கப் பெண்.

அமெரிக்க நூலகங்கள், அந்த நூலகத்திற்கு வரும் வாசகர்கள் பற்றிய மிக அழகான பதிவு இந்தப் புத்தகம்.

ஆரம்பத்திலேயே ஓர் இன்ப அதிர்ச்சி காத்திருந்தது. நம் ஊர்களில் நூலகத்தில் புத்தகம் எடுத்துப் படிப்பவர் வெறும் வாசகர்தான். நூலகத்திற்குப் பெரிய அளவில் நன்கொடை ஏதாவது தந்தவர்களை மட்டுமே புரவலர் என்பார்கள். அமெரிக்க நூலகங்களில் படிக்க வருபவர், தூங்க வருபவர், பொழுதுபோக்க வருபவர், வம்பிழுக்க வருபவர் எல்லோருமே புரவலர்தான். ஜினா அவர்களைப் புத்தகம் முழுக்க *Patron* என்றே குறிப்பிடுகிறார். இத்தனைக்கும் இந்தப் புரவலர்கள் பெரிய அறிவுஜீவிகள் எல்லாம் இல்லை. கடபுடா என்று வாயில் நுழையாத பெயர்கள் உள்ள படைப்பாளிகளின் படைப்புகளைப் பற்றி எல்லாம் விசாரித்து நூலகரைப் பதறச் செய்பவர்கள் இல்லை. பார்க்கப் போனால், நம் தமிழ்நாட்டின் சராசரி நூலகப் புரவலர்களின் - மன்னிக்கவும் - நூலக வாசகர்களின் அறிவு மட்டத்தை விட அமெரிக்க புரவலர்களின் அறிவு மட்டம் மகா மோசமாகத்தான் இருக்கிறது. இந்த நூல் முழுக்கவே இந்தக் கூறு கெட்ட குக்கர்கள் நூலகத்திற்கு வந்து செய்யும் ரகளை பற்றித்தான். ஆனால் ஜினா ஒரு நல்ல நூலகர். அவர்களின் கிறுக்குத் தனங்களைப் பார்த்து எரிச்சலுறாமல், முடிந்த மட்டும் அவர்களுக்குப் புரிய வைக்கிறாள். நிறைவே கற்றுத் தருகிறாள்.

புத்தகத்தின் முதல் இரண்டு, மூன்று பக்கங்களிலேயே நமது நூலகங்களுக்கும், அமெரிக்க நூலகங்களுக்குமான மிகப் பெரிய வேறுபாடு தெரிந்துவிடுகிறது. அங்கு நூலகங்கள் நூலகங்கள் மட்டும் இல்லை. அவை நம் ஊர் கம்ப்யூட்டர் சென்டர்கள் போன்ற சேவைகளையும் வழங்குகின்றன. அதனால், இயல்பாகவே புத்தகங்களைத் தேடி வருபவர்களை விட, இந்த சேவைகளுக்காக வருபவர்களின் எண்ணிக்கை அதிகமாக இருக்கிறது. ஒருபுறம் நல்ல வாசகர்கள் சத்த மில்லாமல் புத்தகங்களை எடுத்துச் சென்றுகொண்டிருக்க, மறுபுறம் கம்ப்யூட்டர் சேவை நாடி வந்தவர்களின் ரகளையில் ஜினாவிற்குப் பொழுது போகிறது. சமயத்தில் உயிரும் போகிறது!

ஜினா எழுதியிருப்பதைப் படிக்கும்போது அமெரிக்கா, அமெரிக்கர்கள் பற்றிய நமது கற்பனை தகர்ந்து போகிறது. மிகப் பெரிய நாடு என்றதும் நாம் இயல்பாகவே அங்கு எல்லாம் கம்ப்யூட்டர் மயம், மக்கள் எல்லோரும் பில் கேட்ஸ், ஸ்டீவ் ஜாப்ஸ் என்று நினைக் கிறோம். அப்படியல்ல. ஜினாவின் அன்றாடப் பணி இது பற்றி வேறு விதமாகச் சொல்கிறது. நூலகர் என்ற பணி பின்னுக்குத் தள்ளப் பட்டு, கம்ப்யூட்டர் சென்டர் பெண், அதுவும் வரும் புரவலர்களுக்கு கம்ப்யூட்டர் பற்றிப் பாடம் எடுக்கும் வேலையாகத்தான் இருக்கிறது.

உலகெங்கும் கணினிப் பயன்பாடு என்றாலே, அதன் முதல் பயன்பாடு பிட் படம் பார்ப்பதாகத்தான் இருக்கும் போலும். வரும் புரவலன்கள் (பிட் படம் பார்க்க வருபவனுக்கு எதற்கு?) பலரும் இங்கு

பிட் படம் பார்க்க அனுமதி உண்டா? என்று கேட்கிறார்கள். எங்கள் மதுரையாக இருந்தால், பொம்பளப் பிள்ள கிட்ட வந்து என்னடா கேக்கற? என்று அங்கேயே வெட்டிப் போட்டு விடுவோம். ஆனால், கோபப்படாமல், அனுமதி உண்டு என்கிறாள் ஜினா. ஒரு பையன் வந்து, சட்டைப் பையிலிருந்து தன் அப்பாவின் படத்தையும், தன் வீட்டு நாயின் படத் தையும் எடுத்து ஜினாவின் மேஜையில் வைத்து, என் அப்பா நாயின் படத்தில் இந்த வளர்ப்பு நாயின் தலையை வைத்து கிராபிக்ஸ் செய்யச் சொல்லிக் கொடு என்கிறான்.

மற்றொருவர் ஸ்கேனரைப் பயன்படுத்த வேண்டும் என்று வருகிறார். ஜினா எப்படிப் பயன்படுத்துவது என்று விளக்குகிறாள். எல்லாவற்றையும் கேட்டுவிட்டு அவர், பேப்பர் அல்லாத மற்ற பொருள்களை எப்படி ஸ்கேன் செய்வது? என்கிறார். மற்ற பொருள் என்றால், எதை என்று சொல்ல முடியுமா? என்கிறாள் ஜினா. ஒரு டேட்டிங் தளத்தில் உறுப்பினராக வேண்டும். அவர்கள் என் முகத்தை ஸ்கேன் செய்து அனுப்பச்சொல்கிறார்கள். அதுதான் என்கிறார் அந்த அறிவாளி. ஜினா அவரது போனை எடுத்து ஒரு போட்டோ எடுத்து அதை அப்லோட்செய்து விட்டு, அடுத்த அறிவாளியைக் கவனிக்கச் செல்கிறாள்.

ஒரு தாத்தாவிற்கு ஒரு கடிதத்தை மின்னஞ்சல் செய்ய வேண்டும். இந்த கம்ப்யூட்டரை டைப் மிஷினாக மாற்றித்தா என்று பிடிவாதம் செய்கிறார். ஜினா மின்னஞ்சல் கணக்கு ஆரம்பித்து, அதைத் திறந்து கடிதம் எழுதச் சொல்கிறாள். எங்கு எழுத என்கிறார் பெரியவர். *Compose* என்றிருக்கும் பாருங்கள் என்று ஜினா சொல்லும்போதே, கம்போஸர்கள் எல்லாம் இதை வைத்துதான் இசையமைக்கிறார்களா? என்கிறார் அவர். யோவ், இது கடிதத்தை கம்போஸ் செய்வதற்காக என்றால், பிறகு ஏன் ரைட் என்று இல்லாமல் கம்போஸ் என்று வைத்திருக்கிறார்கள் என்கிறார். அன்று அரைநாள் முழுக்க அவரோடு போராடுவதில் கழிகிறது.

இம்சை அரசர்கள் நேரில்தான் வரவேண்டும் என்பதில்லை. போனிலேயே இம்சிப்போரும் உண்டு. ஒரு புரவலர் பெருமான் உங்கள் நூலகத்தின் இணையத் தளத்தில் தகவல்களைத் தேடுவதில் சற்றுச் சிரமமாக இருக்கிறது என்று போன் செய்கிறார். நீங்கள் நூலகத்தின் ஹோம் பேஜில்தானே இருக்கிறீர்கள்? என்று ஜினா கேட்க, அவர் அவசர அவசரமாக, இல்லை, இல்லை. நான் என் அபார்ட்மெண்டில்தான் இருக்கிறேன், என்கிறார். ஒரு தாய்க்குலம்

என் பையனுக்கு டிராகன் பற்றிக் கட்டுரை எழுத வேண்டும். டிராகன் பியாகிரபி இருக்கிறதா? என்கிறாள். ஜினாவிற்கு என்ன சொல்வது என்றே தெரியாமல் முழிக்கும்போது, அது ஆட்டோபயாகிரபியாக இருந்தால் இன்னும் நல்லது, என்று அடுத்த பேட்ரியாட் ஏவுகணையை ஏவி விடுகிறாள். வடிவேலுவிடம் பின்லேடனின் முகவரி கேட்டவரின் அண்ணன் ஒருவர் போன் செய்து, நான் நான்கைந்து பேரிடம் கேட்டதில் முன்னுக்குப் பின் முரணான தகவல்கள் கிடைக்கின்றன. ஒவ்வொருவரும் ஒவ்வொன்று சொல்கிறார்கள். நீங்கள் சற்று உதவ முடியுமா? என்கிறார். கேளுங்கள். கண்டிப்பாக உதவுகிறோம் என்று ஜினா வாக்குறுதி தந்த அடுத்த நொடி, இளம் பெண்ணே ! இன்று என்ன தேதி ? என்று கேட்கிறார் அவர் !

அரசு அலுவலகம் ஒன்றின் முகவரி கேட்டு வருகிறார் ஒரு புரவலர். அவர் கேட்ட முகவரியைத் தேடி எடுத்து பிரிண்ட் போட்டுத் தருகிறாள் ஜினா. பாப்பா, ஒரு பென்சில் இருந்தால் தருகிறாயா? என்கிறார் அவர். ஜினா பென்சில் தர அந்த முகவரியைப் பார்த்துப் பார்த்து அந்த முகவரி இருக்கும் தாளின் பின்பக்கம் பென்சிலால் எழுதிக்கொள்கிறார். பென்சிலைத் திருப்பித் தரும் போது, எதற்கும் இருக்கட்டும் என்று ஒரு பேக்கப் எடுத்துக் கொண்டேன் என்று சொல்லிச் செல்கிறார் அந்த முன்ஜாக்கிரதை முத்தண்ணா.

நூலகத்தின் இணையத் தளத்தில் நுழைவதற்கான பின்னை மறந்து விட்டார் ஒருவர். ஜினா தங்கள் ஆவணங்களைப் பார்த்து ட்வெல் செவன்டீன் என்று சொல்ல, நான் ஒன் டூ ஒன் செவன் என்று வைத்திருந்தேன், யாரோ மாற்றி இருக்கிறார்கள் என்று புலம்பிக் கொண்டே போகிறார் வந்தவர்.

நூலகத்தின் வாயிற்கதவு உடைந்து விடுகிறது. சரியாக மூட வரவில்லை. அரைகுறையாகத் திறந்திருக்கிறது. ஒரு வில்லங்கம் வீராச்சாமி வந்து கதவ நல்லா மூடுங்க.... ஏசி காத்து பூரா வெளில போகுது. எல்லாம்

என்னோட வரிப் பணம் - இப்படி காத்தா போகுது... என்கிறார். ஒரு இளைஞன் வருகிறான். நான் வேலைக்கு விண்ணப்பிக்க எனது ரெஸ்யூமை ஏற்ற வேண்டும் என்கிறான். எந்தக் கம்பெனிக்கு என்கிறாள் ஜினா. இல்ல... இண்டர்நெட்ல போட்டு விடுங்க... நெட்ல இருக்கற எல்லா கம்பெனிகளும் பாக்கட்டும்... யாருக்குத் தேவையோ அவங்க கூப்பிடட்டும்.. என்கிறான். அப்படி இல்லங்க... நீங்க எந்த கம்பெனிக்கு அப்ளை பண்றீங்களோ அவங்களுக்கு உங்க ரெஸ்யூம மெயில் பண்ணனும், என்று ஜினா எவ்வளவு சொல்லியும் கேட்காமல் பிடிவாதம் செய்கிறான்.

புத்தகம் எடுக்க வருபவர்கள் மட்டும் என்ன புத்திசாலித்தனத்தில் குறைந்தவர்களா? அவர்கள் தம் பங்கிற்கு ரகளை செய்கிறார்கள். ஒருவர் வாரா வாரம் வந்து நீலக் கலர் அட்டை போட்ட புத்தகம் ஏதாவது கொடுங்கள் என்பார். அவருக்கு இன்ன எழுத்தாளர், இன்ன இலக்கிய வகைமை என்று எதுவும் கிடையாது. அட்டை நீல நிறத்தில் இருக்க வேண்டும். அவ்வளவுதான். ஒரு நீல அட்டைப் புத்தகத்தை வாங்கிச் செல்வார். படிப்பாரோ, படிக்க மாட்டாரோ, உரிய நாளில் திருப்பித் தந்து விட்டு, மற்றொரு நீல அட்டைப் புத்தகத்தோடு அமைதியாகக் கிளம்பிச் செல்வார் அந்த நீலகேசி! மற்றொரு பெரியவர் தான் எடுத்துச் செல்லும் புத்தகத்தில் உள்ள கெட்ட வார்த்தைகளைக் கறுப்பு ஸ்கெட்ச்சால் அடித்துக் கொண்டு வந்து தருவார். பொது நூலகம் பாருங்க... இப்படி வார்த்தைகள் எல்லாம் எல்லார் கண்லயும் படக்கூடாது... என்பார்.

ஆனால், ஜினா மனம் தளர்வதில்லை. நீங்கள் ஒரு விஷயம் பற்றிக் கேள்வி கேட்கும் வரை அந்த விஷயத்தைப் பற்றி நீங்கள் தெரிந்து கொள்ளப் போவதில்லை. உங்கள் ஊரில் உங்கள் கேள்விக்கான அத்தனை விடைகளும் குவிந்து கிடக்கும் ஒரே இடம் உங்கள் ஊர் நூலகம்தான். ஒரு விதத்தில் அது இணையம் போன்றதுதான் என்றாலும், இணையத் திற்கும், நூலகத்திற்கும் மிகப் பெரிய வேறுபாடு ஒன்று இருக்கிறது. இணையத்தைப் போன்று இல்லாமல், இங்குள்ள தகவல்களில் கிட்டத்தட்ட 90 சதவிகிதம் உண்மையானவை. எனவே, இங்கே வந்து என்ன வேண்டுமானாலும் கூச்சப்படாமல் கேளுங்கள் என்று தினமும் கடை திறந்து காத்திருக்கிறாள் ஜினா. ஆள்கள் வந்து கேட்காமல் இல்லை. கேட்டுக் கொண்டுதான் இருக்கிறார்கள். ஆனால், அவற்றில் பெரும்பாலான கேள்விகள், ஜினா தனது பிரம்மாண்டமான அறிவுக் களஞ்சியமான நூலகத்தின் புத்தகங்களைப் புரட்டிப் பதிலைத் தேட வேண்டிய அவசியமற்ற கேள்விகள். "மன்னிக்கவும். கழிப்பறை எங்கே இருக்கிறது?" ,"இந்த பீர் டின் திறக்க வரமாட்டேன் என்கிறது. திறந்து தர முடியுமா?", "என் பிரட்டிற்குள் வைத்து சாப்பிட வெங்காயம் கொண்டு வந்துள்ளேன். கத்தியை எடுத்து வர மறந்துவிட்டேன். உங்களிடம் கத்தி இருக்கிறதா?","என் பக்கத்து வீட்டுக்காரர் மீது வழக்குத் தொடர வேண்டும். அதற்கு நான் என்ன செய்ய வேண்டும்?","இப்போது பரபரப்பாக ஓடிக்கொண்டிருக்கும் இந்தத் திரைப்படத்தை என் மனைவி

பார்த்துவிட்டாளா என்று நான் எப்படிக் கண்டுபிடிப்பது?" ஆனாலும் சிலர் வந்து நல்ல கேள்விகள் கேட்பார்கள். ஜினா புத்தகங்களில் தேடி விடை தருவாள். ஆனால், அந்தக் கேள்வியை எதற்குக் கேட்டார், அதைத் தெரிந்துகொண்டு அவர் என்ன செய்யப் போகிறார் என்ற கேள்விக்கு மட்டும் ஜினாவிற்கு எப்போதுமே விடை தெரியாது. ஒரு புரவலர் வந்து கேட்ட இப்படியான கேள்வி என்ன தெரியுமா? "மனிதர்களின் புருவ முடியின் சராசரி நீளம் என்ன?" கரகாட்டக்காரன் கவுண்டமணி போல் இந்தக் கேள்வியை ஏண்டா ஏங்கிட்ட கேக்கற? என்று அடிக்கவா முடியும்? ஜினாவிற்குச் சம்பளம் தருவதே இப்படிப் பட்ட கேள்விகளுக்குப் பதில் சொல்லத்தானே !

புத்தகம் முழுக்க இப்படி வேடிக்கை வேடிக்கையான சம்பவங்கள் தாம் என்றாலும், அந்த வேடிக்கையை மீறிப் பொது நூலகத்திற்கு அமெரிக்க அரசு ஏராளமாகச் செலவு செய்வது, அந்த நூலகங்களின் பிரம் மாண்டம், அங்கு மக்களுக்குக் கிடைக்கும் சேவை ஆகியவற்றை அறிய வியப்பாக இருக்கிறது. இத்தனை வசதிகளையும் பயன்படுத்திக் கொள்ளாத சராசரி அமெரிக்கர்களைப் பற்றிக் கோபமும் வருகிறது.

ஆண்டுக்கொரு முறை கோவில் யானைகளை, அவற்றின் பாகன்களைப் புத்துணர்வு முகாமிற்கு அனுப்புகிறார்களே, அது போல நம் ஊர் நூலகர்களைப் புத்துணர்வுக்காக ஜினாவின் நூலகத்திற்கு அனுப்ப வேண்டும் போல் இருக்கிறது. அங்கு வரும் புரவலர்களின் கேள்விகளைப் பார்த்தாவது அவர்கள் சிரிப்பதற்குப் பழகட்டும்!

- ஆர்வமுள்ளோர் வாசிக்க:

    I work at a Public Library by Gina Sheridan

ஜாக்கியின் பெண்

16

எமக்குத் தொழில் எனும் இந்தத் தொடருக்கான புத்தகத் தேடல் எனக்கு ஒவ்வொரு முறையும் ஓர் ஆச்சரியத்தைத் தந்துகொண்டே இருக்கிறது. கம்பன் வீட்டுக் கட்டுத்தறி கவி பாடுவது போல, பெரிய மனிதர் வீட்டுப் பணிப் பெண்ணும் புத்தகம் எழுதுகிறாள். இடமும், மொழியும் வேறு என்றாலும், எஜமானியம்மாள் அமெரிக்காவிலும் எஜமானியாகத்தான் இருக்கிறாள். பணிப்பெண்ணும் அவ்விதமே. எவராயினும், எத்தேசத்தவராயினும், மனித இயல்பு ஒன்றே என்பதை திரும்பத் திரும்ப எனக்குச் சொல்லிக்கொண்டே இருக்கும் மற்றொரு புத்தகமாக கேத்தி மெக்கியான் எழுதிய Jackie's Girl என்ற புத்தகம் அமைந்தது. அமெரிக்க அதிபர் கென்னடியின் மனைவியான ஜாக்குலின் கென்னடி, கணவர் மறைந்த பிறகு, வெள்ளை மாளிகையை விட்டு வெளியேறிய பிறகு, அவர் வீட்டில் பணிப்பெண்ணாகச் சேர்ந்தவர் கேத்தி. கேத்தியின் பணிக்காலத்தில்தான் ஜாக்குலின் கென்னடி ஜாக்குலின் ஓனாசிஸாக மாறுகிறார். எந்த சமயத்தில் எஜமானி, எந்த நேரத்தில் சிநேகிதி என்று கணிக்க முடியாத வகையில் பழகும் ஜாக்குலின் பற்றிய அருமையான சித்திரம் இது. மத்திய காலத்தின் அரச குடும்பங்களின் ராஜ வாழ்க்கையை 20ஆம்

நூற்றாண்டிலும் வாழக் கொடுத்து வைத்தவர்களின் வாழ்க்கையைப் பற்றிய பதிவு. கூடவே, வேறு பல சுவாரஸ்யமான தகவல்களும்.

கேத்தி அயர்லாந்தைச் சேர்ந்தவள். அமெரிக்காவில் பணிப்பெண்கள் அனைவருமே அயர்லாந்திலிருந்து வந்தவர்களாகத்தான் பெரும்பாலும் இருக்கிறார்கள். கிட்டத்தட்ட அறுபது ஆண்டுகளுக்கு முன்பே அங்கு வேலை வாங்கித் தரும் தனியார் நிறுவனங்கள் இருக்கின்றன என்பது வியப்பூட்டும் செய்தி. கேத்தி தனது 19ஆவது வயதில் தன் அக்காவுடன் அமெரிக்கா வருகிறாள். அங்கே அவளது சித்தப்பா, சித்தி இது போன்று ஏதோ வேலை செய்து பிழைத்துவருகிறார்கள். அக்கா ஓர் உணவகத்தில் சர்வராகச் சேர, கேத்தி ஒரு பணக்காரப் பெண் வீட்டில் குழந்தையைப் பார்த்துக் கொள்ளும் ஆயாவாகச் சேர்கிறாள். அந்தப் பெண் கேத்தியைப் பாடாய்ப் படுத்துகிறாள். ஏஜென்சியிடம் வேறு இடத்தில் வேலை வாங்கித் தரும்படி கேத்தி சொல்லி வைத்திருக்கிறாள். அவர்கள் மூலம்தான் ஜாக்கி வீட்டு வேலை கிடைக்கிறது. முதல் சந்திப்பில் ஜாக்கி பற்றிய கேத்தியின் மனப்பதிவு அருமை. ஜாக்கி என் உயரம்தான் இருப்பார். ஆனால், அவரது பணக்காரத் தோரணை அவரைச் சற்று அதிக உயரமாகக் காட்டியது என்கிறாள் கேத்தி.

ஜாக்கியின் செயலாளர் போன்ற பெண் ஒருத்தி பணி தொடர்பான விஷயங்களைச் சொல்கிறாள். வேலை என்று தனியாக எதுவும் கிடையாது. அம்மாவிற்கு அடுத்தடுத்து என்ன தேவைப்படும் என்பதைப் பார்த்துச் செய்து வைக்கவேண்டும். வாரா வாரம் வியாழக்கிழமை விடுமுறை. வார இறுதிநாள்களில் கண்டிப்பாக வேலை பார்க்கவேண்டும். எல்லா அரசு விடுமுறை நாள்களிலும் அவ்வாறே. கிறிஸ்துமஸ் அன்று மதிய உணவிற்குப் பிறகு அரை நாள் லீவ். ஒவ்வொரு கோடை காலத்திலும் இரண்டு வார விடுமுறை உண்டு. அயர்லாந்து சென்று குடும்பத்தினரைப் பார்த்து வர, போக வர விமான டிக்கெட் எடுத்துத்

தந்து விடுவார்கள். சமையல்காரிகள், பரிமாறுபவர்கள், குழந்தைகளுக்கான ஆயாக்கள் ஆகியோருடன் ஜாக்கியின் மாளிகையில்தான் தங்க வேண்டும். திருமதி.கென்னடி எங்கெல்லாம் போகிறாரோ அங்கெல்லாம் உடன் செல்ல வேண்டும். கோடை காலத்தில் விடுமுறையைக் கழிக்க, ஓரிரு வாரங்கள் ஜாக்குலின் கேப் காட் செல்வார். வார இறுதிகளில் குதிரை சவாரி செய்ய நியூ ஜெர்சி செல்லது வழக்கம். பனிக்காலத்தில் பனிச் சறுக்கு செய்து விளையாட கலராடோ போவார். வேலைப் பளுவிலிருந்து சற்று விடுபட அவ்வப்போது பாம் பீச் போவதுண்டு. அது போக, ஏகப்பட்ட வெளிநாட்டுப் பயணங்கள். அமெரிக்காவில் எல்லோரையும் பெயர் சொல்லி அழைப்பதுதான் பழக்கம் என்றாலும், ஜாக்குலினை ஜாக்கி என்றெல்லாம் அழைக்கக்கூடாது. மேடம் என்றுதான் சொல்ல வேண்டும்.

சரி.. என்னென்ன வேலைகள்? மேடத்தின் படுக்கை, தலையணைகளைத் தினமும் மாற்ற வேண்டும். இரவு போட்டுக் கொள்ளும் நைட் கௌனைத் தினமும் மாலையில் அயர்ன் செய்து வைக்கவேண்டும். மேடம் போட்டுக் கொள்ளும் கையுறைகளைப் பராமரிக்க வேண்டும். அதற்கு கேத்திக்குத் தனியாகவே வகுப்பு எடுக்கிறார்கள். அந்த பன்றித் தோல் கையுறைகளை சுத்தம் செய்வதற்கான திரவத்தை வைத்து நன்றாகத் துடைக்கவேண்டும். அது கடினமான வேலை. அந்தத் திரவம் ஏதோ திராவகம் போன்றது. துடைக்கும்போது புகையாக வரும். கைகள், கண்கள், நெஞ்சு எல்லாம் எரியும். அப்படித் துடைக்கும் போது பக்கத்தில் உள்ள ஜன்னல் ஒன்றைத் திறந்து வைத்துக் கொள்ள வேண்டும். ஒரு டேபிள் ஃபேனை வைத்து அந்தத் திரவத்தின் புகையை வெளியேற்ற வேண்டும். பின்னர் அந்தக் கையுறைகளை நன்றாகத் துடைத்து, ஒரு வெள்ளைத் துண்டில் அந்தத் திரவத்தின் வாடை நீங்கும்படி ஆற விடவேண்டும். பின்னர் கையுறையின் உள்ளேயும், வெளியேயும் பேபி பவுடரைப் போட்டுக் கை எரிச்சல் ஏதேனும் ஏற்படும் அபாயத்தைக் குறைக்க வேண்டும். மேடத்தின் படுக்கையறை முழுக்க பெரிய பெரிய அலமாரிகள், பீரோக்களில் அவரது அன்றாட ஆடைகள் இருக்கும். பேண்டுகள், ஸ்கர்ட்டுகள், மேல்சட்டைகள். டீசர்ட்டுகள், ஸ்வெட்டர்கள் என்று பல தினுசுகளில். எல்லாவற்றையும் நிற வாரியாக அடுக்கி வைக்க வேண்டும். ஓர் அறை முழுக்க செருப்புகள். ஷூக்கள். ஜாக்கிக்கு ஒரு கால் மற்ற காலைவிடச் சற்றுக் குட்டை. அதைச் சரிசெய்ய விசேஷமாக ஒரு காலில் அரைக்கால் அங்குலத்திற்கு ஹீல்ஸ் கூடுதலாக வைக்கப்பட்டிருக்கும். புதுக் காலணி வாங்கி வந்ததும், அதன் கீழ் பாகத்தில் ஒரு விசேஷக் கத்தியை வைத்து எக்ஸ் போல் ஆழமாக வெட்டி வைக்க வேண்டும். பளிங்குத் தரைகளில் அம்மாவிற்கு வழுக்கி விடாமல் இருக்க இந்த ஏற்பாடு. ஆயிரக்கணக்கான டாலர் போட்டு வாங்கிய ஷூவை இப்படிக் கத்தி கொண்டு வெட்டும் போது கேத்திக்கு ரத்தக் கண்ணீர் வரும். வெளிநாட்டுப் பயணங்களின் போது

ஆயாக்கள் வரமாட்டார்கள். கேத்திதான் குழந்தைகளையும் மேய்க்க வேண்டும். எல்லாவற்றிற்கும் சேர்த்து வாரம் 75 டாலர் சம்பளம்.

அம்மா வெளியே செல்லும் போதெல்லாம் எந்தக் கைப்பை எடுத்துச் செல்கிறாரோ, அந்தக் கைப்பையில் ஒரு புது சிகரெட் பாக்கெட்டை வைப்பது கேத்தியின் வேலை. மறுமுறை அவர் வெளியே செல்லும்போது, அந்தப் பாக்கெட்டில் பாக்கி சிகரெட் இருந்தாலும் கூட, அதை எடுத்துவிட்டு புதுப் பாக்கெட்தான் வைக்க வேண்டும். மிஞ்சின சிகரெட் எல்லாம் கேத்திக்கு ! சிகரெட் மட்டுமல்ல, உதட்டுச் சாயம், சின்ன பிரஷ், அவசரமாக ஏதேனும் போன் செய்ய வேண்டும் என்றால் தேவைப்படும் சில்லரைக் காசுகள் எல்லாம் வைக்கவேண்டும்.

சென்ட்டும் அப்படித்தான். ஜாக்கி பயன்படுத்தும் ஜாய் என்ற சென்ட் மிக அபூர்வமானது. ஒரு அவுன்ஸ் ஜாய் சென்ட் தயாரிக்கப் பத்தாயிரம் மல்லிகைப் பூக்களும், முன்னூறு ரோஜாப்பூக்களும் வேண்டும். இந்த சென்ட் பாட்டிலை ஞாபகமாக எடுத்து வைப்பது கேத்தியின் அன்றாடக் கடமைகளில் ஒன்று. அம்மா ஊருக்குக் கிளம்புகிறார் என்றால் கேத்திக்கு மூச்சுவிட நேரமில்லாமல் அவ்வளவுக் கடுமையாக வேலை இருக்கும். ஊருக்கு எடுத்துச் செல்லும் ஆடைகளில் லேசான சுருக்கம் கூட இருக்கக் கூடாது என்று, நாம் கடையில் வாங்கி வரும் போது உள்ளே அட்டை எல்லாம் வைத்து பேக்கிங் செய்து தருவார்களே, அது மாதிரி, ஒவ்வொன்றிலும் உள்ளே அட்டை வைத்து பேக் செய்து பெட்டியில் அடுக்க வேண்டும். திடீரென்று சர்ச்சிலின் புதல்வர் ராண்டால்ஃப் சர்ச்சில் விருந்துக்கு வருவார். ராபர்ட் கென்னடி வருவார். ஒரு நாள் எலிசபெத் டெய்லரும். ரிச்சர்ட் பர்ட்டனும் வந்து ஜாக்கி வீட்டின் விருந்தினர் அறையின் விசேஷமான ஸ்டூலில் அமர்ந்து மது அருந்துவார்கள். அந்த ஸ்டூல்கள் திமிங்கலத்தின் ஆணுறுப்பின் மென்மையான தோலில் செய்யப்பட்டவை. அதில் உட்கார்ந்தால் பாலியல் உணர்வுகள் அதிகரிக்கும் என்று ஒரு நம்பிக்கை. மிக முக்கியமான விருந்தினர்கள் மட்டுமே அதில் அமர முடியும். அன்றெல்லாம் உட்காரவே முடியாத அளவிற்கு கேத்திக்கு வேலை இருக்கும்..

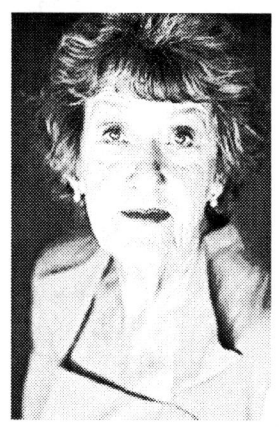

பெரும் பணக்காரப் பெண்களின் இயல்புகள் அத்தனையும் ஜாக்கிக்கு உண்டு. ஒருபுறம் வேலைக்காரிகள் மீது பாசத்தைப் பொழிவது. மறுபுறம் வேலைக்காரிகளை மொத்தமாக விலைக்கு வாங்கிவிட்டது போல் நடந்து கொள்வது என்ற இரண்டும் உண்டு. கேத்திக்கு வாரம் ஒரு நாள் விடுமுறை என்பது ஜாக்கிக்கு நினைவே இருக்காது. அன்றும் ஏதேனும் வேலை சொல்லிக் கொண்டே இருப்பார். இதிலிருந்து தப்பிக்க கேத்தி வார விடுமுறை நாளில் நாள் முழுக்க தெருத் தெருவாகச் சுற்றுவாள். சினிமா தியேட்டரில் உட்காருவாள். பிறகு வார விடுமுறை நாளைக் கழிப்பதற்காகவே ஒரு சின்ன வீட்டை வாடகைக்குப் பிடித்தாள். அவளது காதலன் வந்து போகவும் வசதியாக இருக்கிறது. இந்தத் தகவல் ஜாக்கிக்குத் தெரிந்துவிடவும், ஏன்,உன் காதலனை நம் வீட்டிற்கே வரச் சொல்லேன் என்கிறார். அவன் எலக்ட்ரீஷியன், பிளம்பர். கேத்தியைச் சந்திக்க வரும்போதெல்லாம் அவனும் ஜாக்கி வீட்டில் ஏதாவது வேலைகள் செய்ய நேர்கிறது. கேத்தியின் காதலன் இருக்கும் போதே, கவனக் குறைவாக, ஜாக்கி, உடம்பு முழுவதும் தெரியும் வண்ணம் மெல்லிய உடையோடு தடதடவென்று வந்துவிட்டு, "தம்பி, பார்க்காதே, பார்க்காதே, கண்ணை மூடிக் கொள்," என்று கத்திக் கொண்டே தடதடவென்று திரும்பத்தன் அறைக்கு ஓடும் கூத்தும் அவ்வப்போது நடக்கும்.

மற்றொருபுறம் பெரும் செல்வந்தர்களுக்கு திடீர் திடீரென்று ஏழைகள்பால் இரக்கம் பொங்குமே - அப்படியான இரக்கமும் ஜாக்கிக்கு கேத்தி மேல் பொங்கும். அமெரிக்காவின் முன்னாள் முதல் பெண்மணி வீட்டுச் சாப்பாடு அல்லவா? கேத்தி 20 - 22 வயதில் 85 கிலோ குண்டம்மாவாக ஆகிவிடுகிறாள். ஜாக்கி ஒரு நாள் தலைமை சமையல்காரியிடம், இனிமேல் கேத்திக்கு எனக்குத் தரும் அதே டயட்டைக் கொடு என்று உத்தரவிடுகிறார். வேலைக்காரிக்கு இரண்டாவது டிகாஷனில் காபி தரும் நம் ஊர் ஆண்டிகளின் வழக்கம் ஜாக்கிக்குத் தெரியாது போலும் ! காலையில் ஓர் அவித்த முட்டையும், டீயும். மதியம் ஆப்பிள் போன்ற பழங்களும். பாலாடைக்கட்டிகளும். இரவு சிக்கன், ஒரு துண்டு மீன், வேக வைத்த காய்கறிகள், சாலட். சில நாட்களிலேயே கேத்தி ஜாக்கியின் தங்கை போன்று ஆகிவிடுகிறாள்.

ஒரு நாள் கோடீஸ்வரர் ஓனாசிஸ் ஜாக்கி வீட்டுக்கு வருகிறார். கேத்திதான் அவரது பெட்டியை அவருக்கான அறையில் எடுத்துச் சென்று வைக்கிறாள். ஓனாசிஸ் இந்தா என்று டிப்ஸ் தருகிறார். பார்த்தால் அது 100 டாலர் நோட்டு. வாரச் சம்பளத்தை விட

அதிகம்! சில நாள்களிலேயே ஜாக்கி அவரைத் திருமணம் செய்து கொள்வதாகச் சொல்கிறார். ஜாக்கியின் மூத்த மகள் சற்று பெரியவள். விபரம் தெரியும் வயது. அவள் கோபப்படுகிறாள். ஜாக்கி கேத்தியிடம் நீதான் பெரியவளிடம் பக்குவமாக எடுத்துச் சொல்லவேண்டும் என்று கெஞ்சுகிறாள். உலகின் மிக முக்கியமான 40 பேர் மட்டுமே கலந்து கொண்ட ஜாக்குலின் - ஓனாசிஸ் திருமணத்தில் கேத்தியும், அவளது காதலனும் முக்கிய விருந்தினர்கள் . மாப்பிள்ளை, பெண்ணுக்கு ஆரஞ்சுப் பூக்களில் கிரீடம். இருவரும் இணைந்ததைக் குறிக்க கிரேக்க முறைப்படி இருவரது கைகளையும் இணைத்து ஒரு ரிப்பனால் கட்டியிருக்கிறார்கள். நம் ஊர் போலவே அரிசியை மணமக்கள் மீது தூவி வாழ்த்துகிறார்கள். வாழ்வில் அதிருஷ்டம் என்றும் நிலைத்திருக்க சர்க்கரையும், பரம்பரை தழைக்க பாதாம் பருப்பும் மணமக்களுக்குத் தருகிறார்கள். ஓனாசிஸ் தாத்தா யோகக்காரர்தாம். கல்யாணத்திற்குப் போக, வர ஓனாசிஸின் சொந்த விமானம், அவரது சொந்தக் கப்பலில் இறங்குகிறது. கப்பலில் அவரது சொந்தத் தீவிற்குச் செல்கிறார்கள். அங்குள்ள அவரது சொந்த தேவாலயத்தில் திருமணம் !

அது போலவே கேத்தியின் திருமணத்திற்கு ஜாக்கிதான் முக்கிய விருந்தினர். ஜாக்கி வரமாட்டார் என்றுதான் கேத்தி நினைக்கிறாள். ஆனால் ஓனாசிஸ், குழந்தைகள் என்று குடும்பத்தோடு வந்துவிடுகிறார். கேத்தியின் திருமண உடையைத் தொட்டுத் தொட்டுப் பார்க்கிறார். திருமண மோதிரத்தின் டிசைனைப் பார்த்து வியக்கிறாள். வந்தவர்கள் அனைவரின் கவனமும் தன் மீது விழுவதை தாமதமாகப் புரிந்து கொண்டு, பரிசைக் கொடுத்து விட்டு ஓடிவிடுகிறார்.

கால ஓட்டத்தில் கேத்தியின் கணவன் பெரிய கட்டிடக் காண்டிராக்டராகி விடுகிறான். வசதிகள் பெருகுகின்றன. ஜாக்கியின் குழந்தைகளும் பெரியவர்களாகி விடுகிறார்கள். ஜாக்கியும் ஓனாசிஸோடு அமெரிக்காவிற்கும், ஐரோப்பாவிற்கும் பறந்துகொண்டிருக்க, கேத்தி வேலையை விட்டு விட்டுத் தன் குடும்பத்தைக் கவனிக்கச் சென்றுவிடுகிறாள். ஆனால் இன்றளவும் ஜாக்கி குடும்பத்துடன் தொடர்பிருக்கிறது. சந்தர்ப்பம் கிடைக்கும் போதெல்லாம் சந்திக்கிறார்கள். நல்லது, கெட்டதுகளுக்குத் தகவல் சொல்லிக்கொள்கிறார்கள். வாழ்த்துத் தெரிவித்துக்கொள்கிறார்கள்.

ஜாக்கியின் வீடு, அதன் பிரம்மாண்டம், ஒவ்வொன்றிற்கும் தனித் தனி வேலையாள்கள் , ஆயிரக்கணக்கில் உடைகள், ஆயிரக்கணக்கில் செருப்புகள், ஏராளம் ஏராளமான நகைகள். வேலை செய்பவர்களுக்கு வெளியில் இருக்கும் செல்வாக்கு, அவர்களது எளிய பின்னணி சிறிது சிறிதாக மாறுவது எல்லாமே எங்கோ வேறொரு கண்டத்தில், 60 ஆண்டுகளுக்கு முன் நடந்தவை என்றாலும் அனைத்துமே நமக்கு ஏற்கனவே தெரிந்தவைகளாகத்தான் இருக்கின்றன. மிகப் பெரிய செல்வந்தர்கள் உலகெங்கும் ஒரே மாதிரிதான் இருக்கிறார்கள்.

வேலைக்காரிகளைத் தாம் நிறைய விலை கொடுத்து வாங்கிய விலையுயர்ந்த வளர்ப்புப் பிராணி போல் நடத்துகிறார்கள். அவர்களுக்குத் தனிப்பட்ட வாழ்க்கை ஒன்று இருக்கும், தனிப்பட்ட உணர்வுகள் இருக்கும் என்பதே அவர்களுக்குத் தெரிவதில்லை. ஆனாலும், அவர்கள் தன் அளவற்ற செல்வத்திலிருந்து லேசாகத் தம் வேலைக்காரிகள் மீது தெளித்துவிடும் செல்வத் திவலைகளே இந்த வேலைக்காரிகளுக்குப் போதுமானதாக இருக்கிறது. இதைக் கேத்தி மிக நன்றாகவே பதிவு செய்திருக்கிறாள்.

படித்து முடித்தவுடன் எனக்கு ஜெயா'ஸ் கேர்ள் என்று சின்னம்மா எழுதினால் எப்படி இருக்கும் என்று தோன்றியது.

- ஆர்வம் உள்ளோர் வாசிக்க

    Jackie's Girl by Kathy McKeon.

உங்கள் அன்பு அறிவிப்பாளன்

17

இன்றைய தகவல் தொழில்நுட்ப அசுர வேக வளர்ச்சியில் வானொலி, தொலைக்காட்சி அறிவிப்பாளர்களுக்கு இருந்த தனிப்பட்ட பெயரும், புகழும் இல்லாமல் போய்விட்டது அல்லது மிகமிகக் குறைந்துவிட்டது. ஆனால் இத்தகைய அறிவிப்பாளர்கள் ஒரு சினிமா நட்சத்திரத்திற்கு இணையான புகழோடு இருந்த காலங்கள் உண்டு. அப்படி மிகப் புகழ் பெற்ற அறிவிப்பாளராக இருந்தவர் ராபின் லஸ்டிக். அவர் பிபிசியின் உலக சேவை வானொலியிலும், பின்னர் அதன் தொலைக்காட்சி சானலிலும் பணியாற்றியவர். ஒரு செய்தி யாளராக நீண்ட காலம் பணிசெய்த தமது அனுபவங்களை Is Anything Happening? என்று எழுதியுள்ளார். இந்தப் புத்தகம் அனுபவப் பகிர்வு, அபூர்வத் தகவல்கள், இளம் செய்தியாளர்களுக்கு வழிகாட்டல் என்று பல்வேறு விதங்களிலும் சிறப்பாக இருக்கிறது. அதோடு செய்தி நிறுவனங்களின் வளர்ச்சி, அவற்றின் செயல்பாடுகளில் ஏற்பட்ட மாற்றம், அவற்றிற்கு இருக்க வேண்டிய அற உணர்வுகள் பற்றியெல்லாம் விரிவாகப் பேசுகிறது. இன்று கேமரா உள்ள கைபேசி வைத்திருக்கும் அனைவரும் செய்தியாளர்கள் என்ற நிலையில், செய்தியாளர் என்றால் யார்? என்று விரிவாக விவாதிக்கவும் செய்கிறது.

படிப்பை முடித்து ராய்ட்டர் நிறுவனத்தில் வேலைக்குச் சேர்ந்தவர் அவர். ராய்ட்டர் நிறுவனம் பால் ஜுலியஸ் ராய்ட்டர் என்பவரால் 1851இல் ஆரம்பிக்கப்பட்ட செய்தி நிறுவனம். அவர் செய்தி சுமந்து செல்லும் புறாக்களை வைத்து ஜெர்மனியில் செய்தி நிறுவனத்தை நடத்திவிட்டு, பின்னர் லண்டனுக்குக் குடியேறினாராம். அவரது புறாக்கள் பங்குச் சந்தை செய்திகளை எடுத்துக் கொண்டு பெர்லினுக்கும், பாரீசுக்கும் இடையில் பறந்துகொண்டே இருந்தனவாம். அப்போது தந்தி இணைப்பு இல்லை. புறாக்கள் ரயிலை விட வேகமாகப் பறந்தன. புறாக்கள் என்ன வேகமாகப் பறந்தாலும், செய்திகள் மிக மெதுவாகத் தான் வெளியாயின. 1865இல் லிங்கன் சுடப்பட்டு இறந்த செய்தி ஐரோப்பாவிற்கு 12 நாட்களுக்குப் பிறகுதான் தெரிந்தது. அதற்கே ராய்ட்டர் அத்தனை சிரமப்பட்டிருக்கிறது என்கிறார் லஸ்டிக். லிங்கன் படுகொலைச் செய்தி முதலில் வாஷிங்டனிலிருந்து நியூயார்க்கிற்குத் தந்தியில் அனுப்பப்பட்டது. பின்னர் அங்கிருந்து அந்தச் செய்தி ஐரோப்பாவிற்கு செய்திக் கப்பல் மூலம் செல்ல வேண்டும். அந்தக் கப்பல் கிளம்பிச் சென்று விட்டது. அடுத்த கப்பல் மறுநாள் மதியம் தான் கிளம்பும். ராய்ட்டர் செய்தியாளர் ஒரு மீன் பிடிப் படகைப் பிடித்து, செய்திக் கப்பலை கடலில் விரட்டிச் சென்று செய்தியைக் கப்பலில் தருகிறார். அங்கிருந்து அது அட்லாண்டிக் கடலைக் கடந்து அயர்லாந்து செல்கிறது. அயர்லாந்திலிருந்து செய்தி ஐரோப்பா முழுவதற்கும் தந்தியில் செல்கிறது. இதற்கு 12 நாள்கள் !

ராய்ட்டர் நிறுவனம்தான் லஸ்டிக்கை ஒரு நல்ல செய்தியாளராகப் பயிற்றுவிக்கிறது. முதல் ஆளாகத் தவறான செய்தியைச் சொல்வதை விட, சரியான செய்தியை சற்றுத் தாமதமாகச் சொல்வது நல்லது என்று கற்றுத் தருகிறது. தினத்தந்தியில் வரும் செய்தி அங்கு பணி புரியும் எளிய தொழிலாளிக்குப் புரிவதாக இருக்க வேண்டும் என்று ஆதித்தனார் சொல்வார் என்பார்களே, அது போலத்தான் ராய்ட்டர் முதலாளியும். என்ன செய்தி எழுதினாலும், அது கான்சாஸ் நகரத்தின் பால்க்காரருக்குப் புரியவேண்டும் என்பாராம் அவர். கான்சாஸ் தான் அமெரிக்காவின் மையத்தில் இருக்கும் நகரம். பின்னாளில் லஸ்டிக் பிபிசியில் சேர்ந்த போது, அங்கு அவர்கள் இந்த செய்தி பியோரியாக்காரருக்குப் புரியுமா? என்பார்களாம். இதுவும் கான்சாஸ் போல் ஒரு சராசரியான மையமான இடம். லஸ்டிக் ராய்ட்டரில் வேலை பார்த்தபோது உடன் வேலை பார்த்தவர் பிரடெரிக் ஃபார்சித். பின்னாளில் புகழ்பெற்ற எழுத்தாளரானார்.

செய்திகளின் நம்பகத்தன்மை குறித்து ராய்ட்டரில் மிக கவனமாக இருப்பார்கள். ஒருமுறை லஸ்டிக் ஸ்பெயினில் மாணவர் போராட்டத்தில் குதிரைப்படை போலீசார் மாணவர்களைக் கடுமையாகத் தாக்கியது பற்றிச் செய்தி அனுப்பினார். தலைமை அலுவலகத்திலிருந்து ஆதாரம் கேட்டார்கள். லஸ்டிக்தான் நேரில் பார்த்ததாகப் பதில் அனுப்பினார். அன்று செய்தி சொல்லப்பட்ட போது, மாணவர்களை

குதிரைப்படை போலீசார் கடுமையாகத் தாக்கியதை எங்களது செய்தி யாளர் ராபின் லஸ்டிக் நேரில் பார்த்தார் என்று குறிப்பிட்டார்கள்.

லஸ்டிக் சார்லஸ், டயானா திருமணம், பின்னாளில் டயானாவின் மரணம், போப்பின் மரணம், புதிய போப் தேர்வு, ஒபாமா பதவியேற்பு என்று எத்தனை எத்தனையோ நிகழ்ச்சிகளுக்கு நேரலையில் செய்தி சொல்லியிருக்கிறார். 1984இல் பொற்கோவிலில் இந்திய ராணுவம் நுழைந்து பிந்தரன்வாலே உள்ளிட்ட சீக்கியத் தீவிரவாதிகளை ஒழித்த செய்தியை உலகிற்கு அறிவித்தவர் லஸ்டிக்தாம். பின்னாளில் இந்திரா காந்தியின் படுகொலை, அதைத் தொடர்ந்து நடந்த சீக்கியர்கள் மீதான வெறித் தாக்குதல் ஆகியவற்றையும் உலக நாடுகளுக்குத் தெரிவித்தவர் அவர்தாம். 1984 முழுவதும் அவர் இந்தியாவில் இருந்திருக்கிறார். லெபனானில், ஈராக்கில் போர்ச் செய்திகள் வழங்கியிருக்கிறார். லெபனானில் கோஷ்டி கோஷ்டியாக மக்களைக் கொன்று குவித்துக் கொண்டிருக்கிறார்கள். அதில் ஒரு கொலைகார கோஷ்டியினர் அனைவரும் ஒரே மாதிரி டீசர்ட் போட்டிருக்கிறார்கள். எதிரில் வருபவன் நண்பனா, எதிரியா என்று பார்க்காமல் கொல், மேலே கடவுள் பிரித்துக் கொள்ளட்டும் என்கிறது அவர்களது டீசர்ட் வாசகம்! யாசர் அராஃபத், கடாஃபி என்று எத்தனை எத்தனையோ ஆளுமைகளை நேர்காணல் செய்திருக்கிறார். ஆப்ரிக்காவின் மிக உள்ளடங்கிய அடர்காட்டில் ஆப்ரிக்கப் பழங்குடியினம் ஒன்றின் தலைவரை அவர் நேர்காணல் செய்த போது இரண்டு மொழிபெயர்ப்பாளர்கள் இருந்தார்களாம். ஒருவர் காயப்போ என்ற அவர்களது ஆப்ரிக்க மொழியிலிருந்து போர்த்துக்கீசிய மொழிக்கு மொழிபெயர்த்துச் சொல்வார். அடுத்தவர் போர்த்துக்கீசிய மொழியில் சொன்னதை ஆங்கிலத்தில் லஸ்டிக்கிற்கு மொழிபெயர்த்துச் சொல்வார். இப்படியே ஒரு முழு நேர்காணலை நடத்தியிருக்கிறார்கள். அமெரிக்க அதிபரானாலும் சரி, ஆப்பிரிக்கப் பழங்குடியினத் தலைவரானாலும் சரி, எல்லா தலைவர்களிடமும், நான் யார் என்பதை மறந்துவிடாதே.. தேவையில்லாமல் என்னை உரசாதே என்ற மறைமுகமான எச்சரிக்கை ஒன்று அவர்களது

புன்னகைக்குப் பின்னால், மிகக் கனிவான தலைவர் என்ற பாவனைக்குப் பின்னால் இருக்கும் என்கிறார் லஸ்டிக். பதிலுக்கு லஸ்டிக்கும் நான் உலகின் மிகப் பெரிய செய்தி நிறுவனமான பிபிசியின் செய்தி யாளன். நீ என் அரங்கில் இருக்கும் போது, நீ யாராக இருந்தாலும் சரி நான் கேட்பதற்கு பதில் சொல்லக் கடமைப்பட்டவன் என்ற செய்தியாளனின் அறத் துணிச்சலுடன்தான் அவர்களை எதிர்கொள்வார். ஆனால், உலக நாடுகளின் அதிபர்களை நேர்காணல் செய்வதைவிட எழுத்தாளர்களை, கலைஞர் களை நேர்காணல் செய்வதுதான் தனக்கு மிகவும் பிடிக்கும் என்கிறார் லஸ்டிக். ஒருமுறை நைஜீரிய எழுத்தாளர் சிமமண்டா நிகோசி அடிசியை நேர் காணல் செய்தபோது, 'நாம் இருவரும் ஒரு நிகழ்ச்சியைப் பார்த்து அதைப் பற்றி எழுதினால், நீங்கள் எழுதியதும், நான் எழுதியதும் எவ்வகையில் மாறுபட்டிருக்கும்?" என்று லஸ்டிக் கேட்டார். அப்போது அடிசி, 'நீங்கள் எழுதியதன் மூலம் மக்கள் செய்தியை மட்டும் அறிவார்கள். நான் எழுதியதைப் படிக்கும்போது, உணர்ச்சிவசப் படுவார்கள்,' என்றாராம்.

நேரலையின் சிரமங்கள் பற்றி நிறைய வேடிக்கையாகச் சொல்கிறார் லஸ்டிக். லிங்க் கிடைக்காதது. தாம் நேரலையில் காட்டப் போகும் விஷயம் பற்றி ஒன்றுமே தெரியாத நிலையில் சமாளிப்பது, நேர்காணல் செய்பவரைப் பற்றி அதிகம் ஹோம் ஒர்க் இல்லாமல் செல்வது என்று நிறையவே பிரச்சனைகள். எதுவும் தெரியாத நிலையில், இது எந்த அளவு முக்கியத்துவமானது என்று நினைக்கிறீர்கள்? இப்படி நடந்ததற்கு என்ன காரணம் என்று சொல்ல முடியுமா? அடுத்து என்ன நடக்கலாம் என்று நீங்கள் நினைக்கிறீர்கள்? என்ற மூன்று கேள்விகளை வைத்து நிகழ்ச்சியை ஓட்டுவது நம் தமிழ் சேனல்களில் மட்டுமல்ல, பிபிசியிலும்தான் என்று தெரிகிறது. மற்றொரு முக்கியமான பிரச்சனை இடம், ஆள்களின் பெயர்களை எப்படி உச்சரிப்பது என்று தெரியாமல் திணறுவது. கூகுள் இல்லாத காலத்தில் அது மிகவும் சிரமம். ஹவாய் தீவின் ஒரு பெண்ணைப் பற்றிய செய்தியில் பிபிசி செய்தியாளர் நீல் ஸ்லீட் அந்தப் பெண்ணின் பெயரைச் சரியாக உச்சரித்ததற்காக உலகமே அவரைப் பாராட்டியதாம். *Keihanaikukauakahihulijeakahaunaele* என்ற அந்தப் பெயரை எங்கெங்கெல்லாமோ விசாரித்துச் சரியாக உச்சரித்தாராம் அவர். இத்தனைக்கும் அவரைப் பழிவாங்குவதற்காக செய்தியாசிரியர் அந்தப் பெயர் செய்தியில் இரண்டு முறை வருவதாகச் செய்தியை எழுதியிருந்தாராம் ! செய்தித் தொகுப்பின் இறுதியில் என்ன சொல்லி முடிப்பது என்பதும் பெரிய பிரச்சனை. நம்

ஊர்களில் செய்திக்கு நடுவிலேயே என்ன பேசுவது என்று தெரியாமல், லிங்க் கிடைக்காதது மாதிரி தலையைத் தலையை ஆட்டி செய்தியாளர்கள் சமாளிப்பது வேறு விஷயம். கடைசியில் எப்படி மங்களம் பாடுவது? ஒன்றும் தெரியாவிட்டால், "இதோ, இந்த மலைகளுக்குப் பின்னால், மாலைச் சூரியன் மறையும் இந்த வேளையில் நான் உங்கள் முன் நிற்கும் போது, என் மனத்தில் எழும் பல கேள்விகளுக்கு விடை இல்லை. ஆனால், ஒன்று மட்டும் நிச்சயம், இனி ஒருபோதும் விஷயங்கள் முன்பு போல் இருக்காது. பிபிசிக்காக உங்கள் லஸ்டிக்" என்று மங்களம் பாடவேண்டியதுதான் என்கிறார்.

செய்தி எழுதுவதும் கடினமான கலை என்கிறார் லஸ்டிக். அவர் செய்தியாசிரியராகப் பணியாற்றிய காலத்தில் ஒரு மணி நேர செய்தித் தொகுப்புகளுக்குச் செய்தியாளர்களிடம் அவர்களுக்குத் தெரிந்த அனைத்தையும் எழுதித் தரச் சொல்லி வாங்கி வைத்துக் கொள்வாராம். வெள்ளிக் கிழமை இரவு பிளாஸ்க்கில் பிளாக் காப்பியுடன் உட்கார்ந்து, அதிகாலை 4 மணியளவில் எல்லாவற்றையும் சேர்த்துத் தொகுத்து எழுதி முடிப்பாராம். பிபிசியில் *terrorist* என்ற சொல்லைப் பயன் படுத்தக்கூடாது என்றொரு எழுதப்படாத விதி ஒன்று இருந்ததாம். எனவே, செய்தி எழுதும் போது சூழலுக்குத் தகுந்தாற்போல், *Killer, attacker, gunmen, bomber, kitnapper* என்று வார்த்தைகளைப் போடவேண்டும். செய்தி சேகரிக்கப் போய்த் தங்கும் இடங்களிலும் இந்தத் தீவிரவாதிகள் தொல்லை தாங்க முடியாது. ஒருபுறம் வேடன், மறுபுறம் நாகம் கதைதான். இஸ்ரேல், பாலஸ்தீனம், லெபனான். அயர்லாந்து என்று எங்கு போய்த் தங்கினாலும். ஹோட்டல் மேலாளர் உங்களுக்கு அறை எந்தப் பக்கம் ஒதுக்கலாம்? பீரங்கித் தாக்குதல் பக்கமா? இல்லை கார்குண்டு வெடிக்கும் பக்கமா? என்று கேட்பார்.

இத்தனை ஆபத்துகளைத் தாண்டி லஸ்டிக் பிபிசியில் பணியாற்றியது வீண் போகவில்லை. மூன்றாம் உலக நாடுகளில் எத்தனை எத்தனையோ பேர் பிபிசியில் அவரது ஆங்கிலத்தைக் கேட்டு அதன் மூலம், ஆங்கிலம் கற்றுக்கொண்டிருக்கிறார்கள். 2014இல் ஈராக்கைச் சேர்ந்த செய்தியாளர் கெய்த் அப்துல் அஹமத் என்பவருக்குச் சிறந்த செய்தி யாளருக்கான ஜார்ஜ் ஆர்வெல் விருது வழங்கப்பட்டது. சிறப்பு விருந்தினராகக் கலந்துகொண்டு, லஸ்டிக்தாம் அவருக்கு அந்த விருதை வழங்கினார். ஏற்புரை வழங்கிய அஹமத், நான் யாருடைய ஆங்கிலத்தை பிபிசியில் கேட்டு, ஆங்கிலம் கற்று, செய்தியாளராக ஆனேனோ, அவரது கையாலேயே இந்த விருதை வாங்குவது மிகவும் பெருமையாக இருக்கிறது என்றாராம். பிபிசியின் உலக சேவை அத்தகையது.

மின்னஞ்சல், ஃபேஸ்புக் எனத் தகவல் தொடர்பில் ஏற்பட்ட மிகப் பெரிய மாற்றங்களை மிகச் சிறப்பாகப் பயன்படுத்திக் கொண்டு பிபிசி வளர்ந்தது. ஆனாலும், அதன் அடிப்படை நெறிகளைக் கைவிடவில்லை. நீங்களும், நானும் ஒரு நிகழ்வைப் பார்க்கிறோம்.

நீங்கள் உங்கள் வலைப்பூவில் அல்லது ஃபேஸ்புக்கில் அது பற்றி எழுதுகிறீர்கள். நான் அது பற்றி பிபிசியில் கூறுகிறேன். அப்படியானால், நாம் இருவருமே செய்தியாளர்கள்தானா? என்றால் இல்லை என்கிறார் லஸ்டிக். ஒரு விஷயத்தை ஒரு படம் எடுத்து அது பற்றி ஒரு பத்தி எழுதுவது செய்தி தரும் நடவடிக்கை ஆகிவிடாது. சேகரித்த தகவலை திரும்பத் திரும்ப சரிபார்த்துவிட்டுத் தருவதுதான் செய்தியாளனின் கடமை என்கிறார் லஸ்டிக். ராய்ட்டரும், பிபிசியும் அவருள் உருவாக்கிய அறநெறி அது.

உலகில் இரண்டு விதமான மனிதர்கள் இருக்கிறார்கள். ஒரு காரியத்தைச் செய்துவிட்டு, அது தொடர்பாக நம் பெயர் செய்தியில் அடிபட்டுவிடக்கூடாதே என்று அஞ்சுபவர்கள் ஒரு வகை. மற்றொரு வகையினர் எதுவுமே செய்யாமல், அதே சமயம் தனது பெயர் தினமும் செய்திகளில் பேசப்பட வேண்டும் என்று நினைப்பவர்கள். துரதிருஷ்டவசமாக, இரண்டாவது வகையினரைப் பற்றிதான் செய்திகள் அதிகமாக சொல்லப்படுகின்றன. ஆனால், அவர்களை விடுத்து, நல்லதைச் செய்துவிட்டு, எந்த பெயர், புகழுக்கும் ஆசைப்படாமல் இருப்பவர்கள், அல்லது கெட்டதைச் செய்துவிட்டுத் தன் பெயர் வெளியில் வந்துவிடக்கூடாதே என்று நினைப்பவர்கள் என்ற இருசாரார் பற்றியும் செய்திகளைச் சொல்வதுதான் செய்தியாளனின் கடமை என்கிறார் லஸ்டிக்.

இப்படியான உணர்வோடு பணிபுரியும் செய்தியாளர்களால்தாம் உலகில் சிறிதளவேனும் அறஉணர்வுகள் காப்பாற்றப்படுகின்றன என்று தோன்றுகிறது.

செய்தி என்பது என்ன? என்று லஸ்டிக் சொல்வதும் மேம்போக்காகப் பார்த்தால் வேடிக்கையாக இருந்தாலும், ஆழ்ந்த சிந்தனைக்குரியது. செய்தி என்பது எங்கோ, யாரோ, ஒருவர், யாரும் இதை வெளியில் சொல்லி விடக் கூடாதே என்று அஞ்சும் ஒரு விஷயம். மற்றதெல்லாம் விளம்பரம்தான் என்கிறார் லஸ்டிக்.

இப்போது நாம் வாழ்வது விளம்பர யுகத்தில் என்று இதைத்தான் சொல்கிறார்கள் போலும் !

- ஆர்வமுள்ளோர் வாசிக்க
 Is Anything Happening? - Robin Lustig.

எல்லைகள் இல்லா மருத்துவர்

18

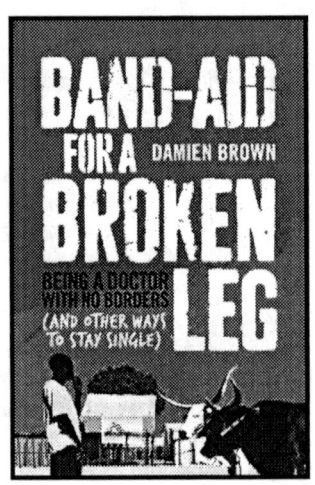

நம் ஊர்களில் என்றேனும் ஒரு நாள் பந்த் வருகிறது. கலவரம் வந்து ஓரிரு நாள்களுக்கு ஊரடங்கு உத்தரவு வருகிறது. இரண்டு மூன்று நாள்கள் புயலடித்து ஓய்கிறது. இது போன்றவை பெரும்பாலும் நமக்கு முன்கூட்டியே தெரிந்து விடுகின்றன. பால், காய்கறி, இட்லிமாவு, பிரட், நூடுல்ஸ், ஸ்நாக்ஸ், மருந்து எல்லாம் வாங்கிக்கொண்டு, எப்படியோ ஓரளவிற்கு சமாளித்துக் கொள்கிறோம். இப்படி முன்னேற்பாடுகள் எதுவும் செய்யமுடியாது போனாலும் கூட, பத்திரமாக வீட்டுக்குள்ளேயே முடங்கி இருந்து நம்மைக் காத்துக் கொள்கிறோம். ஆனால் சில நாடுகளில் காலம் காலமாக இப்படிப்பட்ட இடர்கள் இருந்துகொண்டே இருக்கின்றன. அது போக, போர்கள், உள்நாட்டுக் கலவரங்கள், ராணுவக் கிளர்ச்சிகள் என்ற துயரங்கள். இப்படியான இடங்களுக்குச் சென்று அந்த மக்களுக்கு மருத்துவ உதவிகள் செய்து தரும் மக்கள் மருத்துவர் டேமியன் பிரவுனின் Band-Aid For A Broken Leg என்ற அனுபவத்தொகுப்பைப் படித்தேன். ரிஸ்க் எடுப்பது எனக்கு ரஸ்க் சாப்பிடுவது போல என்று நம்மில் பலரும் வாய்ச்சவடால் விடலாம். ஆனால் தினமும் ரிஸ்க் எடுத்து ரஸ்க் மட்டுமே சாப்பிடும் டேமியனின் அனுபவங்களைப் பார்த்தால் நாமெல்லாம் வாழ்வதே

வீண் என்று படுகிறது. தன் வசதிகளைப் பொருட்படுத்தாது, வீட்டை விட்டு, நாட்டை விட்டு பல்லாயிரம் மைல் தாண்டி மொழி யறியாத தேசங்களில் போய் சேவை செய்யும் அந்த மனது எப்படி சிலருக்கு மட்டும் வாய்க்கிறது? என்ற கேள்வி மனதில் திரும்பத் திரும்ப கேட்டுக் கொண்டே வாசித்தேன்.

மருத்துவரான டேமியன் பிரவுன் தென்னாப்பிரிக்காவில் பிறந்து பள்ளி நாள்களிலேயே தம் பெற்றோருடன் ஆஸ்தி ரேலியாவில் குடியேறியவர். உயர் நடுத்தர வர்க்கக் குடும்பம். டாக்டருக்குப் படிக்கிறார். விடுமுறை நாள்களில் உலகம் முழுக்கச் சுற்றுகிறார். இமயமலைக்கு வருகிறார். நேபாளத்தில் குஷ்டரோகம் வந்தவர்கள், கள்ளிப்பெட்டி பலகையில், சின்ன சக்கரத்தை மாட்டி, உருவாக்கிய வண்டியில் உட்கார்ந்து பிச்சை எடுப்பதைப் பார்க்கிறார். தென்னாப்பிரிக்காவின் பல நாடுகளில், குழந்தைகளும், முதியவர் களும், பெண்களும், உடல் நலம் இன்றி, மருத்துவ வசதி இன்றி, பிச்சை எடுப்பதைப் பார்க்கிறார். ஓரிடத்தில், ஒரு குழந்தை கீழே கிடந்து எடுத்த ஓர் ஆப்பிளைத் தந்து ஏதாவது காசு கொடு என்று கேட்கிறது. பயணங்கள் சே குவேராவிற்கு மட்டுமா மனமாற்றத்தை ஏற்படுத்தும்? டேமியனிடமும் மாற்றத்தை ஏற்படுத்துகிறது. அவர் Medicines San Frontiers - MSF என்ற தொண்டு நிறுவனத்தில் இணைகிறார். எல்லைகள் இல்லா மருத்துவம் என்பது இந்தப் பெயரின் பொருள். 1971இல் பாரீசில் ஆரம்பிக்கப்பட்ட அமைப்பு இது. இப்போது இதன் தலைமையகம் சுவிட்சர்லாந்தின் ஜெனிவாவில் உள்ளது. இந்த அமைப்பில் சுமார் 65000 ஊழியர்கள் இருக்கிறார்கள். உலகெங்கும் சுமார் 71 நாடுகளில் மருத்துவ சேவை ஆற்றிவருகிறது. இந்தியாவில் மிசோரம், பிஹார், ஆந்திரா, தெலுங்கானா, ஜம்மு காஷ்மீர் போன்ற பகுதிகளில் கூட அதன் மருத்துவர்கள் சேவை செய்துள்ளனர். 1999இல் சமாதானத்திற்கான நோபல் பரிசும் இந்த அமைப்பு பெற்றுள்ளது. இப்போதும் உக்ரைனில் போருக்கு நடுவே பணியாற்றிக் கொண்டிருக்கிறது. டேமியன் இந்த அமைப்பின் மருத்துவராக ஆப்பிரிக்காவில் ஆறுமாதம் பணிசெய்த அனுபவங்களின் தொகுப்பு தான் மேற்கூறிய நூல்.

டேமியன் ஆப்பிரிக்காவின் அங்கோலாவிற்குச் செல்வதிலிருந்துதான் புத்தகம் ஆரம்பிக்கிறது. அதற்கு முன் அவர் பெருவில் தொற்று நோய்கள் பற்றிய ஒரு சிறப்புப் படிப்பை முடித்துவிட்டு, தாய்லாந்தில் பணியாற்றிக் கொண்டிருந்தார். அங்கோலாவில் சுமார் 27 ஆண்டுகளாக உள்நாட்டுப் போர். ஒருபுறம் சோவியத், கியூபா ஆதரவு பெற்ற தீவிரவாதிகள். மறுபுறம் அமெரிக்கா, தென்னாப்பிரிக்கா ஆசி

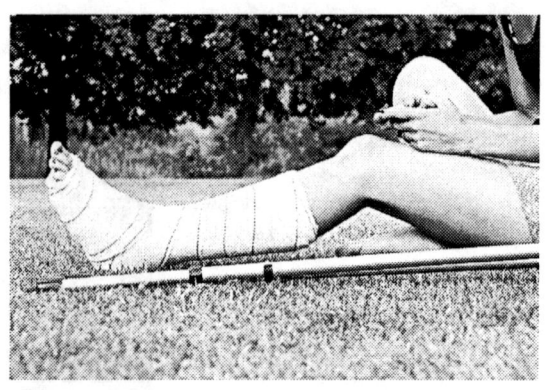

பெற்ற தீவிரவாதிகள். நடுவில் அங்கோலா ராணுவம் என நாடு சிக்கி சின்னாபின்னமாகி இருக்கிறது. சுமார் பத்து லட்சம் பேர் மரணம். நான்கு லட்சம் பேர் உள்நாட்டிலேயே அகதிகளாகத் திரிய, நாட்டின் ஆயிரக்கணக்கான சதுர கிமீ சாலைகள், விவசாய நிலங்கள் முழுக்க கண்ணிவெடிகள். ஆஸ்திரேலியா போய் ஏண்டா, இப்படி உனக்கு புத்தி போகுது? என்று கண்ணீர் விடும் அம்மா, அப்பாவிடம் விடை பெற்றுக்கொண்டு, எட்டு விமானங்கள் மாறி, மூன்று கண்டங்கள் தாண்டி, இந்த ரத்த பூமிக்கு வருகிறார் டேமியன். இவரோடு ஆன்ட்ரியா என்ற ஜெர்மன் பிரசவத் தாதி, பாஸ்கல் என்ற இத்தாலியர், இஸபெல்லா என்ற இத்தாலிய நர்ஸ், சோஃபியா என்ற ஜெர்மன் மருத்துவர், டிம் என்ற சுவிஸ் -பிரெஞ்சு ஒருங்கிணைப்பாளர் என்று ஒரு சேவைக்குழு.

அங்கோலாவில் சராசரி ஆயுட்காலம் 39 வயதுதான். அதற்குள் பெண்கள் சராசரியாக ஆறு குழந்தைகள் பெறுவார்கள். அதில் இரண்டு ஐந்து வயதுக்குள் இறந்து விடும். சராசரி வயது குறைவு என்பதால் மிக இளவயதிலேயே திருமணம் நடந்துவிடும். நோயாளிக் குழந்தையின் அக்கா என்று நினைத்துப் பேசினால் அது குழந்தையின் அம்மாவாக இருக்கும். வயதைக் கேட்டால் 15 என்று சொல்லும். முகம் முழுக்க சுருக்கம் விழுந்து தளர்ந்து போன கிழவியிடம் உங்க பேரனுக்கு என்ன செய்யுது? என்று கேட்டால் என் மகன் என்பாள் அவள். உங்கள் வயது என்ன என்றால் 30 என்பாள். 15 ஆண்டுகளில் 50 வருட முதுமை வந்து விடும்! மருத்துவமனையை விட்டு வெளியே செல்வது மிக ஆபத்தானது. எந்த இடத்திலும் கண்ணிவெடி வெடிக்கலாம். மருத்துவமனை முழுக்க, கண்ணிவெடியில் கைகால் சிதைந்தால், நாமே எப்படி அதை வெட்டிப்போட்டுவிட்டுக் கட்டுப் போட்டுக்கொள்ள வேண்டும் என்பதை விளக்கும் போஸ்டர்கள் ஆங்காங்கு இருக்கும்! இதற்கு நடுவில்தான் டேமியன் குழு வேலை பார்த்தது. படிக்கும்போதே எனக்கு என் சிறுவயதில் மருத்துவம் பார்த்த ராமன் டாக்டர் நினைவிற்கு வந்தார். ஊசி போட்டுக்க பயப்படுவானா? என்று என் அம்மாவிடம் ஒவ்வொரு முறையும் கேட்பார். உண்மையில் ஊசி போட அவருக்குப் பயம்

என்பது பிறகுதான் தெரிந்தது. அங்கோலாவில் குழந்தைகள் மருத்துவ மனைக்கு வராத நாள்களில் பள்ளி செல்வார்கள். பள்ளிகள் *bring- your - own - furniture* ரகப் பள்ளிகள். குழந்தைகள் பாடப்புத்தகங்களோடு உட்காருவதற்கு பிளாஸ்டிக் நாற்காலியையும் சுமந்து செல்வார்களாம்.

டேமியனின் மருத்துவமனையில் உள்ளூர் ஊழியர்களும் உண்டு. அவர்களுக்கு முறையான மருத்துவப் படிப்பு கிடையாது. ராணுவ சேவை, தீவிரவாத கோஷ்டிகளில் கற்றுத் தந்த மருத்துவம், போர்க்களத்தில் செய்த மருத்துவ அனுபவம்தான். டேமியன் பணிக்குச் சேர்ந்த முதல்மாதம் 2800 நோயாளிகள் வந்தார்கள். அதில் 800 பேர் ஐந்து வயதுக்குட்பட்ட குழந்தைகள். 200 மலேரியா. 26 பிரசவம். 2 இறந்தே பிறந்த குழந்தைகள். 4 கருச்சிதைவுகள். மருத்துவமனை மருந்தகத்திலிருந்து 6000 அமாக்சிலின் மாத்திரைகள், 15000 பேராசிட்டமால் மாத்திரைகள், 1000 பூச்சி மருந்து மாத்திரைகள், 1500 மலேரியா மருந்து செட் தரப்பட்டன. ஆய்வகத்தில் பரிசோதனைகள் நடந்து கொண்டே இருக்கும். 291 உள்நோயாளிகள். இதில் மூன்றில் இரண்டு பங்கு மலேரியாவிற்காக. ஆறு பேர் மரணமடைகிறார்கள். இதில் மூவர் மலேரியாவால்.

ஆனால், மருத்துவம் பார்ப்பது என்னவோ 19ஆம் நூற்றாண்டில் பார்ப்பது போன்றுதான் பார்க்க முடியும். ஹீமோகுளோபின் அளவைப் பார்க்கப் பரிசோதனை வசதி கிடையாது. அந்தக் காலம் போல் கண் கீழ்இரப்பையை இழுத்து நிறம் பார்ப்பதுதான். கருவில் இருக்கும் குழந்தையின் இதயத் துடிப்பை பரிசோதிக்க வயிற்றில் பெரிய கூம்பை வைத்துக் காது கொடுத்துக் குவா குவா சத்தம் கேட்பாள் ஆன்ட்ரியா. ஆயிரக்கணக்கான விதவிதமான நோய்களுடன் நோயாளிகள் வந்தாலும், ஹெச்ஐவி, மலேரியா, சிஃபிலிஸ். ஹெபடிடிஸ் ஆகியவற்றிற்குப் பரிசோதனை செய்யும் வசதி மட்டுமே இருந்தது. எல்லாம் ஒரு குத்துமதிப்பான மருத்துவம்தான் செய்ய முடியும். எலும்பு முறிவிற்கு பேண்ட் எய்ட் போடுவது என்பதுதான் புத்தகத்தின் தலைப்பே !

டேமியன் அறுவை சிகிச்சை நிபுணர் அல்லர் என்பதால் அறுவை சிகிச்சை செய்யமாட்டார். அறுவை சிகிச்சை தேவைப்படுவோரை விமானம் மூலம் பக்கத்து பெரிய ஊருக்கு அனுப்ப வேண்டும். விமானம் வந்து அழைத்துச் செல்வதற்குள் நோயாளி சுவர்க்கம் போய்ச் சேர்ந்து விடுவார். எனவே, அவசரத்திற்கு உள்ளூர் உதவியாளர் ஒருவரே அறுவை சிகிச்சை செய்வார். அவர் ராணுவத்தில் அறுவை சிகிச்சை மருத்துவரின் உதவியாளராக இருந்து அனுபவப்பட்டவர். அங்குப் பல அறுவை சிகிச்சைகளைச் செய்தவர். நோயாளியின் உறவினரை வைத்துக் கொண்டுதான் செய்ய வேண்டும். வயிற்றிலிருந்து நீக்க வேண்டிய உறுப்பை எடுத்துக் காட்டி, இந்தா பார், எப்படி அழுகிப் போயிருக்குன்னு, வெட்டி எடுத்துடுவோமா? என்று கேட்டு அவர் சரி என்றதும் வெட்டி எடுப்பார்கள். அந்த நோயாளி வீடு திரும்பும் வரை டேமியனுக்கு மரண வேதனை. தான் செய்வது சரிதானா? ஒரு மருத்துவராக இதையெல்லாம் அனுமதிக்கலாமா? என்று பல கேள்விகள் அவரை வாட்டி வதைக்கும். ஆனால் காலையில் மருத்துவமனை முன் நிற்கும் நோயாளிகளின் வரிசையில் இந்தக் கேள்விகள் மறைந்து போகும்.

மொத்தத்தில் அதிகமான மக்களுக்கு அதிகமான நன்மை என்ற எண்ணத்தில் ஆறுதல் கொள்வார் டேமியன். இந்த அளவில் குறைந்தபட்ச மருத்துவ வசதி தருவதற்கே ஏராளமாக செலவானது. ஆண்டுக்கு ஒரு மில்லியன் டாலருக்கு மேல் செலவு. நோயாளிகளுக்கு ஏராளமான செலவில் நல்ல குடிநீர் கொடுத்தே பல நோய்களைக் குறைத்தார்கள், தடுத்தார்கள். அடிப்படை வசதிகள், கர்ப்பிணிகளுக்கான ஊட்டச் சத்து, பிறந்த குழந்தைகளுக்கான கவனிப்பு இருந்திருந்தாலே அங்கு பல பிரச்சனைகளைத் தீர்த்திருக்க முடியும். போதாததற்கு தீவிரவாதம் வேறு. ஒரே நாளில் விதவிதமாய் நோயாளிகள் வருவார்கள். விளையாடும் இடத்தில் எடுத்த கைக்குண்டை நோண்டி, அது வெடித்ததால் அடிபட்டு வந்த சிறுவர்களுக்கு கை, காலை வெட்டி உயிரைக் காப்பாற்ற நேரிடும். ஒரு பெண்ணுக்கு சிசேரியன் செய்து இரு உயிர்களைக் காப்பாற்றுவார். ராணுவத்தால் கற்பழிக்கப்பட்டு, உடல் முழுக்கக்

காயத்தோடு வரும் பெண்ணுக்கு மருத்துவம். கடும் தொற்று நோயோடு வரும் கிழவர் ஒருவரின் நோயின் கடுமை குறைக்கப்படும். வேலை எல்லாம் முடிந்து, வீட்டிற்கு போன் செய்யும் போது, அம்மா, நம்ம டாமி ரெண்டு நாளா ஆக்டிவாவே இல்ல. டாக்டர்ட போனோம். அவனுக்கு என்னமோ *anxiety disorder*னு மருந்து தந்து மத்தியானத்துக்கு மேல கொஞ்சம் விளையாடறான் என்பாள். இதைப் பார்க்கும் போது இன்று நான் எத்தனையோ நல்ல காரியம் செய்து விட்டேன் என்று நினைத்துக் கொள்வார் டேமியன்.

கலாச்சார வேற்றுமைகள், மொழிப் பிரச்சனைகளில் வேலை பார்ப்பதும் ஒரு சுவாரஸ்யம்தான். அப்பகுதியின் குழந்தைகள் வெள்ளைக் காரர்களையே பார்க்காதவர்கள். மருத்துவத்திற்கு வரும் குட்டிக் குழந்தைகள் டேமியனின் கையை வேகமாகத் தேய்த்துப் பார்ப்பார்கள். சில தைரியமான சிறுவர்கள் எச்சில் தொட்டு வைத்து தேய்த்துப் பார்ப்பார்கள். இவர் தன் தோல் மேல் ஏதோ ஒரு வெள்ளை மாவைப் பூசிக் கொண்டு இருக்கிறார் என்று நினைத்து அந்த மாவைத் தேய்த்து எடுக்க முயற்சி செய்வார்கள். நோயாளிகளிடம் பேசி மொழிபெயர்த்துச் சொல்ல ஓர் உதவியாளர் இருப்பார். அவர் நோயாளியிடம் பத்து நிமிடம் பேசி விட்டு, இவரிடம் ஒரு வரியில் முழங்கால் வலி என்பார். பத்து நிமிடம் என்ன பேசினார் என்பதை சொல்லவே மாட்டார். இவர் மருந்து தந்ததும், மீண்டும் பத்து நிமிடம் உரையாடல். என்ன என்றால், நீங்கள் சரியாகப் பார்க்கவில்லை.. அவள் முழங்கால் சொல்வதைக் கேட்கவில்லை என்று குறை கூறுகிறாள் கிழவி என்பார் உதவியாளர். பின்னர் சிரிப்பை அடக்கிக் கொண்டு, அவளது முழங்காலில் ஸ்டெதாஸ்கோப்பை வைத்து அது சொல்வதைக் கேட்க வேண்டும் !

ஆனாலும் நிறைய நோயாளிகளைக் காப்பாற்றுகிறார்கள். மருத்துவமனைக்கு வந்து இறப்பவர் விகிதம் குறைவு. நாம் நன்றாக சேவை செய்கிறோம் போலும் என்று நினைக்கிறார் டேமியன். இல்லை என்கிறாள் மெரீனா என்ற உள்ளூர் உதவியாளப் பெண். சீரியஸ் நோயாளிகள் மூன்று நான்கு நாட்கள் மருத்துவமனைக்கு நடந்து வரும்

வழியிலேயே இறந்து விடுவார்கள். மூன்று நான்கு நாள்கள் நடந்து மருத்துவமனைக்கு வருமளவு நோய் குறைவாக இருப்பவர்கள்தாம் இங்கு வருகிறார்கள். இயல்பாகவே அவர்களுக்கு நாம் தரும் மருந்தால் சீக்கிரம் குணமாகிவிடுகிறது என்கிறாள் அவள். என்ன கொடுமை ! என்று மீண்டும் வேதனை...

எந்த நேரமும் தீவிரவாத குழுக்களின் மோதல் மோசமாகலாம். ராணுவப் புரட்சி வரலாம். எப்போது வேண்டுமானாலும் இருப்பிடத்தை விட்டு எங்கேனும் ஓட நேரலாம். எனவே எப்போதும் கைக்கு எட்டும் தூரத்தில் அத்தியாவசியப் பொருள்கள் உள்ள ஒரு பை தயாராக இருக்கும். நான்கு - ஐந்து கிலோ எடையில். பாஸ்போர்ட், வாக்கிடாக்கி, லைட்டர், திசைகாட்டி, கத்தி, வெப்பப் போர்வை, குடிநீர் சுத்திகரிப்பு மாத்திரைகள், என்ன காரணத்திற்காகவோ ஆணுறைகள், இப்படிப் பல பொருட்கள் உள்ள சிறுமூட்டை. தூங்கும் போதும் தலைக்கருகில் வைத்துக் கொள்ள வேண்டும்.

அங்கோலாவிலிருந்து சோமாலியாவிற்குப் பணிமாறுதல். பிறகு அங்கிருந்து தெற்கு சூடான். எல்லா இடங்களிலும் இதே கதைதான். நவீன மருத்துவத்தை ஏற்க மறுக்கும் பிடிவாதம். என் மனைவிக்கு இந்த மருத்துவம் வேண்டாம் என்று சொல்லும் ஆணாதிக்கம். ஒவ்வொரு நாள் ஏண்டா இந்த வேலையில் சேர்ந்தோம் என்று வெறுப்பாக இருக்கும். பேசாமல் சொந்த ஊர் போய் பெரிய மருத்துவமனை ஒன்றில் வேலை பார்த்துக் கொண்டு, அப்படியே தனியாக பிராக்டீசும் செய்தால் என்ன என்று தோன்றும். ஆனால் ஜிம்பாப்வேயில் காலரா பெரிதாய் பரவும். காங்கோவில் இனப்படுகொலை நடக்கும். காஸாவில் பிரச்சனை. சாடில் மூளைக் காய்ச்சல்... எனப் பல இடங்களிலும் இவர் போன்றோரின் தேவை இன்னும் அதிகம்தான் என்பது தெரிய மனம் மாறுவார். மூளை இது தேவையில்லாத வேலை என்றாலும், மனம் வேறுவிதமாய்ச் சொல்லும். மீண்டும் களப்பணி...

புத்தகத்தைப் படித்து முடித்த போது எனக்கு நிம்மதி, ஆச்சரியம் என இரண்டு உணர்வுகள். எத்தனையோ குறைகள் இருந்தாலும். நம் நாடு எவ்வளவோ பரவாயில்லை என்ற நிம்மதி. டேமியன் போன்ற எல்லைகள் இல்லா மருத்துவர்கள் பற்றித் தமிழ் இலக்கியத்தில் கடற்காகம் என்ற நாவலில் மிக விரிவாகவே பதிவு செய்திருக்கும் அருமைத் தம்பி முகமது யூசுப் பற்றி ஆச்சரியம்.

■ ஆர்வமுள்ளோர் வாசிக்க:
band-Aid for a Broken Leg - Damien Brown

திறந்த வானம்

19

பத்து வயது வரை பள்ளிக்குப் போகாமல், அகதியாய் வாழ்ந்து. வாழ்வின் ஒவ்வொரு கட்டத்திலும் போராடிப் போராடி விமானப்படை விமானியாக, நிஜமாகவே உயரே பறந்த பெண்ணின் கதை இது. ஆப்கானிஸ்தானின் முதல் பெண் விமானி, அதுவும் விமானப்படையில் முதல் பெண் விமானியான நிலோஃபர் ரஹ்மானி தன் அனுபவங்களை, - அவற்றை அனுபவங்கள் என்று சொல்லக் கூடாது - துன்பங்களை *Open Skies* என்று விரிவாகப் பதிந்திருக்கிறார். படிக்கும் போது, உலகம் ஒரு பக்கம் மிக வேகமாக முன்னேறிக் கொண்டிருக்கிறது, மறுபக்கம் மிக வேகமாக இரண்டு, மூன்று, நான்கு என்று நூற்றாண்டுக் கணக்கில் பின்னாலும் போய்க்கொண்டிருக்கிறது என்பது தெரிகிறது. முன்னால் போகப் போக மேட்டுக்குடியினரின் வாழ்க்கைத் தரம் உயர்ந்துகொண்டே போகிறது. பின்னால் போகும்போதோ, விளிம்பு நிலையில் உள்ளவர்கள், குறிப்பாக பெண்களின் நிலை மிக மிக மோசமாகிறது. ஆனாலும் நிலோஃபர் போன்ற பெண்கள் போராடித் தமக்கான இடத்தைப் பிடித்துக் கொள்கிறார்கள். அந்த இடத்தில் அவர்களால் மிகக் குறுகிய காலம் மட்டுமே இருக்க முடிகிறது என்றாலும் கூட, வெற்றி வெற்றிதானே?

நிலோஃபரின் தந்தை பொறியியல் படித்தவர். விமானி ஆக வேண்டும் என்று ஆசைப்பட்டவர். ஆப்கானில் அந்நாளில் விமானிகளுக்கான பயிற்சிப் பள்ளியே கிடையாது. சோவியத் ஆட்சிக் காலத்தில் ராணுவத்தில் இருக்கிறார். ஆட்சி தாலிபான் கையில் வந்ததும் அந்த வேலை காலி. நான்கு பைகளில் சாமான் செட்டுகளோடு, அகதியாய் குடும்பத்தோடு பாகிஸ்தான் போகிறார். அகதி முகாம் வாழ்க்கை. குழந்தைகளுக்கு வீட்டிலேயே பாடம். பொறியாளரான அவர் கூலித் தொழிலாளியாக வேலை செய்கிறார். பின்னர் சில ஆண்டுகள் கழித்து மீண்டும் ஆப்கானிஸ்தான் திரும்புகிறார்கள். இப்போது அந்த நான்கு பைகளோடு. மூன்று சட்டிகளும், ஒரு கேஸ் அடுப்பும் கூடுதல் சொத்தாகச் சேர்ந்துள்ளன.

ஆப்கானில் தாலிபான் அராஜகம் உச்சத்தில் இருக்கிறது. எந்தத் தொழிலும் கிடையாது. இங்கும் நிலோஃபரின் அப்பா கிடைக்கும் கூலி வேலைதான் செய்கிறார். தாலிபான் சொல்வதைக் கேட்கா விட்டால் சவுக்கடி. திருடி மாட்டிக் கொண்டால் கையை வெட்டுவார்கள். பெண் தனியாக வெளியே போகக் கூடாது. அப்படிப் போனால் ரத்தம் வரும் வரை சவுக்கடி. அப்படித் துணையோடு போகும் போதும், உடலின் ஒரு சிறு பாகமும், பாதம் கூட வெளியே தெரியக் கூடாது. தெரிந்தால் ரத்தம் வரும் வரை சவுக்கடி. பெரும் போராட்டத்திற்குப் பிறகு அமெரிக்கப் படைகள் தாலிபான்களை விரட்டுகின்றன. லேசான மாற்றங்கள் வர ஆரம்பிக்கின்றன. ஆனாலும், அதற்குள்ளாகவே தாலிபான்கள் என்னுடைய குழந்தைமையை, அமைதியை, கல்வி கற்கும் உரிமையை, அச்சமின்றித் தெருவில் நடக்கும் உரிமையை, எனது எல்லாவற்றையும் பறித்து விட்டார்கள் என்கிறார் நிலோஃபர். இனி என்ன செய்தாலும் அவை எனக்கும், என் காலத்துப் பெண்களுக்கும் திரும்பக் கிடைக்கப் போவதில்லை என்று வேதனைப்படுகிறார் அவர்.

தாலிபான்கள் வெளியேறிய அன்று பெண்கள் சாதாரணமாக வெளியே வந்த போது நகரமே வண்ணமயமாக இருந்தது என்கிறார்

நிலோஃபர். ஊரில் இத்தனை பெண்கள், விதவிதமான வயதுகளில், விதவிமான உயரத்தில், விதவிதமான பருமனில், விதவிதமான நிறத்தில், விதவிதமான உடைகளில் இருக்கிறார்களா என்ன? என்று எல்லோருக்குமே வியப்பாக இருக்கிறது. எத்தனையோ ஆண்டுகளுக்குப் பிறகு பெண்களின் சிரிப்பொலி கேட்கிறது. பெண்களின் சிரிப்பொலி இல்லாத ஒரு தேசத்தை நம்மால் கற்பனை செய்யவே முடியாது. ஆனால் இருந்திருக்கிறது. மற்றொரு வியப்பான விஷயம் எல்லா இடங்களிலும் இந்தியாவிலிருந்து வந்த இசை ஒலிக்கிறதாம் - அதாவது, பாலிவுட் திரையிசைப் பாடல்கள்!

அமெரிக்க நிர்வாகம் பள்ளிகள் திறக்கிறது. ஒரு நுழைவுத் தேர்வு வைத்து எந்த வகுப்பில் சேர்த்துக் கொள்ளலாம் என்று தீர்மானிக்கிறார்கள். இதுவரை பள்ளி என்றால் என்னவென்றே தெரியாத ஆப்கான் சிறுமிகள் நுழைவுத் தேர்வு எழுதுகிறார்கள். வீட்டில் சொல்லிக் கொடுத்ததை வைத்து எழுதிய நிலோஃபர், அவரது அக்கா இருவருக்கும் ஆறாவது வகுப்பில் இடம் கிடைக்கிறது. பள்ளியில் சேர்ந்து முறையான படிப்பு என்பது ஆரம்பித்துவிட்டாலும் கூட, ஆப்கானில் நிலைமை வேறு. தொலைக்காட்சி, போன், இணையம், ஏன் பொது நூலகம் கூட இல்லாத நிலையில் குழந்தைகள் பிற நாட்டுக் குழந்தைகளின் அறிவு மட்டத்தோடு ஒப்பிடும் போது ஒன்றுமே தெரியாதவர்களாகத்தான் இருந்தார்கள். நிலோஃபரின் வீட்டில் தந்தை பொறியியல் படிப்புப் படித்தவர். தாயாரும் பள்ளி இறுதி வரை படித்தவர். எனவே, சூழல் சற்று சாதகமாக இருந்தது. தினமும் அவரது தந்தை இரவு உணவின் போது ஏதேனும் ஒரு விஷயம் பற்றி பல தகவல்களைச் சொல்வார். சாப்பிட்ட பிறகு அவர் சொன்னதை வைத்துக் குழந்தைகள் அது குறித்து சுருக்கமாக ஒரு கட்டுரை எழுத வேண்டும். ஆனால் பல வீடுகளில் இந்த மாதிரியான சூழல் இல்லை. தாலிபான்கள் நாட்டை விட்டு வெளியேறி இருந்தார்கள். ஆனால், மக்களின் மனதிலிருந்து, குறிப்பாக ஆண்களின் மனத்தில் இருந்து வெளியேறவில்லை. எல்லா ஆண்களும் மனத்தளவில்

தாலிபானாகத்தான் இருந்தார்கள். பல பெண் குழந்தைகள் அப்பா, அண்ணன்களுக்குத் தெரியாமல்தான் பள்ளிக்கு வந்தார்கள். இயல்பாகவே விஷயம் அப்பாக்களுக்குத் தெரிய வந்தபோது, அடி வாங்கிக்கொண்டு, பள்ளிக்கு வருவதை நிறுத்திவிட்டுத் திருமணம் செய்து கொண்டு போனார்கள். யார் செய்த புண்ணியமோ, நிலோஃபரின் படிப்பு தடைபடவில்லை.

ஒரு நாள் அவள் தந்தை ஒரு பட்டம் வாங்கிக்கொண்டு வந்தார். மொட்டை மாடியில் போய் பட்டத்தைப் பறக்க விட்டார்கள். என்னது, பொம்பளப்பிள்ளை பட்டம் விடுவதா? என்று அக்கம் பக்கத்தினர் தாடியை உருவிக் கொண்டு சீறியதைப் பொருட்படுத்தாது, அப்பா இந்தப் பட்டம்போல் நானும் விமானியாகி வானில் பறக்க ஆசைப்பட்டேன் என்றார். ஆப்கானிஸ்தானின் முதல் விண்வெளி வீரரான அப்துல் அஹத் முகமது சோவியத் ஆட்சிக்காலத்தில் வான் வெளியில் 8 நாள்கள், 20 மணி நேரங்கள் வசித்ததைப் பற்றிச் சொன்னார். நிலோஃபருக்குத் தான் விமானம் ஓட்ட வேண்டும் என்ற ஆசை வந்தது. அப்பாவிடம் சொன்னாள். நடக்குமா என்று தெரியவில்லை. அன்று வரையிலும் கூட அங்கு விமானிப் பயிற்சிக் கூடங்கள் இல்லை. இருந்தாலும், பெண்களைச் சேர்ப்பது சந்தேகம்தான். ஆனால், எனக்கும் ஆசைதான் என்றார் அப்பா.

நிலோஃபர் கல்லூரி சென்றாள். இருபாலர் கல்லூரி. ஆசிரியர்கள் ஆண்கள். எல்லாமே புதுமை. வழக்கத்தையும் விடமுடியவில்லை. பெண்கள் கல்லூரிக்கு ஸ்கார்ஃப் கட்டிக்கொண்டு வரவேண்டும் என்றார்கள். இப்படியான ஒரு நாளில்தான் விமானப் படையில் ஆள் சேர்ப்பு பற்றி அறிவிப்பு வந்தது. அதில் பெண்களும் சேர்க்கப் படுவார்கள் என்று அறிவித்தார்கள். வீட்டில் பெரும் போராட் டத்திற்குப் பிறகு அனுமதித்தார்கள். ஆனால், வெளியில் யாரிடமும் சொல்ல வேண்டாம். சொன்னால் குடும்ப மானம் போய்விடும் என்று பயந்தார்கள். நிலோஃபரின் சிறுமிகளான இரு தங்கைகளிடம்கூடச் சொல்லவில்லை. அவர்கள் அக்கம்பக்கத்தில் உளறிவிட்டால்?

ஆள் சேர்ப்பு மையத்தில் காத்திருக்கும்போது பெண்கள் கழிப்பறை இருக்கிறதா? என்று கேட்டாள் நிலோஃபர். விமானப்படை அது பற்றி எல்லாம் யோசித்திருக்கவே இல்லை. நிலோஃபர் விமானப் படையிலிருந்து விலகும்வரை தனிக் கழிப்பறை கிடைக்கவில்லை என்பது வேறு விஷயம்! பொதுவாக அன்று குடும்பக் கஷ்டத்திற்காகத்தான் பெண்கள் விமானப் படையில் சேர வந்திருந்தார்கள். ஆள் சேர்ப்பு அதிகாரி, நீதான் கல்லூரியில் படிக்கிறாயே? பேசாமல் டீச்சர், நர்ஸ் என்று போக வேண்டியதுதானே? இதெல்லாம் வேறு வழியே இல்லாதவர்கள் பார்க்கக் கூடிய வேலை என்கிறார். இல்லை, எனக்கு விமானி ஆக வேண்டும் என்று ஆசை. நான் ஒரு லட்சியத்தோடு வந்தி ருக்கிறேன்,என்கிறார் நிலோஃபர். என்ன பெண்ணுக்கு லட்சியமா? ஏம்மா,

கெட்ட வார்த்தையெல்லாம் பேசற? என்கிறார் அந்த மூத்த ராணுவ அதிகாரி. விமானப் படைப் பயிற்சியில் ஒவ்வொன்றும் சிக்கல்தான். உடல் தகுதிக்கு உடற்பயிற்சி செய்ய வேண்டும். ஓட வேண்டும். குதிக்க வேண்டும், தாவ வேண்டும். முந்தாநாள் வரை பெண்கள் தெருவிலேயே நடமாடக்கூடாது என்று அடைத்து வைத்திருந்த ஆப்கானில் இன்று பெண்களுக்கு ஜிம் வசதி வேண்டுமோ? தாலிபான் மனதினர் கொந்தளித்தார்கள். ஆனால், சோறும், துப்பாக்கியும் தரும் அமெரிக்காக்காரன் சொல்வதைக் கேட்டுத்தானே ஆகவேண்டும்? பெண்களுக்கு உடற்பயிற்சி நடக்கிறது. சர்வதேச விமானப் போக்கு வரத்தின் தகவல் தொடர்பிற்காக சர்வதேசத் தரத்திலான ஆங்கிலத்தில் தேர்ச்சி பெற ஆங்கிலப் பயிற்சி அளிக்கப்படுகிறது. கண்காணிப்புக் கோபுரத்திலிருந்து வரும் வழிகாட்டுதல்கள் ஹெட்போனில் அல்லவா கேட்கின்றன? அவற்றிற்கு ஏது சப்டைட்டில்?

நிலோஃபர் உட்பட எட்டுப் பெண்கள் விமானிப் பயிற்சிக்குத் தேர்வாகிறார்கள். தாலிபான் மனதுக்கார டாக்டர் எட்டு பேருக்கும் உடல் தகுதி இல்லை என்று அறிக்கை தருகிறார். நிலோஃபருக்கு இதயம் பலவீனமாக இருக்கிறது என்று எழுதிவைத்துவிடுகிறார். நிலோஃபர் அமெரிக்கப் படைகளின் தலைமை தளபதியைச் சந்தித்து இந்தத் தகவலைச் சொல்கிறாள். அவர் எட்டுப் பேருக்கும் அமெரிக்க மருத்துவரை வைத்து மருத்துவப் பரிசோதனை செய்ய இப்போது எல்லோருக்கும் உடற்தகுதி இருக்கிறது. இந்தப் பெண்களைத் தேர்வு செய்கிறீர்களா? இல்லை உங்கள் சோற்றில் கைவைக்கவா? என்று அந்தத் தளபதி மிரட்ட, ஐயா சொன்னீங்கன்னா சரிதான் என்று எட்டுப் பெண்களையும் விமானிப் பயிற்சிக்குத் தேர்வு செய்கிறது ஆப்கான் விமானப் படை. ஆண்கள் கழிப்பறையைப் பயன்படுத்திக் கொண்டே அத்தனை பயிற்சிகளையும் நல்லபடியாக முடித்து ஆப்கானிஸ்தான் விமானப்படையின் முதல் விமானியாகிறார் நிலோஃபர். இதற்குப் பிறகுதான் பிரச்சனைகள் ஆரம்பிக்கின்றன.

பழைய தாலிபான்கள், ஒவ்வொரு பகுதியிலும் இருக்கும் ஏழெட்டுத் தீவிரவாத அமைப்புகள் என்று நாடு முழுவதும் பிரச்சனை. அமெரிக்கப் படைகளின் துணையோடு ஆப்கான் ராணுவம் எல்லோரையும் வேட்டையாடுகிறது. அதற்குத் துணைபுரியும் பணி நிலோஃபருக்கு. போரிடும் துருப்புகளுக்கு வேண்டிய ஆயுதங்கள், உணவு ஆகியவற்றைக் கொண்டுபோய்த் தருவது, படைவீரர்களைச் சாலை வசதி இல்லாத மலைப் பிரதேசங்களில் இறக்கி விட்டு வருவது, காயம்பட்ட வீரர்களைப் போர்க்களத்திலிருந்து மருத்துவமனைக்குத் தூக்கி வருவது போன்ற வேலைகள். அதிலும் இறந்த உடல்களை எடுத்து வரும் பணிக்கு அனுப்ப மாட்டார்கள். பிணத்தை அதன் குடும்ப உறுப்பினர் அல்லாத பெண் தொடக்கூடாது என்ற மதக் கட்டுப்பாடு. பார்க்கக் கூடக் கூடாதாம். பொதுவாக ஆப்கான் ராணுவம் பெண்களை ஒரு விளம்பரத்திற்காக, வெளிநாட்டு ஆதரவு பெறத்தான் சேர்த்துக் கொண்டதே தவிர, பெண்களுக்கு அதிகாரம் தருவதில் அதற்கு விருப்ப மில்லை. சோவியத் காலம், அதற்கு முந்தைய காலத்து ஆண்களுக்கு இருந்த பரந்த மனப்பான்மை, புரிதல் தாலிபான் காலத்து இளைஞர் களிடம் இல்லை. சீனியர் ராணுவ அதிகாரிகள் ஒரு பெண் விமானி ஓட்டும் விமானத்தில் பயணிக்கத் தயங்க மாட்டார்கள். பெண்ணுக்குத் துணை பைலட்டாக இருக்க சங்கடப்பட மாட்டார்கள். அது தாலி பானுக்கு முந்தைய சோவியத் காலத்தில் இளைஞர்களாக இருந்தவர் களின் மனநிலை. ஆனால் தாலிபான் காலத்தில் வளர்ந்து அதிகாரி களான இளைஞர்கள் பெண்களைத் துச்சமாகவே நினைத்தார்கள்.

இதனிடையே நிலோஃபர் அமெரிக்காவில் ஒரு பயிற்சிக்குச் செல்கிறார். அந்தப் புகைப்படங்கள் இணையத்தில் வருகின்றன. நிலோஃபர் விமானப்படையில் இருக்கும் விஷயம் வெளியில் தெரிந்து விடுகிறது. அமெரிக்க ஆண்களோடு வேலை பார்க்கும் வேசி என்றெல்லாம் இணையத்தில் அவரது படங்களுக்கு கமெண்ட்டுகள்

வருகின்றன. வெளியில் தலைகாட்ட முடியவில்லை. திருமணமான அக்காவை மாமியார் வீட்டில் உன் தங்கையால் எங்கள் கௌரவம் குறைந்துவிட்டது என்று சொல்லித் துரத்திவிடுகிறார்கள். நம் தமிழ்ப் படங்களில் வருவது போல் அக்கா குழந்தையை இடுப்பில் தூக்கிக் கொண்டு, மூக்கைச் சிந்திக்கொண்டு அம்மா வீட்டிற்கு வந்து என் வாழ்க்கையே உன்னால் பாழாகி விட்டது என்கிறாள். அப்பா வேலை பார்க்கும் இடத்தில் வேலையை விட்டு நீக்குகிறார்கள். அவரும் பல வேலைகள் மாறுகிறார். எல்லா இடங்களிலும் என்ன உங்க மக பொம்பளயா லட்சணமா ஒரு டீச்சர் வேல, நர்ஸ் வேல பாக்காம, பிளேன் ஓட்டறா? சரி, நீங்க நாளைலேர்ந்து வேலைக்கு வர வேணாம் என்கிறார்கள். மூன்று மாதத்திற்கு ஒரு முறை வீடு மாற நேர்கிறது. கொலை மிரட்டல்கள்.

தொலைபேசியில் ஆபாச அழைப்புகள். அண்ணன் மீது இரண்டு முறை கொலைத் தாக்குதல். நிலோஃபர் மீதும். சலசலப்பு சிறிது அடங்கட்டும் என்று சில காலம் இந்தியாவில்கூடத் தலைமறைவாக இருக்கிறார் நிலோஃபர். இந்திய உளவுப்பிரிவு அவருக்கு இந்தியக் குடியுரிமை தருவதாகச் சொல்கிறது. நிலோஃபருக்கு அதற்கும் மனமில்லை. திரும்பவும் நாடு திரும்புகிறார். அமெரிக்க வெளியுறவுத் துறை செயலாளர் அளிக்கும் சர்வதேச வீரப் பெண்மணி விருது நிலோஃபருக்கு வழங்கப்படுகிறது. அமெரிக்கா சென்று விருது வாங்குகிறார். ஒபாமாவின் மனைவியோடு விருந்து. அமெரிக்கக் கப்பற்படையின் ப்ளூ ஏஞ்சல்ஸ் என்ற அதி நவீன போர்விமானத்தை ஓட்டும் வாய்ப்பு கிடைக்கிறது. சாண்டியாகோ நகரத்தின் மேயர் மார்ச் 10ஆம் தேதியை நிலோஃபர் நாளாக அந்நகரம் கொண்டாடும் என்று அறிவிக்கிறார். ஆப்கானிஸ்தானின் முதல் பெண் விமானப்படை விமானியை உலகமே கொண்டாடுகிறது. ஆனால் ஊர் தூற்றுகிறது. அம்மாவிற்கு மனநிலை பாதிக்கப்படுகிறது.

இந்த ஆப்கான் சமூகம் இன்னும் பல தலைமுறைகளுக்குத் திருந்தாது என்று மனம் வெறுக்கிறார் நிலோஃபர். ஒரு பயிற்சிக்காக அமெரிக்கா செல்லும் அவர் அங்குத் தன் அமெரிக்க ராணுவ நண்பர்கள் உதவியுடன் அரசியல் அடைக்கலம் கோரு கிறார். அமெரிக்க பிரஜை ஆகிறார். இன்று ஒரு தனியார் விமான ஓட்டும் பயிற்சி நிலையத்தில் பயிற்சியாளராக இருக்கிறார்.

புத்தகத்தைப் படித்து முடித்தபோது நம் ஊர் ஆணாதிக்கத் தாலிபான்கள் எவ்வளவோ தங்கம் என்று தோன்றியது. மிக அபூர்வமான நிகழ்வாகக் கோவையில் பஸ் ஓட்டும் டிரைவரான குட்டிப் பெண் ஷர்மிளாவை இதுவரை யாரும் கொலை செய்துவிடுவதாக மிரட்டவில்லை...

- ஆர்வமுள்ளோர் வாசிக்க

Open Skies : My life as Afganistan's First Female Pilot by Niloofar Rahamani.

புகைப்படம் தவிர வேறொன்றும் எடுக்காதே...

20

நாம் பொதுவாக ஒரு வேலைதான் பார்ப்போம். அதையும் ஒழுங்காகப் பார்க்க மாட்டோம் என்பது வேறு விஷயம். ஆனால் சில வேலைகள் பல வேலைகள் இணைந்த காம்போவாக இருக்கின்றன. அப்படியான ஒரு வேலைதான் அமெரிக்காவின் பார்க் ரேஞ்சர் என்ற வேலை. ஒரு ஸ்பூன் கேசரி, ஒரு குட்டி இட்லி, ஒரு சின்ன பூரி, குட்டி தோசை, இரண்டு ஸ்பூன் பொங்கல் என்று சில ஹோட்டல்களில் மினி டிபன் தருகிறார்களே அது போல், கொஞ்சம் போலீஸ், கொஞ்சம் வனக்காவலர், கொஞ்சம் மீட்புப் பணி, கொஞ்சம் ஆம்புலன்ஸ் டிரைவர், கொஞ்சம் மருத்துவ உதவியாளர், கொஞ்சம் சுற்றுச்சூழல் பாதுகாவலர், குதிரைவீரர் என்று பல கொஞ்சம்களின் காம்போவேலை இது. இந்த எல்லா வேலைகளையும் கொஞ்சம் பார்க்கவேண்டும் என்று ஆசைப்படுவோர் இந்த வேலைக்கு வருவார்கள்.

அப்படி வந்தவர்தான் ஆன்ட்ரியா லாங்க்ஃபோர்ட். அமெரிக்காவின் பல தேசியப் பூங்காக்களிலும் வேலை பார்த்த அவரது அனுபவங்களின் தொகுப்பு *Ranger Confidential* என்று அருமையாக வந்திருக்கிறது. வாழ்வின் மறக்க முடியாத அனுபவத்திற்காக மக்கள்

தேசியப் பூங்காக்களுக்குச் செல்கின்றனர். அங்கேயே வேலை பார்ப்பது என்றால் அது எத்தனை அற்புதமான அனுபவமாக இருக்கும்!

முதலில் ஒரு விஷயத்தைத் தெளிவுபடுத்த வேண்டும். நம் நாட்டில் காண்டாமிருகம், சிங்கம், புலி, யானை போன்ற பாதுகாக்கப்பட வேண்டிய விலங்குகளைப் பாதுகாப்பாக வைத்திருக்கும் காடுகளை நாம் தேசியப் பூங்கா என்கிறோம். அமெரிக்காவில் பாதுகாக்கப்பட வேண்டிய இயற்கை எழில் கொஞ்சும் எல்லா இடங்களையும் - பனிமலைகள், பாலைவனங்கள், பெரும் மலைத் தொடர்கள், பள்ளத் தாக்குகள், அருவிகள் - தேசியப் பூங்கா என்றே அழைக்கிறார்கள். ஒரு பனிமலையில் பணிபுரியும் ரேஞ்சர் அடுத்த இடமாறுதலில் பாலைவனத்தில் வேலை பார்க்க நேரும்.

ஏற்கனவே சொன்னதுபோல் இவர்கள் காம்போ பணி செய்வதால் வனக்காவலர் என்பது போல் ஒரு குறிப்பிட்ட பணியைக் குறிக்கும் சொல்லால் குறிப்பிடத் தயக்கமாக இருக்கிறது. எனவே தமிழில் என்ன கூறுவது என்று தெரியாமல் ஆன்ட்டிரியாவின் பணியை ரேஞ்சர் என்றே நான் குறிப்பிடுகிறேன்.

ஆன்ட்ரியா சிறுவயதில் நான் மேலே சொன்ன அனைத்து வேலைகளையும் பார்க்க ஆசைப்பட்டவள். அதனால் படிப்பை முடித்ததும் இந்த ரேஞ்சர் வேலையில் சேர்ந்தாள். ஒவ்வொன்றிற்கும் கடுமையான பயிற்சி. அடிபட்டவர்களுக்கு முதலுதவி செய்ய நான்கு வார வகுப்பு. 100 மணி நேரம் மருத்துவமனையில் பயிற்சி. பிறகு ஆம்பு லன்சில் 100 மணி நேரம் சுற்ற வேண்டும். குதிரையேற்றத்திற்கு ஆறுவாரப் பயிற்சி - குதிரை லத்தியை அள்ளுவதிலிருந்து அனைத்திற்கும் பயிற்சி. பயிற்சிகளும் கடினம். வேலையும் கடினம். புத்தகத்தின் தலைப்பைத்தான் மேலே சொன்னேன். துணைத் தலைப்பைச் சொல்லவில்லை. துணைத்தலைப்பு *Living, Working and Dying in the National Parks* என்பதாகும். ஒவ்வொரு வேலைக்கும் யார் இந்த வேலைக்குப் போகிறீர்கள் என்று கேட்காமல் திருவிளையாடல்

வசனம் மாதிரி யார் சாகப் போகிறீர்கள்? என்று கேட்கும் பணிச்சூழல். மிக மிக ஆபத்தான வேலை. பல ரேஞ்சர்கள் பணியின் போது உயிரை விட்டிருக்கிறார்கள். உயிரோடு இருப்பவர்களும் பெரிய பழுவேட்டரையர் ரேஞ்சுக்கு மார்பிலும், தோளிலும் அறுபத்திநான்கு விழுப்புண்களோடு வேலை பார்க்கிறார்கள்.

இதில் பெண் என்றால் இன்னும் கடினம். உனக்கு ரெண்டும் பெருசா இருக்குன்னு தான் டக்குன்னு செலக்ட் பண்ணிட்டாங்க என்று சக ஆண் ரேஞ்சர்கள் சர்வசாதாரணமாகச் சொல்வார்கள். அவர்களுக்கு நடுவில் வேலை பார்த்து, அவர்களை முந்தி மரியாதையும் பதவி உயர்வும் பெறவேண்டும் என்றால், ஆண்களைவிடச் சரியாகக் குறி பார்த்துச் சுட வேண்டும். ஆண்களைவிட அதிகமாக ஓவர்டைம் வேலை செய்ய வேண்டும். ஆண்களைவிட வேகமாக ஓடி 18 மைல் தூர ஓட்டத்தை அவர்கள் ஓடி முடிப்பதற்கு முன்பாக ஓடி முடிக்க வேண்டும். அவர்களைவிடச் சிறப்பாகக் குதிரையேற்றம் செய்ய வேண்டும். வனங்களில் சட்ட விரோதக் காரியங்களைச் செய்பவர்களை அதிக எண்ணிக்கையில் கைது செய்ய வேண்டும். சுற்றுலாப் பயணிகளை அச்சுறுத்தும் கொடுங்கரடியை நேருக்கு நேர் நின்று சுட்டு வீழ்த்த வேண்டும். ஹெலிகாப்டரில் தொங்கியபடி, மலைமுகட்டில் சிக்கிக் கொண்ட சுற்றுலாப் பயணியைக் காப்பாற்றவேண்டும். வண்டி ஓட்டவே முடியாத மலைப்பாதையில் சென்று விட்டு, பல கிமீ தூரம் ரிவர் சிலேயே ஓட்டி வரவேண்டும். எல்லாம் செய்து தன்னை நிரூபித்துத் தான் இந்தப் பணியைச் செய்திருக்கிறார் ஆன்ட்ரியா. இந்த நூல் தேசியப் பூங்காக்கள் பற்றிய டாப் 10 நூல்களில் முக்கியமானது என்று நேஷனல் ஜியாக்ரபி குறிப்பிட்டுள்ளது.

பார்க்கை மக்களிடமிருந்து பாதுகாப்பது, மக்களைப் பார்க்கிடமிருந்து பாதுகாப்பது, மக்களை மக்களிடமிருந்து பாதுகாப்பது என்ற மூன்று பாதுகாப்புகள்தாம் பார்க் ரேஞ்சர்களின் பணி உறுதிமொழி. இந்த மூன்று பாதுகாப்புகளையும் உறுதிப்படுத்துவதற்குள் சமயங்களில் உயிரே போய்விடும். ஆன்ட்ரியா தன் உயிரைக் கொடுத்து வேலை செய்த தருணங்களின் அழகான தொகுப்பு இந்த நூல்.

கடல் ஆமைகள் முட்டை போடுவது, அந்த முட்டைகளைப் பத்திரமான இடங்களுக்கு அப்புறப்படுத்துவது பற்றியெல்லாம் நாம் அவ்வப்போது செய்திகளில் பார்த்திருக்கிறோம். ஆன்ட்ரியா இந்த வேலையைச் செய்திருக்கிறார். கடல் ஆமைக்கு இந்த உலகமே ஒரு போர்க்களம்தான். முட்டைகளைப் பிற விலங்குகள், மனிதர்களிடமிருந்து காப்பாற்ற வேண்டும். எல்லா முட்டைகளும்

பொரிந்து விடாது. பொரிந்து பிறந்த குட்டி ஆமையைப் பெரிய பெரிய நண்டுகள் வந்து கவ்விச் சென்றுவிடும். அவற்றிடமிருந்து தப்பித்து, கடலுக்கு மெதுவாய் நடந்து செல்வதற்குள் பெரும் கடற்பறவைகள் வந்து கொத்திச் செல்லும். அதைத் தாண்டிக் கடலுக்குள் சென்றால், சுறா மீன்கள்.. மீனவர்களின் வலைகள்.. பிறந்த ஆமைக் குஞ்சுகளில் 1 சதத்திற்கும் குறைவானவை மட்டுமே பெரிய ஆமையாக வளருமாம். ஆன்ட்ரியா ஆமை முட்டைகளை, குஞ்சுகளைக் காக்கும் பணியை விரும்பிச் செய்கிறாள். இது போன்ற பார்க்குகளுக்கு ஆண்டுக்கு சுமார் 40 லட்சம் பேர் வந்து செல்கிறார்கள். கோடைக் காலங்களில் தினமும் சுமார் ஒரு லட்சம் பேர் வரை கூடுவார்கள். எல்லோருக்கும் அந்தப் பார்க்கில் உள்ள ஆபத்துகளைக் கூற வேண்டும். எப்படி நடந்துகொள்ள வேண்டும் என்று சொல்ல வேண்டும். கரடி தாக்க வந்தால் என்ன செய்வது? தேள் கடிக்கு என்ன செய்ய செய்ய வேண்டும்? கிராண்ட் கேன்யான் போன்ற மொட்டைப் பாலைவனப் பிரதேசங்களில் தாகம் எடுக்கும்போது என்ன செய்வது? பாலை வனத்தில் ஒரே சமயத்தில் நிறைய தண்ணீர் குடித்துவிடக் கூடாதாம். அது உடலில் சோடியத்தின் அளவைக் குறைத்து விடுமாம். அது மூளையை பாதித்து, கோமாவில் கொண்டு போய் விடக்கூடுமாம். உண்மையில் பார்க் ரேஞ்சர்களின் பணி, வரும் சுற்றுலாப் பயணிகளை அச்சுறுத்தி, காலா காலத்தில் இடத்தைக் காலிசெய்ய வைப்பதுதான். அவர்கள் இருக்க இருக்க ஆபத்துதான். குருவாயூரில் யானைகள் இருக்கும் இடமான புன்னத்தூர் கோட்டாவில் பல இடங்களில், யானைகள், வனவிலங்குகள். எந்த நேரம் எப்படி நடந்து கொள்ளும் என்று கணிக்க முடியாதவை. இந்த இடத்தை விட்டுச் சீக்கிரமாக நீங்கள் வெளியில் செல்வது நல்லது என்று அறிவிப்புகள் வைத்திருப்பதைப் பார்த்திருக்கிறேன். அது போலத்தான். இந்த எச்சரிக்கைகள் எதையும் காதில் வாங்காமல் ஒரு சுற்றுலாப் பயணி சர்வ அலட்சியமாக இருப்பார். அன்று அவர்தான் சரியாக ஆபத்தில் மாட்டுவார். அத்தனை ரேஞ்சர்களும் அவருக்காகப் பாடுபட வேண்டியதாக அமையும் என்கிறாள் ஆன்ட்ரியா.

கிராண்ட் கேன்யான் போன்ற இடங்களில் விமானச் சுற்றுலா இருக்கிறது. அது ஆண்டுக்கு 100 மில்லியன் டாலருக்கு மேல் புழங்கும் பெரிய தொழில். ஆண்டுக்கு சுமார் 50000 விமானச் சுற்றுலாச் சேவைகள் நடக்கின்றன. 750000 மக்கள் இந்த விமானச் சுற்றுலாவில் இயற்கைக் காட்சிகளை ரசிக்கிறார்கள். இதில் சராசரியாக இரண்டு நாட்களுக்கு

ஒரு முறை விமான விபத்து நடக்கிறது. ஆன்ட்ரியா கோஷ்டிகள் ஹெலிகாப்டரில் போய் தொங்கியபடி அடிபட்டவர்களைத் தூக்க வேண்டும். இல்லை, இறந்தவர்களைக் கொண்டு வரவேண்டும். அதற்கு அத்தனை பயிற்சி. அத்தனை முன் எச்சரிக்கை நடவடிக்கைகள். காது மறைப்பான் போட்டுக் கொண்டாயிற்றா? ஆயிற்று. கண்களுக்கு பாதுகாப்புக் கண்ணாடி? போட்டாயிற்று. தீப்பற்றாத விமானப் பயண உடை அணிந்தாயிற்றா? ஆயிற்று. அதன் காலரைத் தூக்கி விட்டிருக்கிறாயா? தூக்கிவிட்டிருக்கிறேன். உடையின் முழுக்கை கையை முழுவதுமாக மூடியுள்ளதா? மூடியுள்ளது. கையுறைகள் அணிந்தாயிற்றா? ஆயிற்று. தோல் பூட்ஸ் போட்டுள்ளாயா? போட்டுள்ளேன். பேண்ட்டை பூட்சுக்குள் சொருகியிருக்கிறாயா? சொருகியிருக்கிறேன். வயர்லெஸ் ரேடியோ வேலை பார்க்கிறதா? பார்க்கிறது. அது மார்புக் கவசத்தில் சரியாக மாட்டப்பட்டுள்ளதா? உள்ளது. தொங்கும் கயிறு உறுதியாக மாட்டப்பட்டிருக்கிறதா? இருக்கிறது. ஸ்டிராப்புகளை எல்லா பக்கிள்களிலும் விட்டு மாட்டியிருக்கிறீர்களா? அவ்வாறே மாட்டியிருக்கிறோம். இது போல் இன்னும் நூறு விஷயங்களை ஒருவருக் கொருவர் கேட்டு, சோதித்து, சரி செய்து கொள்ள வேண்டும். இல்லா விட்டால், ஹெலிகாப்டரிலிருந்து தொங்கி விழுந்து, இவர்களைத் தேட மற்றொரு ஹெலிகாப்டர் வர நேரும்.

ரேஞ்சர்கள் தங்கும் இடங்களிலும் சர்வ ஜாக்கிரதையாகவே இருக்க வேண்டும். தங்களது டெண்டிற்கு வந்ததும் கரடிகள் டெண்ட் கூரையில் ஓட்டை போட்டு இறங்கி இருக்கிறதா? என்று பார்க்க வேண்டும். உடைகளில், ஷூக்களில் தேள் உள்ளதா என்று ஒவ்வொரு முறையும் பார்த்துக்கொண்டுதான் அணிய வேண்டும். தேள்களுக்கு வெளிச்சம், வெப்பம் ஆகாது. எனவே, இரவு முழுக்க எல்லா விளக்குகளையும் எரிய விட்டபடி தூங்கவேண்டும். என் சிறுவயதில் விகடனில் முன்ஜாக்கிரதை முத்தண்ணா என்று மதன் ஜோக் போடுவார். அதில் முத்தண்ணா, தேள் வந்துவிடக் கூடாது என்று

யானைகளோடு பேசுபவன் ❖ 137

கட்டில் கால்களை பெரிய பாட்டில்களில் நீர் நிரப்பி, அதில் நிறுத்தி யிருப்பதாக ஒரு ஜோக் வந்தது. அது போல் பாட்டில்களில் கட்டில் காலை நிறுத்துபவர்களும் உண்டு. தேள் 113 டிகிரி வெப்பத்தில் இறந்து விடுமாம். எனவே அது பகல் நேரத்தில் வெளியே தலைகாட்டாது. ஆனால், ஆறறிவுபடைத்த மனிதர்கள் சாகசம் என்ற பெயரில் எதுவுமே கிடைக் காத, கொடும் பாலைவனமான கிராண்ட் கேன்யானுக்கு நல்ல வெயில் காலத்தில் வந்து திண்டாடுவார்கள். நம் ஆள்களுக்கு தேளைவிட அறிவு கம்மி என்று திட்டுகிறார் ஆண்ட்ரியா. கிராண்ட் கேன்யானுக்கு தற்கொலை செய்து கொள்வதற்காகவே வருடாவருடம் பெரிய கோஷ்டி வருகிறது. அவர்களைக் காப்பாற்றுவது மிகப் பெரிய வேலை. கிராண்ட் கேன்யானில் வருடத்திற்கு 300 தற்கொலைக் கேஸ்களைத் தடுத்து, நல்ல புத்தி சொல்லி அனுப்புகிறார்கள். அதாவது கிட்டத்தட்ட தினமும் ஒரு கேஸ்.

ஆளரவமற்ற பிரம்மாண்டமான இடங்கள் என்பதால் குற்றங்கள், அதுவும் பாலியல் குற்றங்கள் அதிகம் நடக்கும். கடற்கரைகள் கொண்ட பார்க்குகளில் டாப்லெஸ் பீச், முழு நிர்வாண பீச். தன்பால் ஈர்ப்பாளர்களுக்கான பீச், (ஆண் ஜோடிகள், பெண் ஜோடிகளுக்குத் தனித்தனியாக) என்றெல்லாம் உண்டு. ஆனால் மற்ற இடங்களில் டாப்லெஸ் மற்றும் முழு நிர்வாணத்திற்கு அனுமதி இல்லை. ஆனால், சர்வசுதந்திர நாடான அமெரிக்காவில் மக்கள் இயற்கை எழில் கொஞ்சும் ஆளரவமற்ற இடம் என்றாலே, ஆடைகளைக் கழற்றி எறிந்து விடுவார்கள். ஆன்ட்ரியா கோஷ்டியினருக்கு இவர்களைப் பிடித்து அபராதம் விதிப்பது, கட்ட மறுத்தால் கைது செய்வது என்று கூடுதல் வேலை. ஒரு நாள் ஒரு மலைச் சிகரத்திலிருந்து ஒரு பெண் தன்னை ஒருவன் பாலியல் ரீதியாகத் துன்புறுத்துவதாகவும், தன்னைக் காப்பாற்ற வேண்டும் என்றும் தகவல் தருகிறாள். ஆன்ட்ரியாவும், மற்றொருவரும் உடனடியாக ஹெலிகாப்டரில் போய் மலையுச்சிக்கு இறங்குகிறார்கள். பார்த்தால், புகார் தந்த பெண் நிர்வாணமாகப் படுத்து வெயிலில் காய்ந்து கொண்டிருக்கிறாள். அவளைப் பார்த்து ரசித்தபடி யாரோ ஒருவன் சுயஇன்பம் அனுபவித்துக்கொண்டிருக்கிறான். அவள் அவன் மீது புகார் தந்தாளே, தவிர, சட்டென்று உடையை அணியவில்லை! அவன் மீது பாலியல் சீண்டல் வழக்கு. இந்தப் பெண் மீது நிர்வாணமாக இருந்ததற்கு வழக்கு. அபராதத் தொகையை விட ஆயிரம் மடங்கு ஹெலிகாப்டர் செலவு!

இத்தனை பாடுபடுவதற்கு ஊதியம் மிகவும் குறைவு. இது போன்ற பார்க்குகளில் அனுமதி பெற்று உணவு விடுதி நடத்துவார்கள் அல்லவா? அங்கே பணிபுரிபவர்களுக்கு ஒரு மணி நேரத்திற்கு 11 டாலர் சம்பளம். யானையேற்றம், குதிரையேற்றம், ஹெலிகாப்டர் ஏற்றம் கற்ற ஆண்ட்ரியா கோஷ்டிக்கு மணிக்கு மூன்றே முக்கால் டாலர் சம்பளம்! ஆனாலும், இயற்கையை, சுற்றுச்சூழலை, அரியவகை விலங்கினங்களைக் காக்கிறோம், சுற்றுலா வந்த இடத்தில் ஆபத்தில்

மாட்டிக்கொண்டோரைக் காக்கிறோம் என்ற மனத்திருப்திக்காகவே இவர்கள் பலரும் வேலை செய்கிறார்கள். மலையேற்றத்தின் போது, மலை ஏறுபவர்களுக்கு இந்த ரேஞ்சர்கள் சொல்லும் அறிவுரை அத்தனை அற்புதமானது.

கரடிகள் மட்டுமே வனத்தில் மலம் கழிக்கலாம். மனிதர்கள் திறந்த வெளியில் மலம் கழிக்கக்கூடாது. சிறுநீர்கூடக் கழிக்கக் கூடாது. இங்கு பனியை உருக்கித்தான் சமையல். நீங்கள் மஞ்சள் நீரிலா சமைக்கப் போகிறீர்கள்? மலத்தைப் பிளாஸ்டிக் பையில் போட்டு, உங்கள் பையில் வைத்துக் கொள்ளுங்கள். விமானத்தில் சென்று உங்கள் ஊரில் இறங்கி, அங்கே அதைத் தூக்கிப் போடுங்கள். இந்த மலைகளில் நீங்கள் புகைப் படம் தவிர வேறொன்றையும் எடுத்துச் செல்லக் கூடாது. அதே போல், உங்கள் காலடித் தடத்தைத் தவிர வேறொன்றையும் விட்டுச் செல்லவும் கூடாது.

புத்தகத்தைப் படித்த போது, ஆண்ட்ரியா போன்றவர்கள், அவர்களுக்கு அமெரிக்காவில் தரப்படும் பயிற்சி, இது போன்ற இயற்கை எழில்மிக்க இடங்களைப் பார்க்கவும், பாதுகாக்கவுமான ஏற்பாடுகள் எல்லாம் நம் நாட்டில் எப்போது வருமோ என்று ஏக்கமாக இருந்தது. அதுவரை இங்குக் குரங்கணி விபத்துகள் தொடர்ந்து கொண்டேதான் இருக்கும்.

- ஆர்வமுள்ளோர் வாசிக்க

    Ranger Confidential: Living, Working, And Dying In The National Parks - Andrea Lankford

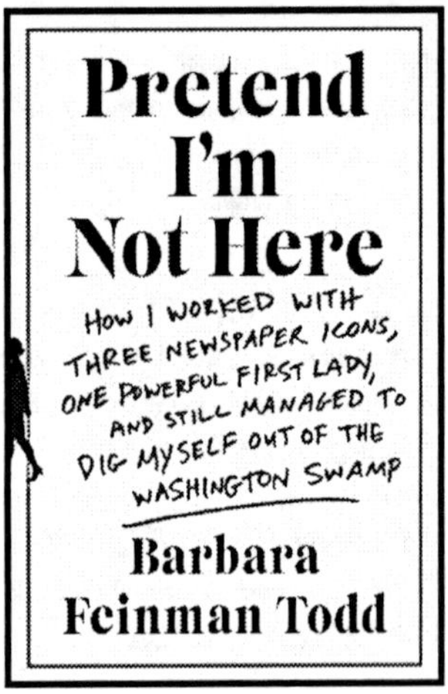

ஆவி எழுத்தாளர்

21

இது பி.டி.சாமி பற்றியோ, எண்டமூரி வீரேந்திரநாத் பற்றியோ இன்ன பிற அமானுஷ்ய எழுத்தாளர்கள் பற்றியோ அல்ல. எழுத நேரமில்லாத பெரிய மனிதர்களுக்கு, அவர்கள் எழுதுவதைப் போலவே எழுதித் தரக்கூடிய ghost writer ஒருவர் பற்றியது. தமிழ்ச் சூழலில் எல்லோருமே எழுத்தாளர்கள் என்பதால் இந்த ரக எழுத்தாளர்கள் யாரும் இல்லை - அதாவது எனக்குத் தெரிந்து இல்லை. இதே காரணத்தால் இப்படியான எழுத்தாளர்களைக் குறிக்கும் சொல்லும் தமிழில் இல்லை. எனவே நானே ஆவி எழுத்தாளர் என்ற சொல்லை உருவாக்கி விட்டேன். முதலில் வைத்த பேய் எழுத்தாளர் என்ற சொல் எனக்கே பிடிக்காமல் போனது. பில் கிளிண்டனின் மனைவி ஹில்லாரி உட்பட ஏகப்பட்ட பிரபலங்களுக்குப் புத்தகம் எழுதிக் கொடுத்தவரான பார்பரா ஃபியன்மன் டோட்டின் எழுத்துலக அனுபவங்கள் Pretend I'm Not Here என்று வந்திருக்கிறது. பார்பரா போல் ஏராளமான ஆவிகள் இருந்தாலும் கூட, இவர் மட்டும்தான் இந்தத் தொழில் பற்றி பெரிய புத்தகமே எழுதியிருக்கிறார். மேற்கத்திய நாகரீகத்தில் எதுவுமே கேவலம் இல்லை. எனக்குப் பிடித்திருக்கிறது. எனவே நான் இதைச் செய்கிறேன். எனக்கு நேரமில்லை. எனவே நான் ஒருவரை என்

சார்பாக என் வேலையைச் செய்ய நியமித்திருக்கிறேன் என்று எளிதாகச் சொல்லக் கூடிய இடம். நாட்டில் எவருக்குமே எந்த அற உணர்வுகளும், தரங்களும் இல்லாவிட்டாலும், எழுத்தாளர்கள், கலைஞர்கள் மட்டும் பட்டினிகிடந்தாவது அறநெறிகளைக் காக்க வேண்டும், எல்லா வற்றிற்கும் கருத்துச் சொல்ல வேண்டும், யோக்கிய சிகாமணியாக இருக்க வேண்டும் என்று நம் ஊரில் எதிர்பார்ப்பது போல் அங்கெல் லாம் எதிர்பார்க்க மாட்டார்கள் என்பதால், பார்பரா தான் பிறருக்காக எழுதியது தொடர்பான அனுபவங்களை வெளிப்படையாக எழுதியிருக்கிறார்.

பிறருக்காக எழுதுபவர் என்பதால் ஏதோ சாதாரணமானவர் என்று நினைத்துவிடக் கூடாது. பெர்க்கலி பல்கலைக்கழகத்தில் படைப்பூக்க எழுத்து பற்றிய பட்டப்படிப்பு படித்தவர். வாஷிங்டன் போஸ்ட்டில் வேலை பார்த்தவர். இப்போது கலிஃபோர்னியாவின் ஜார்ஜ்டவுன் பல்கலைக்கழகத்தில் ஆங்கில இலக்கியத் துறையில் வருகைதரு பேராசிரியராக இதழியல் கற்பிப்பவர்.

படிப்பை முடித்ததும், வாஷிங்டன் போஸ்ட்டில் வேலைக்குச் சேர்ந்தார். நேரடி செய்தியாளராக அல்ல. வாட்டர்கேட் ஊழலை அம்பலப்படுத்திய உலகப் புகழ் பெற்ற செய்தியாளரான பாப் உட்வர்டின் ஆய்வு உதவியாளராகச் சேர்ந்தார். பாப் உட்வர்ட் ஒருவரை நேர்காணல் செய்யச் செல்லும் முன் அந்தப் பிரபலம் பற்றிய அனைத்துத் தகவல்களையும் பார்பரா சேகரிக்க வேண்டும். அந்தப் பிரபலம் சார்ந்த துறை பற்றிய விபரங்கள், அவரது குடும்பம் அனைத்தையும் பற்றி தகவல்களைச் சேகரித்து அவற்றையெல்லாம் கோர்வையாக எழுதி உட்வர்டுக்குத் தரவேண்டும். அவர் நேர்காணல் செய்து எடுத்து வந்த ஒலிநாடாவைப் போட்டுக் கேட்டு அதை எழுதி டைப் செய்ய வேண்டும். உட்வர்ட் செய்திக் கட்டுரை எழுதினாலும் இப்படித்தான். அவர் ஒரே கேள்வியை இருபது பேரிடம் கேட்டிருப்பார். இருபது பேரின் பதில்களையும் வரிசையாக எழுதி, அவை ஒரே மாதிரி இருக்கின்றனவா, மாறுபடுகின்றனவா, மாறுபட்டால் எதனால் மாறுபட்டன என்றெல்லாம் பார்த்து அவருக்குக் குறிப்புகள் தரவேண்டும். உட்வர்ட்டுக்கு இப்படியான வேலைகள் செய்தே, பார்பரா எழுது வதன் நுட்பத்தை, தகவல் சேகரிப்பதன் நுட்பத்தை, சேகரித்ததைப் பயன்படுத்தும் நுட்பத்தை அறிந்தார். உட்வர்ட் தான் எழுதியதைத் திருத்தும்போது தன் மனச்சார்பை வெளிப்படுத்தும் விதமாகத்தான் பயன் படுத்தியிருக்கும் பெயரடைகளை எல்லாம் நீக்குவார். எந்த நிகழ்ச்சி என்றாலும், அதன் காலவரிசை முக்கியம் என்பார். எப்போது நடந்தது? அது யார் யாருக்கெல்லாம் தெரியும்? அவர்களுக்கு எப்போது அது தெரியும்? என்ற மூன்று கேள்விகள் மிக முக்கியம் என்பார். எல்லாவற்றையும் திரும்பத் திரும்ப சரி பார். ஒரு கூட்டத்தைப் பற்றி எழுத வேண்டும் என்றால் அதில் கலந்து கொண்ட ஒவ்வொருவரிடமும் பேசு. எதையும் நீயாக ஊகிக்காதே. இவை தொடர்புடைய புள்ளிகள்

என்று உறுதிப்படுத்திக் கொள்ளாத வரை, நீயாக அந்தப் புள்ளிகளை இணைக்காதே. இப்படி பல விஷயங்களை பார்பராவிற்குக் கற்றுத் தந்த அந்த உட்வர்ட் தான் பார்பராவை ஆவி எழுத்தாளராக்கினார்.

வாட்டர்கேட் ஊழலை உட்வர்ட்டுடன் சேர்ந்து அம்பலப்படுத்திய மற்றொரு செய்தியாளர் கார்ல் பெர்ன்ஸ்டீன். அவர் எழுதும் புத்தகத்திற்கு அடிப்படைத் தரவுகளைத் திரட்டி, அவற்றை ஒழுங்குபடுத்தி, மேலோட்டமாக அவற்றைத் தொகுத்து எழுதித் தந்து இப்படிக் கொஞ்சம் கொஞ்சமாக ஆவி அமுதாவானார் பார்பரா. இப்படி புத்தகம் எழுதித் தருபவர் பெயர் புத்தகத்தின் அட்டையில் இடம் பெறாது. எழுதியவர் நன்றி தெரிவிக்க இரண்டு பக்கம் ஒதுக்கியிருப்பாரல்லவா, அதில் இந்த பார்பரா இல்லாமல் இந்தப் புத்தகமே சாத்தியமில்லை என்ற ரீதியில் ஒரு வரி இருக்கும். பெரிய பதிப்பகங்களின் வாட்ச்மேன் கூட, அந்த வரியில் சொல்லப்பட்டவர்தான் அந்தப் புத்தகத்தை உண்மையில் எழுதியவர் என்று கண்டுபிடித்துவிடுவார். பதிப்பகங்கள் இப்படியான ஆள்களை உடனே தொடர்புகொண்டுவிடும்.

"நமக்குத் தெரிஞ்ச செனட்டர் ஒரு அம்மா இருக்காங்க. அவங்க வாழ்க்கை வரலாறு எழுதணும்னு ஆசைப்படறாங்க. .. என்ன... அம்மா ரொம்ப பிஸி... வீட்ல நாலு ரூம் நெறைய பேப்பர் கட்டிங், அவங்க பேசின கூட்டங்களோட ஒலிப்பதிவு சி.டி. எல்லாம் இருக்கு. எல்லாத்தையும் ஒழுங்குபடுத்தி, அவங்க கிட்டயும் அப்பப்ப டிஸ்கஸ் பண்ணி, ரஃப்பா ஒண்ணு எழுதித் தர நம்பகமான ஒரு ஆள் வேணுங்கறாங்க... நம்ம நண்பர் ஒருத்தர் உங்களப் பத்தி சொன்னாரு.. ஒரு நா நம்ம பதிப்பகத்துக்கு வாங்க... பேசிக்கலாம்..." என்று அழைப்பு வரும். பார்பரா வாழ்க்கை வரலாறு எழுதிக் கொடுத்த செனட்டர் அம்மா மார்ஜொரி என்பவர். அந்தப் புத்தகம் பெரிய ஹிட்டானது. மார்ஜொரி பெரிய மனதோடு வித் பார்பரா என்று அட்டையில் போட்டு அதிகாரபூர்வ அங்கீகாரம் தந்தார். மார்ஜொரியின் மகன் கிளிண்டனின் ஒரே சீமந்த புத்திரி செல்ஸியைக் காதலித்து, மணந்து கொள்ள, மார்ஜொரி கிளிண்டனின் சம்பந்தியாகிவிட, அவர், அவரது புத்தகம், அவரது ஆவி எல்லாம் புகழின் உச்சியில்.

மார்ஜொரி தன் பங்கிற்கு தன் சம்பந்தியம்மாளுக்கு ஒரு புத்தகம் எழுதித் தர முடியுமா? என்று கேட்ட போது, பார்பரா வானத்தில் பறந்தார். ஹில்லாரி கிளிண்டனின் ஆவி என்றால் சும்மாவா? தினமும் வெள்ளை மாளிகை போக வேண்டும். ஹில்லாரியின் ஆவணங்கள்

அனைத்தையும் படிக்க வேண்டும். அவரது நேர்காணல்கள் அனைத்தையும் பார்த்து, கேட்டு குறிப்பு எடுக்க வேண்டும். அவ்வப் போது எழும் சந்தேகங்கள் பற்றி ஹில்லாரியிடம் கேட்டு தெளிவு பெறவேண்டும். வாய்ப்புக் கிடைக்கும் போதெல்லாம் அவர் கூடவே இருந்து அவரைக் கவனிக்க வேண்டும். வெள்ளை மாளிகையின் ஹில்லாரியின் அலுவலகம் "முதல் பெண்மணி குழந்தைகள் வளர்ப்பு பற்றி ஒரு புத்தகம் எழுதி வருகிறார். பேராசிரியர் பார்பரா அவருக்கு உதவி செய்து வருகிறார்" என்று பத்திரிகைக் குறிப்பு ஒன்றை வெளியிட்டது.

ஒரு நாள் புத்தகம் பற்றி ஹில்லாரியுடன் பேசிக் கொண்டிருக்கும் போது. கிளிண்டன் சாப்பிட வந்துவிடுகிறார். "இந்தப் பாப்பாதான் என்னோட புக்குக்கு ஹெல்ப் பண்ணுது" என்று ஹில்லாரி அறிமுகப் படுத்துகிறார். கிளிண்டன் கைகுலுக்குகிறார். "எங்களோடு சாப்பிட வருகிறீர்களா?" என்கிறார் கிளிண்டன். மூவரும் சாப்பிடுகிறார்கள். சாப்பிட்டதும், "வேலை இருக்கா? இப்பவே போகணுமா?" என்கிறார் ஹில்லாரி. "ஆமா, ஸ்டீஃபன் ஸ்பீல்பெர்க் வந்து உட்கார்ந்திருக்கிறார். அவரோடு சேர்ந்து ஏதோ படம் பார்க்க வேண்டுமாம். வருகிறீர்களா?" என்கிறார் கிளிண்டன். சரி, ஓவராக ஆடக் கூடாது என்று "மன்னிக்கவும், வேலைகள் பாதியில் நிற்கின்றன" என்று சொல்லி விடுகிறார் பார்பரா. சொந்தமாக எழுதும் எழுத்தாளனுக்குக் கூடக் கிடைக்காத அனுபவம்!

ஹில்லாரியின் புத்தகத்தை வெளியிட்டவர்கள் சைமன் அண்ட் செஷ்டர். பார்பராவிற்கு அவர்கள்தாம் பணம் தந்தார்கள். பார்பரா புத்தகத்தை முடித்துத் தந்துவிட்டார். ஹில்லாரி தான் கைப்பட ஒரு புத்தகம் எழுதியுள்ளதாகவும், விரைவில் அது வரப்போகிறது என்றும் சொன்னார். செய்தியாளர்களை அழைத்துத் தன் கையால் எழுதிய கத்தை கத்தையான கையெழுத்துப் பிரதியை வேறு காட்டினார். பதிப்பாளர் பார்பராவிற்குத் தரவேண்டிய கடைசி தவணையைத் தராமல் நிறுத்தி விட்டார்கள். ஹில்லாரி தனது ஆவி எழுத்தாளரை ஏமாற்றியது பற்றி விஷயம் கசிந்தது. அமெரிக்கர்கள் அத்தனைக்கும் ஒரு கேட்டை சேர்த்துவிடுவார்கள் அல்லவா? இந்த சர்ச்சைக்குப் பெயர் தேங்க்யூகேட். பின்னர் பிரச்சனையைப் பெரிதுபடுத்த வேண்டாம் என ஹில்லாரி சொல்லி, பதிப்பாளர் பாக்கித் தொகையைத் தந்தார். ஆனால், கோபத்தில் பார்பராவிற்கு ஒரு காம்ப்ளிமெண்ட்ரி பிரதி கூடத் தரவில்லை. நாம் எழுதியதை நாமே காசு கொடுத்து வாங்குவதா என்ற கோபத்தில், பார்பராவிடம் இன்றுவரை இந்தப் புத்தகத்தின் பிரதி மட்டும் இல்லை. கிளிண்டன், ஹில்லாரி பற்றி ஏகப்பட்ட செனட் விசாரணைகள் நடந்தபோது, வேண்டுமென்றே பார்பராவை சம்மன் தந்து அழைத்து, விசாரிப்பார்கள். இவர் அந்த விவரங்கள் எல்லாம் தெரியாது என்பார். அவர்களது நோக்கம் பார்பரா மூலம் தகவல்கள் அறிந்து கொள்வதல்ல. ஹில்லாரியை அசிங்கப்படுத்துவதுதான். பார்பரா

விற்கும் இந்த டீலிங் மிகவும் பிடித்துப்போய்விட்டது. பல முறை தொலைக்காட்சிகளில் வந்து புகழும் சேர்ந்தது.

பிரபலங்களுடனான அனுபவங்கள் ஒருபுறமிருக்க, பிறருக்காகப் புத்தகம் எழுதுவது பற்றிய ஏராளமான தகவல்களைச் சொல்கிறது இந்தப் புத்தகம். புத்தகத்தை எழுதித் தந்துவிட்டு, கிளம்பும் தருணத்தில், பிள்ளையைப் பெற்றுத் தந்துவிட்டு, பணத்தை வாங்கிச் செல்லும் வாடகைத் தாய்போலத் தான் உணர்வதாக பார்பரா சொல்கிறார். பிரபலங்களைப் பற்றிய பல அரிய தகவல்கள் அவர்களது வாய்வழியாகவே கிடைக்கும். ஆனால் அவை எதையும் புத்தகத்தில் பயன்படுத்த முடியாது. அரசியல்வாதிகளுக்கு இயல்பாகவே தேவை யின்றி, வாயைக் கொடுக்கக் கூடாது என்ற எச்சரிக்கை உணர்வு அதிகமாக இருக்கும். மற்றொருபுறம் எழுத்தாளருக்கு தனக்குத் தெரிந்ததை எல்லாம் தான் எழுதுவதில் கொட்டிவிட வேண்டும் என்ற வேகம் இருக்கும். இந்த இருவரும் சேர்ந்து ஒரு புத்தகம் எழுதுவது என்பது மிகக் கடினம். அவர் சொல்லவே தயங்குவார். இவர் எல்லாவற்றையும் தெரிந்துகொண்டு எழுதிவிட நினைப்பார். யாருக்காக எழுதுகிறோமோ அவரது எழுத்துகள், பேச்சுகள், அவரைப் பற்றி வந்த செய்திகள் என அனைத்தையும் சேகரிக்க வேண்டும். அவரது மொழி நடையை அறிய வேண்டும். அவர் ஏதேனும் சில வார்த்தைகளை அடிக்கடி பயன்படுத்துபவரா? அவருக்குப் பிடித்தமான கவிதை வரிகள் என்னென்ன? பழமொழிகள், சொலவடைகளைப் பயன்படுத்துவாரா? பேச்சு வழக்கில் எழுதுபவரா? நல்ல செம்மையான மொழிநடை கொண்டவரா? இலக்கணத்திற்கு முக்கியத்துவம் தருபவரா? முக்காற் புள்ளியை சரியாகப் பயன்படுத்தத் தெரிந்தவரா? என்று பல்வேறு விஷயங் களையும் கவனிக்க வேண்டும். இவையனைத்தையும் வைத்து அவருடைய மொழிநடையிலேயே எழுத வேண்டும் என்கிறார் பார்பரா. எனக்கு சிறுவயதில் என் அம்மாவும், அக்காவும் என் எழுத்தைப் போலவே கோழிக் கிண்டினாற் போல் வீட்டுப் பாடம் எழுதித் தந்தது நினைவுக்கு வருகிறது!

வாழ்க்கை வரலாறு எழுதுவது இன்னும் கடினம். அவரது சிறுவயது நண்பர்கள், பெற்றோர், மனைவி, உடன்பிறந்தோர், உடன் பணிபுரிந்தோர் எல்லோரிடமும் பேச வேண்டும். அவற்றை எல்லாம் தொகுக்க வேண்டும். அந்த வாழ்க்கை வரலாற்றை எந்த இடத்திலிருந்து தொடங்க வேண்டும் என்பதை முடிவு செய்ய வேண்டும். இது மிகவும் கடினமான ஒன்று. ஓர் அரசியல் பிரமுகரோ அல்லது புகழ் பெற்ற ஆளுமையோ தனது 50ஆவது வயதில்தான் வெளியில் தெரியும்படியான பேரும் புகழும் பெற்றிருப்பார். அவரது கதையில் பரபரப்பே அந்த 50ஆவது வயதிற்குப் பிறகுதான். இந்த 50 வயது வரையிலான கதையை முதல் 200 பக்கங்களுக்கு விலாவரியாகச் சொல்லிக் கொண்டிருந்தால், வாசகன் புத்தகத்தைத் தூக்கிப் போட்டுவிட்டுப் போய்விடுவான். அவரது 50ஆவது வயதில்

ஆரம்பித்து பிளாஷ்பேக், சமகாலம், பிளாஷ்பேக், சமகாலம் என்று மாற்றி மாற்றி எழுத வேண்டும். இதை விட முக்கியம், இதை அந்த பிரபலத்திற்குப் புரிய வைக்க வேண்டும். அவர் அவரது ஒன்றாம் வகுப்பு டீச்சரின் நேர்காணலில் இருந்து ஆரம்பிக்க வேண்டும் என்று ஒற்றைக் காலில் நின்றால் சிரமம்.

நாமாக ஒருவரின் வாழ்க்கை வரலாற்றை எழுதினால், அவர் பிளஸ் 2 படிக்கும் போது கோடை விடுமுறையில் சித்தி வீட்டுக்குப் போனது பற்றி எழுதிவிடலாம். ஆனால், ஒரு பெரிய மனிதருக்காக அவரது பெயரிலேயே எழுதும் போது இதெல்லாம் முடியாது. கடந்த காலம் என்பதே அவர்கள் நம்மிடம் சொல்வதற்காகத் தேர்ந்தெடுக்கும் சம்பவங்கள்தாம் என்கிறார் பார்பரா.

ஓர் ஆவி எழுத்தாளராக, நான் ஒரு பிரபலத்தின் புத்தகத்தை எழுதும் காலம் முழுக்க அந்தப் பிரபலமாகவே வாழ்வேன். நான் எளிதில் நுழைய முடியாத அதிகாரத்தின் உச்சிகளுக்கெல்லாம் எளிதாகச் செல்வேன். சிறு குழந்தை தன் செருப்பை விட்டுவிட்டு, அம்மாவின் செருப்பைப் போட்டுக்கொண்டு, தட்டுத் தடுமாறிக் கொண்டு வீடு முழுக்கச் சுற்றிவரும் சந்தோஷம், இப்படி வேறொரு நபராகச் சிலகாலம் சுற்றித் திரிவதில் இருக்கிறது என்கிறார் பார்பரா. அதோடு கூடவே, ஏராளமான பணம். சர்வ சாதாரணமாக 150000 டாலர் தருகிறார்கள். அதிக கடன் இல்லாமல், பெரிய மாளிகை போன்ற சொந்த வீடு. எதிர்காலத்திற்காக ஓரளவிற்கு சேமிப்பு. ஆண்டுக்கு ஒரு முறை வெளிநாட்டுச் சுற்றுலா என்று எல்லாம் இந்த ஆவியின் அருள்தான். ஆனாலும், முப்பது வருடத்திற்கு முன்னால் இவரோடு கற்றுக்குட்டி செய்தியாளராக இருந்தவர்கள் இப்போது எங்கேனும் சந்திக்கும்போது, நான் பிபிசியில் இருக்கிறேன், நான் நியூயார்க் டைம்ஸில் இருக்கிறேன் என்று சொல்லிவிட்டு, "சரி, நீ என்னப்பா பண்ற?" என்று கேட்கும் போது சற்று சங்கடமாகத்தான் இருக்கிறது என்கிறார் பார்பரா. வெளியில் பல்கலைக்கழகப் பேராசிரியர் என்று சொல்லிக் கொள்வதுதான் கெத்தாக இருக்கிறது.

இதைப் படித்து முடித்தபோது, தமிழில் இப்படி ஆவி எழுத்தாளர்கள் யாரேனும் இருக்கிறார்களா? என்று எனக்குக் குறுகுறுவென்று இருந்தது. அப்படியான ஆவிகள் தமிழில் உண்டு என்ற தகவல் தெரிந்தவர்கள் அடியேனுக்குத் தெரிவித்தால், நன்றியுள்ளவனாக இருப்பேன்.

- ஆர்வமுள்ளோர் வாசிக்க

   Pretend I'm Not Here - Barbara Fienman Todd

முதல் நோயாளியின் மருத்துவம்

22

எத்தனையோ பேர் எத்தனையோ தொழில்களைச் செய்கிறார்கள். ஆனால் சிலருக்கு மட்டுமே அவர்களது தொழில் பிழைப்பிற்கான வழி என்பதைத் தாண்டி, மறக்க முடியாத அனுபவங்களைத் தருகிறது. எத்தனையோ மருத்துவர்கள் எத்தனை எத்தனையோ சாதனைகளைச் செய்துள்ளார்கள். ஆனால் கோனி மரியானா என்ற லத்தீன் அமெரிக்கப் பெண் மருத்துவருக்கு மட்டும் அவரது மருத்துவத் தொழில் வாழ்வில் என்றும் மறக்க முடியாத அனுபவங்களைத் தந்திருக்கிறது. அவரது மருத்துவத் தொழில் வாழ்வின் உச்சத்தில் அவர் மருத்துவம் பார்க்க வேண்டிய குடும்பம் ஒரு கணவன் மனைவி மட்டுமே. அதிலும் அவருக்கு நேர்ந்த வித்தியாசமான அனுபவம் தனது அந்த ஒரே நோயாளி தன் அலுவலகத்தில் வேலை பார்க்கும்போது பக்கத்திலேயே இருந்து பார்த்துக் கொள்வதாக அமைந்தது. ஆம், கோனி மரியானா எட்டு ஆண்டுகள் அமெரிக்க அதிபர் பில் கிளிண்டனின் தனிப்பட்ட மருத்துவராக வெள்ளை மாளிகையில் பணியாற்றியவர். அவரது The White House Doctor - My Patients were Presidents என்ற நினைவுக் குறிப்புகள் அந்த எட்டாண்டு அனுபவங்களின் சுவையான தொகுப்பாக வந்துள்ளது.

அமெரிக்காவில் அதிபர்தான் எல்லாம். அவர்தான் முதல் குடிமகன். அவர் குடும்பம்தான் முதல் குடும்பம். அவர் மனைவியே முதல் பெண்மணி. அவர் மகளே நாட்டின் முதல் மகள். அவரது செல்ல நாய் நாட்டின் முதல் நாய். அது போலவே அவர்தாம் நாட்டின் முதல் நோயாளி. அந்த முதல் நோயாளியின் மருத்துவர் என்ற வகையில் கோனிதான் அந்த எட்டாண்டுகளுக்கு நாட்டின் முதல் மருத்துவர்.

கோனியின் குடும்பம் லத்தீன் அமெரிக்காவிலிருந்து இரண்டு மூன்று தலைமுறைகளுக்கு முன் அமெரிக்காவில் குடியேறிய குடும்பம். பரம்பரையாக அவர்கள் குடும்பத்தின் ஆண்கள் அனைவரும் அமெரிக்கக் கப்பற்படையில் Steward எனப்படும் சமையல் பரிசாரகர்கள்.

அப்பா உலகம் முழுவதுமுள்ள அமெரிக்கக் கப்பற்படைத் தளங்களில் கப்பற்படை அட்மிரல்களுக்குக் கோப்பையில் மது ஊற்றிக் கொடுத்துக்கொண்டு, ஷூக்களுக்கு பாலீஷ் போட்டுத் தந்துகொண்டு, அவர்களின் ராணுவ சீருடைகளை அயர்ன் செய்து அணிந்துகொள்ள உதவி செய்துகொண்டு இருந்தவர் என்பதால் கோனி சிறுவயதிலேயே உலகம் சுற்றியவள். கப்பற்படை உதவித் தொகையில் படித்து, கப்பற் படை வீரர் குழந்தை என்ற இடஒதுக்கீட்டில் கப்பற்படை நடத்தும் மருத்துவக் கல்லூரியில் மருத்துவம் படித்து மருத்துவர் ஆகிறாள். இதுவரை குடும்பத்தின் ஆண்கள் அனைவரும் சேவகர்களாகப் பணி புரிந்த அதே கப்பற்படையில் மருத்துவ அதிகாரியாகப் பணியில் சேர்கிறாள். படிப்படியாகப் பதவி உயர்வுபெற்று ஒரு பெரிய போர்க் கப்பலின் தலைமை மருத்துவ அதிகாரியாக நியமிக்கப்படுகிறாள். 600 ஆண் வீரர்களும், 150 வீராங்கனைகளும் பணிபுரியும் அந்தக் கப்பலின் ஒரே மருத்துவ அதிகாரி, அதுவும் இனரீதியாக coloured என்று ஒதுக்கப் படும் லத்தீன் அமெரிக்கப் பெண் அதிகாரி கோனிதான்.

அமெரிக்காவில் ஆட்சி மாற்றங்கள் நிகழும் போது, வெள்ளை மாளிகையில் அனைத்து அதிகாரிகளையும் புது நிர்வாகத்தின் விருப்பத்திற்கேற்ப மாற்றிவிடுவார்கள். அதிபருடன் நாள் முழுக்கக் கூடவே இருக்க வேண்டிய மருத்துவ அதிகாரிப் பதவியும் அதில் ஒன்று. இந்த மருத்துவர் ராணுவ மருத்துவராக இருப்பது அவசியம். காரணம் ராணுவ மருத்துவர்கள் அவசர காலத்தில் பதற்றப்படாது, கிடைக்கக் கூடிய வசதிகளைவைத்து மருத்துவம் பார்த்து உயிர்களைக் காக்கக் கூடியவர்கள். எனவே, முதல் நோயாளியின் முதல் மருத்துவர் ராணுவ மருத்துவராக இருக்க வேண்டும். பில் கிளிண்டன் அதிபராக வருகிறார். அவருக்கான முதல் மருத்துவராக கோனி தேர்ந்தெடுக்கப் படுகிறார். கோனி அப்போது கப்பற்படையில் கேப்டன் அந்தஸ்தில் இருக்கிறார். தரைப்படையில் கர்னலுக்குச் சமமான பதவி. இவருக்கு உதவியாக ஆண் நர்ஸ் ஒருவர், பெண் நர்ஸ் ஒருவர் என்று ராணு வத்தினரே தேர்ந்தெடுக்கப்படுகிறார்கள். அதிபர் செல்லும் இடங்களுக்கெல்லாம் பின்னாலேயே போகவேண்டும். இவருக்கும், இவரது உதவியாளர்களுக்கும் அதிபரின் சீக்ரெட் சர்வீஸ் வீரர்கள் பயிற்சி தருகிறார்கள். எப்போதும் கையில் வாக்கி டாக்கி. காதில் இயர் போன். துப்பாக்கி, கத்தி போன்ற ஆயுதங்களுக்குப் பதிலாக மருத்துவப் பெட்டி.

அதிபரை யாரேனும் சுட்டுவிட்டால் என்ன செய்வது என்பதற் கெல்லாம் பயிற்சி தரப்படுகிறது. ஒரு ராணுவ வீரர் அதிபராக நடிப்பார். ஒருவர் தீவிரவாதியாக நடிப்பார். நடிப்பு அதிபர் சுடப் பட்டதும், கோனி தன் மருத்துவப் பெட்டியைத் தூக்கிக்கொண்டு விழுந்து கிடக்கும் அதிபரிடம் ஓடுகிறார். இவர் மீது ஒரு போலி குண்டு பாய்கிறது. ரிகர்ஸல் நிற்கிறது. பயிற்சி தரும் அதிகாரி கோனியிடம் இப்படி நீங்கள் தடதடவென்று ஓடக்கூடாது. உங்களையும் சுட்டுவிட்டால், பிறகு யார் அவருக்கு முதலுதவி செய்வது? அவரை நாங்கள் பாதுகாப்பான இடத்திற்கு அப்புறப்படுத்திய பிறகு, “டாக்டர், வாங்க” என்று அழைக்கும் போதுதான் வரவேண்டும். நீங்கள் உயிரோடு இருந்தால்தானே முதலுதவி செய்ய முடியும்? என்கிறார். முதல் நோயாளிக்கு மருத்துவம் பார்ப்பது பற்றிய முதல் பாடம் இப்படியாகக் கிடைக்கிறது கோனிக்கு.

இந்த வேலைக்கு அசாத்தியப் பொறுமை வேண்டும் என்கிறார் கோனி. அதிபர் இன்னும் சிறிது நேரத்தில் கிளம்பப் போகிறார், தயாராக இருங்கள் என்று வாக்கி டாக்கி சொல்லும். மணிக்கணக்காகக் காத்துக்கொண்டே இருக்க வேண்டும். திடீரென அவர் வந்து கொண்டிருக்கிறார் என்பார்கள். அடுத்த கணம் காருக்கு ஓட வேண்டும். இரண்டு மூன்று மணி நேரம் காத்திருக்க நேரும். ஆனால் கிளம்பும் போது இரண்டு மூன்று நிமிடம் கூட கிடைக்காது. டாக்டர் காரில் ஏறிவிட்டாரா? என்று யாரும் பார்க்க மாட்டார்கள். அவரவர் சைரனை அலற விட்டுக்கொண்டு கிளம்பி விடுவார்கள்! அதிலும்

கோனிக்கு லக்கேஜ் அதிகம். தன் சொந்தப் பொருள்களை வைத்திருக்கும் பேக் பாக், ஒரு ஹேண்ட்பேக், எல்லாவிதமான உபாதைகளுக்கும் அவசரத்திற்குத் தர வேண்டிய மருந்துகள் அடங்கிய மருத்துவப் பெட்டி, மாரடைப்பு ஏற்பட்டுவிட்டால் இதயத்திற்கு ஷாக் தருவதற்கான டிஃப்ரிப்லேட்டர் என்ற கருவி உள்ள பெட்டி (தமிழ் சினிமாக்களில் இதய நோயாளிக்கு நெஞ்சில் வைப்பார்களே அயர்ன் பாக்ஸ் போன்ற ஒன்று - அதுதான் என்று நினைக்கிறேன்) பிறகு அதிபர் மற்றும் அவர் மனைவிக்கு தேவைப்பட்டால் ஏற்று வதற்காக ரத்தம் இரு தனித்தனி பைகளில் என இத்தனையையும் தூக்கிக்கொண்டு காருக்கு ஓட வேண்டும். இவரது கார் அதிபரின் காருக்கு அடுத்ததாக வருவது. கோனி லத்தீன் அமெரிக்கர் என்பதால் மற்ற அமெரிக்கப் பெண்களைப் போல வாட்ட சாட்டமான உருவ அமைப்பு இல்லாதவர். இவற்றைத் தூக்கிக் கொண்டு ஓடுவது அவருக்கு மிகவும் சிரமமாக இருக்கும். வெளிநாட்டுப் பயணம் என்றால் இவற்றோடு துணிமணிகள் கொண்ட பெட்டிகளும் சேரும். ஒவ்வொரு நிகழ்ச்சிக்கும் இன்னின்ன விதமான உடை என்ற மரபுகளுக்கு ஏற்ப உடைகளை எடுத்துச் செல்லவேண்டும்.

இதில் மற்றொரு விஷயம் அதிபர் உடன் எப்போதும் ஒரு மருத்துவர் பயணிப்பது வெளிப்படையாகத் தெரியக் கூடாது என்பது. அதிபர் பெரிய வியாதிஸ்தர் போல என்று அவரது இமேஜ் பாதிக்கப்படும் என்பதால், கோனி எப்போதும் புகைப்பட வெளிச்சத்தில் சிக்காது ஒதுங்கியே இருக்க வேண்டும் என்பது எழுதப்படாத விதி. வெள்ளை மாளிகையில் முதல் நாள் வேலைக்குச் சேரும்போதே அதிபர் அலுவலகத்திலிருந்து இதைத் தெளிவாகச் சொல்கிறார்கள். *Thou shalt be Invisible !* எனக்கு இதைத் தனியாகச் சொல்ல வேண்டாம் என்கிறார் கோனி. மூன்று நான்கு தலைமுறைகளாக கப்பற்படையின் சமையல் உதவியாளர்களாகவே இருக்கும் சிறுபான்மை லத்தீன் இனப் பெண்ணான நான் இயல்பாகவே யார் கண்ணிலும் படாமல் தலைகுனிந்து , இருக்கும் இடம் தெரியாமல் நடமாடப் பழகியவள் என்கிறாள். இனப்பாகுபாடு என்பதில் அமெரிக்கா என்ன, இந்தியா என்ன. எல்லாக் கழுதைகளும் ஒன்றாகத்தான் இருக்கின்றன ! அதைவிட மோசம், அதிபர் தரும் விருந்துகளில் இவர் போன்றவர்கள் நடத்தப்படும் விதம். அதிபருக்குப் பக்கத்திலேயே அவர் தன் கண் பார்வையில் இருக்கும் விதமாக, தான் மருத்துவர் என்று காட்டிக் கொள்ளாமல் சுற்றிக் கொண்டிருக்க வேண்டும். இது போன்ற விருந்துகளுக்கு வரும் மிகப் பெரிய இடத்துப் பொன் வால் நரிகள், கோனியைப் பார்த்து, "இந்தாம்மா, கொஞ்சம் ஒயின் கொண்டுவா" என்று அதிகாரம் செய்வதும் உண்டு. பக்கத்தில் இருக்கும் பணியாள்கள் அப்போதும் இவர் டாக்டர் என்று சொல்லமாட்டார்கள். விரைந்து அந்தப் பெண்கள் கேட்பதை தாம் கொண்டு வந்து தந்துவிடுவார்கள்.

அதிபரின் வெளிநாட்டுப் பயணம் என்றால் வேலை படு டென்ஷனாகி விடும். பாதுகாப்பு அதிகாரிகள் அதிபர் செல்லக்

கூடிய நாட்டிற்கு ஓர் அட்வான்ஸ் டீமை அனுப்பிப் பாதுகாப்பு ஏற்பாடுகளைச் செய்வார்கள் அல்லவா? அது போல கோனியும் ஒரு ராணுவ டாக்டரை அனுப்பி, ஏதேனும் அசம்பாவிதம் என்றால் அந்த ஊரில் பெரிய மருத்துவமனை எது? அங்கு உள்ள வசதிகள் எப்படி? நிகழ்ச்சி நடக்கும் இடத்திற்கும், அந்த மருத்துவ மனைக்கும் எவ்வளவு தூரம்? மருத்துவ மனையை அடைய எவ்வளவு நேரமாகும்? என்று எல்லாம் ஆராய்ந்து அதற்குத் தகுந்தாற் போல் திட்டமிட வேண்டும். அந்த மருத்துவமனையின் தலைமை மருத்து வர்களுடன் முதலிலேயே பேசி வைத்துக் கொள்ள வேண்டும். சில இடங்களில் இவர்களது விமானம் அல்லது ஹெலிகாப்டர் இறங்கும் இடமே கூட பிரச்சனையாகிவிடும். ஒரு குட்டி ஆப்பிரிக்க தேசத்திற்கு ஒருமுறை செல்கிறார்கள். ஹெலிகாப்டர் ஒரு காடு போன்ற இடத்தில் புல்வெளியில் இறங்கவேண்டும். அந்தப் புல்வெளி நாற்பத்தியோரு விதமான நச்சுப் பாம்புகள் நடமாடும் பகுதி என்கிறார்கள் பாதுகாப்பு அதிகாரிகள். அவை என்னென்ன ரகம்? அவற்றின் விஷத்தை முறிக்க என்னென்ன மருந்துகள் வேண்டும்? என்று ஆராய்ந்து பார்த்து அவற்றைத் தனியாக ஒரு பெட்டியில் எடுத்துக் கொண்டு செல்கிறார் கோனி. ஜோர்டன் அதிபர் மரணமடைகிறார். இறுதி நிகழ்ச்சிக்கு முன்னாள் அதிபர்களான ஜெரால்ட் ஃபோர்டு, ஜிம்மி கார்ட்டர், பெரிய ஜார்ஜ் புஷ் ஆகியோரும் ஏர் ஃபோர்ஸ் ஒன் விமானத்தில் கிளிண்டனுடன் வருகிறார்கள். அவர்களது உடல்நலம், அவர்களுக்கு அவசரமாகத் தேவைப்படும் மருந்துகள் என்று எடுத்துக் கொண்டு எந்த நேரத்தில் எந்தக் கிழவருக்கு என்ன நடக்குமோ? என்று திக் திக்கென்று ஒரு விநாடி கூட தூங்காது டென்ஷனாக ஜோர்டன் போய் வருகிறார் கோனி. ஆனால், எல்லோருமே உலகையே ஆட்டிப் படைத்த ஏகாதிபத்தியக் கிழடுகள் என்பதால் ஒருவருக்கும் ஒன்றும் ஆகவில்லை. கோனிக்குத்தான் பிபி எகிறியது ! இப்படி கோனி கிளிண்டனுடன் 132 நாடுகளுக்குச் சென்ற அனுபவங்கள் பற்றி 132 புத்தகங்கள் எழுதலாம் !

வெள்ளை மாளிகை டாக்டர் என்றால் எளிதான வேலையா? அங்குச் சின்ன விஷயம் என்பதே கிடையாது. எல்லாமே பெரிய விஷயங்கள்தாம். இதற்கு ஒரு நல்ல உதாரணமும் சொல்கிறார் கோனி. ஒரு முறை கிளிண்டனுக்கு காலில் அடிபட்டுவிடுகிறது. முதலுதவி செய்து ராணுவ மருத்துவமனைக்குக் கொண்டு சென்று அறுவை சிகிச்சை செய்ய வேண்டும். முதலுதவி செய்து விடுகிறார் கோனி. வெள்ளை மாளிகையின் எந்த வாகனமும் சக்கர நாற்காலியை ஏற்றிச் செல்லத் தோதாக இல்லை. கிளிண்டன் ஸ்டிரெச்சரில் படுத்து வர

மறுக்கிறார். சக்கர நாற்காலியில் அமர்ந்து டாட்டா காட்டியவாறே சென்று எனக்கு ஒன்றும் ஆகவில்லை, சின்ன அடிதான் என்று பத்திரிகை களுக்குக் காட்ட வேண்டும் என்பது அவரது எண்ணம். எங்கெங்கோ விசாரித்து சமீபத்தில் விபத்தில் சிக்கிய ஒரு செனட்டர் சக்கர நாற்காலியை ஏற்றி இறக்கும் விதமாகத் தன் காரை மாற்றியிருக்கிறார் என்பதை அறிந்து அவரிடமிருந்து அந்தக் காரை ஓசி வாங்கி வருகிறார்கள். கிளிண்டனின் டாட்டா காட்டும் ஆசை நிறைவேறுகிறது. அடுத்து, அறுவை சிகிச்சைக்கு மயக்க மருந்து தருவது. கோனி முழு மயக்கம் அடையும்படியாக மயக்க ஊசி செலுத்த வேண்டும். லோக்கல் அனஸ்தீஷியா கூடாது என்கிறார். ஆனால், அரசியல் ஆலோசகர்கள் அதிபர் முழு மயக்கத்தில் ஆழ்ந்தால், அதற்கு இருபத்தியைந்தாவது அரசியல் சட்டத் திருத்தத்தை பிரயோகித்து, ஆட்சியைத் துணை அதி பரிடம் தரவேண்டும். அதற்கு ஏகப்பட்ட நடைமுறைகள் உள்ளன என்கிறார்கள். கிளிண்டனுக்கும், அவரது அரசியல் ஆலோசகர்களுக்கும் அந்த அறுவை சிகிச்சைக்கான காலத்திற்குக்கூட அதிகாரத்தைத் துணை அதிபர் வசம் தர பயம் போலும் ! பிறகு தண்டுவடத்தில் மயக்க ஊசி செலுத்தி, அதிபர் முழு நினைவுடன் இருக்கும் போதே அறுவை சிகிச்சை நடக்கிறது. *Here little things are big things* என்று கோனிக்குச் சொல்லப்பட்டது சரிதான்.

செய்திகளில் அடிபடவேகூடாது. ஏனெனில் வெள்ளை மாளிகையைப் பொறுத்தவரை எந்தச் செய்தியுமே நல்ல செய்தியல்ல. கிளிண்டன் மோனிகா விவகாரம் அப்படித்தான். மோனிகா தன் உடைகளில் கிளிண்டனின் டிஎன்ஏ இருக்கிறது என்கிறார். கிளிண்டனின் ரத்தத்தை எடுத்து, அந்த டிஎன்ஏவுடன் ஒப்பிட வேண்டும். கோனிதான் கிளிண்டனின் ரத்தத்தை எடுக்கிறார். அதற்கு ஏகப்பட்ட சாட்சிகள். ஏகப்பட்ட ஆவணங்கள். கிளிண்டனுக்கு சிறு உடல் உபாதை என்றாலும் பதறிப் போகும் கோனி, முதன்முறையாக வெறுப்போடு அவர் கையில் ஊசி குத்தி ரத்தம் எடுக்கிறார். ஆனால் கோனி அதிகாரத்திற்குப் பணிந்தே பழக்கப்பட்ட லத்தீன் அமெரிக்கப் பெண். அதுவும் ராணுவ அதிகாரி வேறு. அமெரிக்க ராணுவத்தில் பணிபுரியும் லத்தீன் அமெரிக்கர்களுக்கு செம்பர் கம்பை *(semper gumby)* என்பது வேதவாக்கு. எப்போதும் வளைந்து கொடு என்பது அதன் பொருள். ஆற்றங்கரை மேட்டில் ஆடி நிற்கும் நாணலாக க்கோனி தன் கடமையைச் செய்கிறார்.

கிளிண்டன் ஆட்சியிலேயே கோனி அட்மிரலாகப் பதவி உயர்வு பெறுகிறார். அட்மிரலுக்கான சின்னங்களை அணிவிக்கும் சடங்கு வெள்ளை மாளிகையில் நடக்கிறது. கிளிண்டனே நேரில் வந்து அணி விக்கிறார். வெள்ளை மாளிகையில் தனது பணிக்காலத்தில் அதிபரின் குடும்பத்தினர் மட்டுமல்லாது, அங்குப் பணிபுரியும் சமையல் காரரிலிருந்து, தோட்டக்காரரிலிருந்து, மிகப் பெரிய ராணுவ ஜெனரல் வரை எத்தனையோ பேருக்குத் தலைவலிக்கு, வயிற்றுப் போக்குக்கு என்று மருத்துவம் செய்திருக்கிறார் கோனி. கோனியின் இந்தப்

புத்தகத்திற்கு அணிந்துரை வழங்கியிருக்கும் கிளிண்டன் எனக்குக் காட்டிய அதே அக்கறையை வெள்ளை மாளிகையின் சமையல் காரிகளுக்கும், துப்புறவுத் தொழிலாளிகளுக்கும் காட்டியவர் கோனி என்று எழுதியிருக்கிறார். அட்மிரல் பதவியை விட அதைத்தான் பெரிய தாக நினைக்கிறார் கோனி.

- **ஆர்வமுள்ளோர் வாசிக்க**

  The White House Doctor - My Patients were Presidents by Connie Mariano.

வீடற்ற புத்தகங்களின் வீடு

23

நல்ல வாசகர்கள், எழுத்தாளர்களுக்கு மிகவும் விருப்பமான ஓர் இடம் பழைய புத்தகக் கடை. பழைய புத்தகக் கடை என்றால் பிளாட்பாரத்தில் அடுக்கி வைக்கப்பட்டு, பழைய பிளக்ஸ் பேனர்கள், நீல நிற பிளாஸ்டிக் துணிகளால் மூடப்பட்ட புத்தகக் குவியல்கள் மற்றும் தாடியும் மீசையுமாக, அழுக்கான உடையணிந்த, வயதைக் கணிக்க முடியாத தோற்றத்தில் இருக்கும் கடைக்காரர் என்ற பிம்பங்கள்தாம் நம் மனதில் தோன்றுகின்றன. மிகப் பெரிய கடை, ஒரு லட்சத்திற்கும் அதிகமான புத்தகங்கள், பல மைல் நீளத்திற்கு வரும் புத்தக அலமாரிகள், அவற்றில் பொருள், தலைப்பு வாரியாக அடுக்கி வைக்கப் பட்ட புத்தகங்கள், உலகில் எந்த மூலையிலிருந்தும் அவர்களது புத்தகப் பட்டியலைப் பார்த்து, வாங்கிக் கொள்ளும் வசதி என்றெல்லாம் உள்ள பழைய புத்தகக் கடையை நம்மால் கற்பனை செய்து பார்ப்பது கடினம்தான். ஆனால் அப்படியான புத்தகக் கடையை இங்கிலாந்தின் விக்டவுனில் நடத்தி வருபவர் ஷான் பைதல். அவரது ஓராண்டு டைரி புத்தகமாக வந்திருக்கிறது. The Diary Of A Bookseller என்ற அந்த புத்தகம் பழைய புத்தகங்களின் உலகை அதை விற்பவரின் பார்வையிலிருந்து தருகிறது. இது வரை பழைய புத்தகங்களை வாங்குபவராக நாம்

அறிந்த அந்த உலகின் மற்றொரு பக்கம் - கல்லாவிற்கு அந்தப் பக்கத்திலிருந்து கிடைக்கும் பார்வை - நமக்கு முற்றிலும் புதியது.

நல்ல வாசகரான ஷான் படிப்பை முடித்த பிறகு தன் மனத்திற்குப் பிடித்த தொழிலைத்தான் செய்ய வேண்டும் என்ற பிடிவாதத்தோடு வேலைக்குப் போகாமல் சுற்றிக் கொண்டிருந்தவர். அடிக்கடி ஒரு கடைக்குப் போய் பழைய புத்தகம் வாங்குவார். ஒரு நாள் அந்தக் கடைக்காரரிடம் பேசிக்கொண்டிருக்கும் போது, கடை முதலாளி, "மனத்துக்குப் பிடித்த வேலைதான் செய்ய வேண்டும் என்று இப்படி ஊர் சுத்துறியே செவ்வாழ, பேசாம என்னோட கடைய வாங்கி நடத்து, நானும் ஓய்வு பெறலாம்னு இருக்கேன்", என்கிறார். சரி என்று வங்கியில் கடன் பெற்று அந்தக் கடையை வாங்கி நடத்த ஆரம்பிக்கிறார் ஷான். கடையின் பெயரே புக் ஷாப் என்பதுதான். இன்று ஸ்காட்லாந்திலேயே இரண்டாவது பெரிய புத்தகக் கடை. கடை இருக்கும் நகரமான விக்டவுன் என்பதே ஒரு புத்தகங்களின் நகரம்தான். அது ஸ்காட்லாந்தின் தேசிய புத்தக நகரமாக அறிவிக்கப்பட்ட நகரமாகும். ஊர் முழுக்க புத்தகக் கடைகள்தாம். எப்போது பார்த்தாலும் புத்தகத் திருவிழாக்கள்தாம்.

இங்கிலாந்து முழுக்க சீமான்களும், சீமாட்டிகளும் பெரிய பெரிய கோட்டை கொத்தளங்களில் வசிக்கிற இடம்தான். உலகையே கொள்ளையடித்தவர்கள் புத்தகங்களை மட்டும் விட்டுவைக்கப் போகிறார்களா, என்ன? எல்லாப் பணக்காரக் கிழவர், கிழவிகள் வீட்டிலும் பெரிய பெரிய நூலகங்கள். அவர்கள் காலத்திற்குப் பின் அவற்றை அப்படியே எடைக்குப் போடும் வாரிசு சீமான்கள், சீமாட்டிகள். படித்துப் பார்த்தெல்லாம் வாங்க முடியாது. அங்கொன்று, இங்கொன்றாகப் புரட்டிப் பார்த்துவிட்டு எவ்வளவு என்று பணத்தைப் பேரம் பேசி முடிவு செய்து, காசோலையைக் கொடுத்து விட்டு, லாரியில் ஏற்றிக் கொண்டு வரவேண்டியதுதான். ஒரு வருடத்தின் பிப்ரவரி 5ஆம் தேதி ஆரம்பித்து அடுத்த ஆண்டின் பிப்ரவரி 4ஆம் தேதி வரையிலான இந்த டைரிக் குறிப்புகள் முழுக்க இப்படிப் புத்தகங்களை வாங்கி வருவது, அவற்றை விற்பது, வாங்க வரும் வாடிக்கையாளர்களின் குணாதிசயங்கள், பொதுவாக புத்தக வியாபாரத்தில் உள்ள கஷ்ட நஷ்டங்கள் இப்படிப் பலவும் சொல்கிறார் ஷான்.

ஏதாவது ஒரு பிரபுவின் வீட்டு நூலகத்தைப் பார்வையிடும் போதே மனத்தில் ஒரு தொகை பளிச்சிடும். ஷானின் கடையில் அவருக்கு உதவியாளரான நிக்கி, "உங்கள் மனதில் தோன்றும் தொகையில் பாதியை உரிமையாளரிடம் சொல்லுங்கள்" என்று ஒவ்வொரு முறையும் சொல்லி அனுப்புவாள். எனவே அதில் பாதியைச் சொல்வார். பெரும்பாலும் பிரபுக்கள் சொன்ன தொகையை ஏற்றுக் கொள்வார்கள். சிலர் பேரம் பேசுவார்கள். ஆனாலும் லாபம்தான். என்ன பிரச்சனை என்றால் இந்த லாபம் உடனடியாகக் கைக்கு வந்துவிடாது. எல்லாவற்றையும் லாரியில் ஏற்றிக் கொண்டு வரவேண்டும். கடையில்

இறக்க வேண்டும். தலைப்பு, பொருள் வாரியாகப் பிரித்து அடுக்க வேண்டும். ஒவ்வொரு புத்தகத்திற்கும் விலையைத் தீர்மானித்து, விலையை ஸ்டிக்கரில் எழுதி ஒட்ட வேண்டும். இணையத்தில் ஒவ்வொரு புத்தகத்தின் விபரத்தையும் ஏற்ற வேண்டும். அதன் பிறகு, ஒவ்வொரு வாடிக்கையாளராக அதைத் தேடி வந்து வாங்கிச் செல்ல வேண்டும். அது அத்தனை எளிதானதல்ல. வரும் வாடிக்கையாளர் இந்த ஒரு லட்சம் சேகரிப்பிலும் இல்லாத ஒரு புத்தகத்தைத்தான் கேட்பார். நடுநடுவே புத்தகத் திருவிழாக்களுக்குப் புத்தகங்களை எடுத்துச் சென்று விற்று வர வேண்டும். ஒவ்வொரு ஆண்டும், தான் எத்தனையோ டன் கணக்கில் புத்தகங்களை ஏற்றி இறக்குவதாகச் சொல்கிறார் ஷான்.

இப்படிப் பிரித்து அடுக்கும் போது பல ஆச்சரியங்கள் கிடைக்கும். ஒரு முறை ஒரு பெரிய லோடைப் பிரிக்கும் போது, ஃபிளாரன்ஸ் நைட்டிங்கேல் தன் சக நர்ஸ் ஒருவருக்குக் கையெழுத்துப் போட்டு அன்பளிப்பாகத் தந்த ஒரு புத்தகம் கிடைக்கிறது. அதைத் தனியாக எடுத்து ஏலம் விடுகிறார். 300 பவுண்டுக்குப் போகிறது ! மற்றொரு நாள் இதே போல் சர்.வால்டர் ஸ்காட் கையெழுத்திட்ட ஒரு அபூர்வ சிந்தாமணி கிடைக்கிறது. இப்படிப் புத்தகங்களை வாங்கி வரும் அனுபவம் பற்றி ஷான் மிக அழகாகச் சொல்கிறார். ஏதோ ஒரு பிரபுவின் பழங்காலக் கோட்டைக்குள் இருக்கும் மிக அழகான நூலகம். அதில் இருக்கும் தோலால் பைண்ட் செய்யப்பட்ட பழமையான புத்தகங்கள். அவற்றின் வாசனை. எல்லாம் அத்தனை ரொமாண்டிக்காக இருக்கும். எவ்வளவு என்று முடிவு செய்து காசோலையைத் தந்து, கை குலுக்கி, லாரிக்காரர்களை வரச் சொன்னதும் அத்தனை ரொமாண்டிசிசமும் மறைந்து விடும். ஆயிரக்கணக்கான புத்தகங்களை எடுத்துச் செல்லும், பிரித்து, விலை வைத்து, அடுக்கும் சலிப்பூட்டும் வேலையாக மாறிவிடும்.

இப்படித் தேடித் தேடி வாங்கினாலும் வியாபாரம் எப்படி இருக்கிறது? ஒவ்வொரு நாள் பதிவிலும் இணைய விற்பனை, நேரடி விற்பனை விபரங்களைத் தந்திருக்கிறார் ஷான். இணையத்திலும் நேரடியாகவும் வாடிக்கையாளர்களின் எண்ணிக்கை ஒரு நாளும் ஒற்றை இலக்கைத் தாண்டுவதில்லை. ஒரு நாளெல்லாம் ஒரே ஒரு வாடிக்கையாளர்தான்! 5 பவுண்டிற்கு ஒரு புத்தகத்தை வாங்கிச் செல்கிறார் என்பதைப் படிக்க எனக்கே வயிற்றெரிச்சலாக இருந்தது. வாடிக்கையாளர்கள் இவர் சொல்லும் விலையையும், அமேஸானின் விலையையும் ஒப்பிட்டுப் பார்த்த பிறகுதான் வாங்குகிறார்கள். சமயங்களில் ஷானே அவ்விதம் ஒப்பிட்டுப் பார்ப்பார். இவர் 2.50 பவுண்ட் விலை வைத்த புத்தகத்திற்கு அமேஸான் 12 பவுண்ட் விலை சொல்லும். அதைப் பார்த்த பிறகு, ஷான் தனது விலையை 6 பவுண்ட்டாக மாற்றி வைப்பார். ஆனாலும் அமேஸான் வருகை பழைய புத்தக வியாபாரத்தில் பெரிய அடிதான்.

அதைவிட *Print On Demand* தொழில்நுட்பம் வந்த பிறகு பழைய அபூர்வ புத்தகங்களின் வியாபாரம் சுத்தமாகப் படுத்துவிட்டது. எந்த கிடைத்தற்கரிய புத்தகத்தையும் ஸ்கேன் செய்து, பிஓடி மூலம் அச்சடித்து வாடிக்கையாளருக்கு மிக மலிவாகக் கிடைக்கச் செய்யும் தொழில் நுட்பம் வந்துவிட்டது. எனவே, இது நூறாண்டுகளுக்கு முன் வந்த புத்தகத்தின் முதல் பதிப்பு என்ற சிறப்பு அந்தஸ்தெல்லாம் காலாவதியாகி விட்டது. ஷான் இதைவிட முக்கியமான ஒரு விஷயத்தையும் சொல்கிறார். எழுத்தாளரின் புகழ் அதிகரிக்க, அதிகரிக்க, அவரது பழைய புத்தகங்களைத் தேட வேண்டிய அவசியமும், அதற்கான மதிப்பும் குறைந்து போய்விடுகிறது என்கிறார். இயான் ஃபிளமிங்கின் ஆரம்ப கால நாவலான கேஸினோ ராயல் முதல் பதிப்பில் 4728 பிரதிகள்தாம் அச்சானதாம். அதைத் தேடி வருவோர் அதிகம். ஆனால் மேன் வித் த கோல்டன் கன் அவர் சற்றுப் புகழ் பெற்ற பின் வந்தது. அது 82,000 பிரதிகள் அச்சடிக்கப்பட்டது. எனவே அதைத் தேடி வருவோர் குறைவு. டாம் கிளான்சி, டான் பிரவுன் நாவல்கள், ஹாரி பாட்டர் போன்றவைக ளெல்லாம் முதல் பதிப்பே பல மில்லியன்கள்(ஹாரி பாட்டர் 12 மில்லியன் !) அச்சாவதால், முதல் பதிப்பு - கிடைப்பதற்கு அரியது என்ற கிராக்கியே உருவாகும் வாய்ப்பு இல்லாமல் போய்விடுகிறது.

ஷான் லாரி லாரியாகத்தான் பழைய புத்தகம் வாங்குவார் என்றில்லை. கட்டைப்பையில் 10 - 20 புத்தகங்களைக் கொண்டுவந்து போட்டுவிட்டு, ஷான் கொடுப்பதை வாங்கிக் கொண்டு செல்லும் ஆள்களும் உண்டு. ஒரு நாள் சுமார் 70 வயதுள்ள கிழவி இப்படித்தான் ஒரு பை நிறைய புத்தகங்களைக் கொண்டு வந்து போட்டுவிட்டு பணம் வாங்கிச் செல்கிறாள். அத்தனையும் பெண்களின் நிர்வாணப் படங்கள் உள்ள செக்ஸ் புத்தகங்கள். லேசாகப் புரட்டிப் பார்த்துவிட்டு கிழவிக்கு பரிதாபப் பட்டு 50 பவுண்ட் தருகிறார். பணத்தை வாங்கிக் கொண்ட கிழவி, "நேரம் கிடைக்கும் போது, புத்தகங்கள் எல்லாவற்றையும் நிதானமாகப்

பாருங்கள். என் இளம்பருவத்துப் படங்களை உங்களால் அடையாளம் காண முடிகிறதா என்று பாருங்கள்”, என்கிறாள். வாலிபம் என்பது கலைகின்ற வேடம் !

ஷான் ‘ராண்டம் புக் கிளப்’ என்றொரு அமைப்பைத் துவக்கி நடத்தி வருவது வியாபாரத்திற்குச் சற்று உதவியாக இருக்கிறது. இதில் ஆண்டுக்கு 49 பவுண்ட் செலுத்தி உறுப்பினராகச் சேர வேண்டும். மாதா மாதம் உறுப்பினர்களுக்கு ஒரு புத்தகம் அனுப்பி வைக்கப்படும். என்ன புத்தகம் அனுப்புவது என்பதை கடைதான் முடிவு செய்யும். உறுப்பினர் அல்ல. ஆனால் நல்ல புத்தகங்கள்தாம் அனுப்பப்படும். அவற்றை அவர்கள் இணையம் மூலம் விற்றால் அவர்கள் செலுத்திய 49 பவுண்டுக்கு மேலேயே கிடைக்குமாம். எனவே, இத்திட்டத்தில் சராசரியாக எப்போதும் சுமார் 150 உறுப்பினர்கள் இருப்பார்கள். இத்திட்டம் மூலம் ஒரு சீரான வருமானம் வந்து கொண்டே இருக்கிறது.

டைரி குறிப்புகள் பெரும்பாலும் வாடிக்கையாளர்கள் செய்யும் அட்டகாசங்கள் பற்றித்தான். ஒரு லட்சம் புத்தகங்களுக்கு மேல் வரிசை வரிசையாக, தலைப்பு வாரியாக ஷான் அடுக்கி வைத்திருப்பார். அவற்றில் எதையும் பார்க்காமல், பிரித்து, விலை போட்டு அடுக்கி வைக்க வேண்டும் என்று தனியாக வைத்திருக்கும் சாக்கு மூட்டையைத்தான் பிரித்துப் பார்க்க வேண்டும் என்று அடம் பிடிப்பார் ஒரு வாடிக்கையாளர். தான் அடுத்த முறை வாங்க வேண்டிய இர்விங் வாலஸின் தி பிரைஸ் நாவலை ஒரு வாடிக்கையாளர் கவிதை நூல்கள் அலமாரியில் ஒளித்து வைத்துவிட்டுப் போவார். மறுநாள் மற்றொரு வாடிக்கையாளர் “இர்விங் வாலஸின் நாவலைப் போய்க் கவிதைப் பகுதியில் அடுக்கி வைத்திருக்கிறீர்களே?” என்று அதைக் கடமையாக எடுத்து வந்து கல்லாவில் வீசி விட்டுப் போவார். அங்கேயே உட்கார்ந்து ஒரு முழு புத்தகத்தைப் படித்து முடித்துவிட்டுப் போகும் வாடிக்கையாளர்களும் உண்டு.

ஆனால், நல்ல வாடிக்கையாளர்களும் இல்லாமல் இல்லை. பெண்கள்தாம் ஷானுக்கு முக்கியமான வாடிக்கையாளர்கள். பெண்கள் வாசிப்பதை நிறுத்தினால், நாவல் இறந்துவிடும் என்கிறார் ஷான். டெகான் என்றொரு வாடிக்கையாளா யாரிடமும் பேச மாட்டார். நேராகப் போய் தான் தேடி வந்த புத்தகத்தை எடுத்துக் கொண்டு வருவார். அதற்குப் பேரம் பேச மாட்டார். உரிய பணத்தோடு புத்தகத்தை நீட்டுவார். புத்தகத்தைப் பெற்றுக் கொண்டதும், தனது கோட்டுப் பையிலிருந்து தான் வாங்கிய புத்தகம் பற்றி தி டைம்ஸில் வந்த விமர்சனத்தைக் கத்தரித்து வைத்திருப்பதை எடுத்துக் காட்டி,” டைம்ஸ்ல இதப் பத்தி நல்லா எழுதியிருக்கான்“ என்பார். வேறு எதுவும் பேசமாட்டார். மற்றொரு வாடிக்கையாளர் “இத ஆறு வருஷமா தேடிட்டு இருக்கேன், இன்னக்கிதா கெடச்சது” என்பது மாதிரி சொல்லித் தேடித் தேடி வாங்கிச் செல்வார். ஷான் நல்ல வாடிக்கையாளர்களின் குணாம்சமாக ஒரு முக்கியமான விஷயத்தைச்

சொல்கிறார். வாடிக்கையாளர் தேடி வரும் புத்தகம் இல்லை என்று சொன்னால், அவர் சரி என்று போய் விடுவதில்லை. மாறாக, அந்த புத்தகத்தின் அருமை, பெருமைகளை எல்லாம் சொல்லி, அதை ஏன் வாங்கி வைக்க வேண்டும்? என்று அரைமணி நேரத்திற்கு விளக்கம் தந்து விட்டுத்தான் செல்கிறார்கள். எத்தனையோ நல்ல புத்தகங்கள், படைப் பாளிகள் பற்றி ஷானுக்கு இப்படித்தான் அறிமுகம் கிடைக்கிறது.

இப்படியான வாசக வாடிக்கையாளர்களுக்காகத்தான் எங்கெங்கோ அலைந்து திரிந்து, லாரி லாரியாக ஒரு லட்சத்திற்கும் அதிகமான புத்தகங்களைச் சேகரித்து வைத்துக்கொண்டு கடையைத் திறந்து வைத்துக்கொண்டு உட்கார்ந்திருக்கிறார் ஷான். ஒரு நாள் ஒரே ஒரு வாடிக்கையாளர்தான், 5 பவுண்டுக்குத்தான் வியாபாரம் என்றாலும் அது பற்றிச் சிறிதும் கவலைப்படாமல், தனது ஒரு லட்சம் சொச்ச புத்தகங்களிலிருந்து ஒன்றை எடுத்துக்கொண்டு படிக்க உட்கார்ந்து விடுகிறார். இலாப நஷ்டக் கணக்குப் பார்க்காது, தனக்குப் பிடித்த வேலையைச் செய்யும் அந்த மனிதரைப் பற்றிப் படிக்கப் பொறாமையாக இருக்கிறது !

- **ஆர்வமுள்ளோர் வாசிக்க**

  The Diary Of A Book Seller by Shaun Bythell.

வானில் 146 நாட்கள்

24

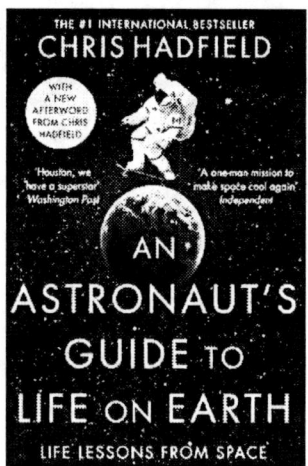

அம்மையப்பன் என்றால் என்ன? உலகம் என்றால் என்ன? என்று வசனம் பேசி உலகைச் சுற்றுவதற்குப் பதிலாக அம்மா, அப்பாவைச் சுற்றி வந்த கதையை அறிந்தவனான எனக்கு விண்வெளியில் தங்கி 146 நாட்களுக்கு உலகை தினமும் 16 முறை சுற்றி வந்தவரான கிரிஸ் ஹாட்ஃபீல்டின் அனுபவங்களைப் படித்த போது மனித சக்தியின், முயற்சியின், அறிவியலின், கற்பனைக்கு அப்பாற்பட்ட வளர்ச்சியை அறிந்து வியப்பும், பெருமையுமாக இருந்தது. An Astronauts Guide To Life On Earth என்ற Chris Harfield-இன் அனுபவங்கள் உலகில் 244 சாதனையாளர்களுக்கு மட்டுமே கிடைத்தவை.

விண்வெளி வீரர் என்பவர் ஏதோ சாகசக்காரர் அல்ல. வீரதீரச் செயல் செய்வதற்காகப் பிறந்தவர் அல்லர். இலட்சக்கணக்கான விண்ணப்பதாரர்களிலிருந்து ஏராளமான தேர்வுகளின் மூலம் சல்லடை போட்டு சலித்துச் சலித்துத் தேர்ந்தெடுக்கப்பட்டு, கோடிக்கணக்கான டாலர் செலவில், மிக மிகக் கடுமையான பயிற்சிகள் அளிக்கப்பட்டு. அந்தப் பயிற்சியின் பலனாகக் கடுமையான சூழல்களில், மிக நுட்பமான, கடினமான ஆய்வுகளை அறிவியலின் பல்வேறு துறைகளிலும்

செய்து, தரவுகளை, முடிவுகளை அறிவியல் உலகிற்கு அளிக்கக் கூடிய ஓர் அரசு ஊழியர். அரசு ஊழியர் என்பதை மிக அழுத்தமாகவே சொல்ல வேண்டும். சொகுசுப் பேர்வழிகள், ஓசிச் சம்பளம் என்ற பல்வேறு அவதூறுகளை ஒட்டு மொத்தமாகச் சுமக்க நேரிடும் ஊழியர்களின் கடின உழைப்பை, அறிவை, விடாமுயற்சியை விண்வெளியிலிருந்து உலகிற்குப் பறைசாற்றும் ஓர் அரசு ஊழியர்.

விண்வெளி வீரராக உருவாக முதலில் ஒருவர் போர் விமானியாக, ஒலியின் வேகத்தை விடப் பன்மடங்கு வேகத்தில் செல்லும் போர் விமானத்தை இயக்குபவராக இருக்க வேண்டும். அசாத்திய உடல் வலிமை இருக்க வேண்டும். போர் விமானம் ஓட்டும் விமானி கிட்டத்தட்ட ஓர் அறிவியல் முனைவர் அளவிற்கு, ஆய்வாளர் அளவிற்கு அறிவியல் படித்தவராக இருக்க வேண்டும். ஹார்ஃபீல்ட் விமான அமைப்பியல் பற்றி உயர்கல்வி கற்றவர். 32 வகை போர் விமானங்களை ஓட்ட அறிந்தவர். இப்படிப்பட்டவர்களுக்கும், தேர்ந் தெடுக்கப்பட்ட பின், ஆய கலைகள் அறுபத்தி நான்கும் கற்றுத் தரப்படும். எங்கள் அலுவலகத்தில் தீப்பிடித்து விட்டால், தீ.. தீ.. என்று கத்தியபடி, வெளியே ஓட வேண்டும் என்று ஆங்காங்கே பெரிய பெரிய போஸ்டர் ஒட்டி வைத்திருப்பார்கள். விண்கலத்தில் தீப்பிடித்தால் வெளியே எங்கே ஓட முடியும்? ஒரு தீயணைப்பு வீரருக்குத் தரப்படும் அத்தனை பயிற்சியும் தருவார்கள். பல்வலி, நெஞ்சுவலி, கை, கால் எலும்பு முறிவு என்றால் விண்வெளியில் ஏது மருத்துவர்? ஒரு மருத்துவருக்கான அத்தனை பயிற்சியும் தருவார்கள். மாக்கட்டு போட, பல் பிடுங்க கற்றுத் தருவார்கள். நம் அலுவலகங்களில் கணினியில் சின்ன கோளாறு என்றாலும். ஒரு முறை அணைத்து விட்டுப் போடுவோம். அப்படியும் வரவில்லை என்றால், ஒர்க் பண்ணல்ல என்று அடுத்தவரை உதவிக்கு அழைப்போம். இரண்டு பேர், மூன்று பேர் மட்டுமே போகும் விண்வெளிப் பயணத்தில் கம்ப்யூட்டர் ரிப்பேர்,

எலக்ட்ரிகல் வேலை, பிளம்பிங் எல்லாம் சொந்தமாகத்தான் பார்த்துக் கொள்ள வேண்டும். எல்லாவற்றிற்கும் பயிற்சி.எல்லாவற்றிற்கும் ஹோம் ஒர்க். பள்ளி, கல்லூரியில் படித்து வந்த ஹாட்ஃபீல்டின் மூன்று குழந்தைகளும். "என்ன அப்பா, எங்கள விட உங்களுக்கு ஹோம் ஒர்க் ஜாஸ்தியா இருக்கு?" என்று கேலி செய்வார்கள். கணினி அறிவியல். நிலவியல், ரோபோடிக்ஸ், ஆர்பிட்டல் மெக்கானிக்ஸ், வானிலையியல், இயற்பியல், வேதியியல், உயிரியல் என்று பாடங்கள் ஒரு புறம் நடக்க, மறுபுறம் மிக விலை உயர்ந்த , துல்லியமான கேமரா மூலம் படம் எடுக்கக் கற்றுத் தர, உலகப் புகழ் பெற்ற புகைப்படக் கலைஞர்கள் வேறு பாடம் நடத்துவார்களாம். விண்வெளியில் யானை, குதிரை எல்லாம் கிடையாது என்பதால் யானையேற்றம், குதிரையேற்றம் மட்டும் சிலபஸில் கிடையாது. மற்றபடி, உலகில் உள்ள அத்தனை விஷயங்களையும் கற்றுத் தந்து அனுப்புவார்கள். என் போன்றோர் மதுரையிலிருந்து சென்னை செல்லவே அத்தனை முன்னேற்பாட்டுடன் செல்லும் போது, 62 மில்லியன் மைல் பயணம் என்றால் சும்மாவா?

புவியீர்ப்பை மீறிச் செல்ல வேண்டும் என்பதால் முதல்நாளிலிருந்தே சாப்பாடு கட். போதாதற்கு எனிமா வேறு கொடுத்து விடுவார்கள். பேம்பர்ஸ் மாட்டிவிடுவார்கள். உடலில் சத்தே இல்லாமல், 62 மில்லியன் மைல் பயணத்தில் கண் முன் இருக்கும் ஆயிரக்கணக்கான கருவிகளைக் கவனமாகக் கண்காணித்தபடி பயணிக்க வேண்டும். சிறு தவறு என்றாலும் உடனடியாக அதைச் சரி செய்ய வேண்டும். ஓரிரு வினாடிகள் தாமதம் என்றாலும். லட்சக்கணக்கான மைல் தூரம் பாதை விலகிவிடும். போக வேண்டிய இடத்திற்கு பதிலாக நெப்ட்யூனில் போய் இறங்க வேண்டியதுதான் ! எனவே அசாத்திய உடல் பலத்திற்குத் தயாராக வேண்டும். அசாத்திய மூளை பலத்திற்கும். கிடைக்கும் நேரம் எல்லாம் பயிற்சி, பயிற்சி, பயிற்சி. இத்தனை பயிற்சிகளின் காரணமாக விண்வெளிப் பயணத்தில் பிரச்சனைகளே வராமல் போய்விடாது என்கிறார் ஹாட்ஃபீல்ட். வரும் பிரச்சனைகளைக் கண்டுப், பதற்றப்படாது,

உடனடியாக என்ன செய்ய வேண்டும் என்பதை முடிவு செய்து, சட்டென்று செய்வதற்கான தயார் நிலையை இந்தப் பயிற்சிகள் அளிக்கும், அவ்வளவுதான் என்கிறார் அவர்.

புவியீர்ப்பு இல்லாத இடத்தில் நாம் அன்றாடம் மிக எளிதாகச் செய்யும் வேலைகளும் கடினமானவைகளாக இருக்குமாம். ஒரு போல்ட்டை குரங்கு ஸ்பானர் வைத்து கழற்றுவது பனித்தரையில், பனிச்சறுக்கு காலணிகள் அணிந்து, எலக்ட்ரீசியன் போட்டுக் கொள்ளும் பெரிய கையுறை அணிந்து கொண்டு, டிராக்டர் ஒன்றுக்கு டயர் மாற்றுவது எவ்வளவு கடினமோ, அந்த அளவிற்குக் கடினமாக இருக்குமாம். மற்றொரு புறம், ஓர் ஆளுயர பிரிட்ஜை, சுண்டுவிரலால் எளிதாக நகர்த்தி விடவும் முடியும். எந்த வேலை கடினம், எது எளிது என்பதைப் புரிந்து கொள்வதே பெரிய பிரச்சனை.

ஹாட்ஃபீல்டும், அவரது சகாக்கள் இருவரும் 146 நாள்கள் வான்வெளியில் *International Space Station* எனப்படும் வான்வெளியில் மிதக்கும் ஆய்வுக் கூடத்தில் தங்கியிருந்து ஆய்வு செய்து திரும்பியிருக்கிறார்கள். கோடிக்கணக்கான மில்லியன் டாலர் செலவில் அமெரிக்கா, ரஷ்யா, கனடா, ஜப்பான் போன்ற சில நாடுகள் ஒன்று சேர்ந்து உருவாக்கிய அறிவியல் அற்புதம் அது. எந்த நாடு எவ்வளவு முதலீடு செய்துள்ளதோ. அதற்கு ஏற்ற எண்ணிக்கையில் அந்த நாட்டின் விண்வெளி வீரர்கள் அங்குச் சென்று தங்கி ஆராய்ச்சி செய்து திரும்புவார்கள். ஹாட்ஃபீல்ட் கனடா நாட்டுக்காரரர். அவர்களது நாட்டின் முதலீடு குறைவு. எனவே கனடா நாட்டினர் அதிகம் அங்குப் போக முடியாது. அது கிட்டதட்ட ஒரு கால்பந்த மைதானத்தின் அளவு இருக்கும். ஐந்து பிஹெச் கே வீடு போன்றது. சுவர் முழுக்க வெல்க்ரோ வைத்திருப்பார்கள். மிதந்து செல்லும் பொருட்கள் அதில் ஒட்டிக் கொள்ளும். பல் தேய்த்தால் வாய் கொப்பளிக்கக் கூடாது. நாம் துப்புவது மிதந்து சென்று சக வி.வீரர் முகத்தில் போய் அப்பும். என் பேரன் போல் அப்படியே முழுங்கி விட வேண்டியதுதான். மூச்சா,

ஆய் போவதற்கெல்லாம் தனி வகுப்பு நடத்தி சொல்லித் தந்திருப்பார்கள். அது எப்படி என்பதைப் பக்க அளவு கருதி நான் விவரிக்கவில்லை. மூல நூலில் படித்துக் கொள்ளுங்கள்! அந்த விண்வெளி வீட்டில் எப்போதுமே மெத்து மெத்து என்று மிதந்துகொண்டேதான் இருப்போம் என்பதால் படுக்க மெத்தை, தலையணை தேவையில்லையாம். படுத்தால் ஏதோ வெண்பஞ்சு மேகத்தில் படுத்திருப்பது போல் இருக்குமாம். புரண்டு புரண்டு படுத்து, ஒரு வசதியான பொசிஷனைத் தேர்வு செய்ய வேண்டிய வேலை கிடையாது. புவியீர்ப்பு இல்லாததால் நடப்பதே சிரமம். எனவே அங்கு நடப்பதற்குத் தெம்பு வேண்டும் என்பதற்காக, எலும்பு, தசைகளை வலுவாக்க, தினமும் பல மணி நேரம் உடற்பயிற்சி செய்ய வேண்டுமாம். பூமிக்கு வந்த பிறகு பல நாள்களுக்கு இரண்டு காலில் சாதாரணமாக எழுந்து நின்றாலே கால் வலி பின்னி எடுத்துவிடுமாம். பூமிக்குத் திரும்பி வந்த பிறகு, எழுந்து நின்று நடக்கவே பல நாள்கள் பயிற்சி செய்ய வேண்டும்.

இத்தனை சிரமப்பட்டு விண்வெளி சென்று அங்குச் செய்த ஆய்வுகள் பற்றியும் பக்கம் பக்கமாக எழுதியுள்ளார் ஹாட்ஃபீல்ட். அவை எல்லாம் தேர்ந்த அறிவியலாளர்கள் படித்துப் புரிந்து கொள்ள வேண்டிய உயர் அறிவியல் என்பதால், இங்கு அவை பற்றி விவரிக்கவில்லை. வாசக சுவாரஸ்யம் உள்ளவற்றைப் பற்றி மட்டுமே பகிர்ந்துள்ளேன்.

சமீபத்தில், சந்திரயான் அறிவியலாளர்கள் திருப்பதி கோவில் சென்று வழிபடுவது பற்றியெல்லாம் பல்வேறு விதமான விமர்சனங்கள் வந்தன. அறிவியல் உலகில் இது போன்ற நம்பிக்கைகளுக்குக் குறைவே இல்லை. இதைக் கவனிக்காமல் விட்டுவிட்டதால், பிரச்சனை வந்துவிட்டது, பல ஆண்டுகள் பல பில்லியன் டாலர் செலவு செய்து உழைத்தது வீணாகி விட்டது என்று ஆகிவிடக் கூடாது என்ற அறிவியல், ஆன்மிகம், நம்பிக்கை என்று எதையும் விட்டுவைக்காமல் எல்லாவற்றையும் செய்து விடுபவர்களாகத்தான் அவர்கள் இருப்பதாக நாம் எடுத்துக்கொள்ள வேண்டும். சர்வதேச விண்வெளி ஆய்வுக் கூடத்திற்கு இன்று வரை விண்வெளி வீரர்கள் ரஷ்யாவிலிருந்துதான் ராக்கெட்டில் கிளம்புகிறார்கள். அதுதான் பக்கம் போலும்! கிளம்பும் போது கவனிக்க வேண்டிய அறிவியல் அம்சங்களோடு இது போன்ற நம்பிக்கை சார்ந்த விஷயங்களையும் விட்டுவிடாது இன்றளவும் கடைப்பிடிக்கிறார்கள். கிளம்புவதற்கு இரண்டு நாள்களுக்கு முன்பாகவே விண்வெளி வீரர்களை தனிமைப்படுத்தி அறையில் அடைத்துவிடுவார்கள். ராக்கெட் ஏறும் சமயம்தான் வெளியே

வரவேண்டும். வரும்போது, அந்த அறையின் கதவில் கையெழுத்துப் போட வேண்டும் என்று ஒரு சடங்கு. அந்தத் தங்கும் இடத்திலிருந்து ஹாட்ஃபீல்டும், மற்ற இருவரும் ஒரு வேனில் ஏறி, ராக்கெட் லாஞ்ச் மையத்திற்குச் செல்கிறார்கள். பதினைந்து நிமிடப் பயணத்திற்குப் பிறகு டிரைவர் வண்டியை ஓரம் கட்டி நிறுத்துகிறார். எல்லோரும் இறங்கி வேனின் பின்பக்க வலது டயரில் சிறுநீர் கழிக்க வேண்டும் என்கிறார். ஹார்பீஃல்ட் எதற்கு? என்கிறார். யூரி காகாரின் முதன்முறையாக விண்வெளி சென்ற போது, வேனில் கிளம்பிய பதினைந்தாவது நிமிடத்தில், இப்படி வண்டியை நிறுத்தி, பின்பக்க வலது டயர் மேல் மூச்சா அடித்தார். நல்லபடியாகத் திரும்பி வந்தார். அதிலிருந்து இந்த சம்பிரதாயம் தொடர்கிறது என்கிறார் டிரைவர் பணிவாக. பெண் விண்வெளி வீராங்கனைகள் என்ன செய்வார்கள்? என்று ஹாட்ஃபீல்ட் கேட்க, “வரும்போது பாட்டில்ல பிடிச்சுட்டு வரச் சொல்லிடுவோம். இங்க வண்டிய நிப்பாட்டி, டயர்ல ஊத்திடுவோம்.” என்கிறார் டிரைவர் சீரியஸாக. சோவியத் யூனியன் என்ன, ஸ்ரீஹரிகோட்டா என்ன, எல்லாம் நல்லபடியா நடக்கணுமே என்ற கவலை ஆதார மனிதக் குணம்தானே !

ஹாட்ஃபீல்ட் இது மாதிரி மூன்று முறை விண்வெளி சென்று தங்கியிருக்கிறார். அதிகபட்சமாக 146 நாட்கள் தங்கல். அந்த முறைமட்டும் அவர் பூமியை 2336 முறை வலம் வந்திருக்கிறார். விண்வெளி பற்றி ஏராளமான தரவுகளைத் திரட்டித் தந்திருக்கிறார். அவற்றிற் கெல்லாம் உடனடிப் பயன் என்ன என்று எனது சிற்றறிவிற்குத் தெரிய வில்லை. ஆனால், அறிவே ஆயுதம் என்ற பொதுவான புரிதலில் ஹாட்ஃபீல்டின் கிடைத்தற்கரிய அனுபவம் பற்றிய இந்தப் புத்தகம் எனக்கு மிகப் புதிய வெளிச்சத்தைத் தந்தது.

ஆம்ஸ்ட்ராங் நிலவில் இறங்குவதை ஒன்பது வயதுச் சிறுவனாகக் கறுப்பு வெள்ளை டிவியில் கலங்கலாகப் பார்த்து, நாமும் விண்வெளி வீரராக ஆகவேண்டும் என்று நினைத்ததாக அவர் குறிப்பிடுகிறார். இந்தப் புத்தகம் எழுதும் போது படிப்பவர்களுக்குத் தன்னைப் பற்றி நல்ல அபிப்ராயம் வரவேண்டும் என்பதற்காக இப்படி அள்ளிவிட்டதாகத் தெரியவில்லை. மெய்யாகவே நினைத்திருக்கிறார். அதற்காகப் பாடுபட்டிருக்கிறார். 15ஆவது வயதில் கிளைடர் விமானம் ஓட்டும் பயிற்சியில் சேர்ந்திருக்கிறார். 16ஆவது வயதில் விமானம் ஓட்டும் பயிற்சி. பின்னர் கனடா விமானப் படையில் பணி. எளிய விவசாயக் குடும்பத்தைச் சேர்ந்தவர்தாம். பள்ளி, கல்லூரி விடுமுறை நாள்களில் அப்பா, அம்மாவுடன் வயக்காட்டு வேலை பார்த்தவர். ஒவ்வொரு கட்டத்திலும் போராடிப் போராடி முன்னேறியவர். விண்வெளியிலிருந்து இந்தப் பூமியை 146 நாள்களுக்கு தினமும் பார்த்தது, மிகப் பெரிய அறிவாளிகளான, பலசாலிகளான சக வீரர்கள் இருவரோடு ஒத்துழைத்து, அந்த 146 நாள்களும் ஒவ்வொரு நாளிலும் ஏற்பட்ட சோதனைகளைச் சமாளித்து, எடுத்த காரியத்தை நல்லபடியாக முடித்து, பூமிக்குத் திரும்பியது அவரை ஒரு புது மனிதனாக எவ்விதம் மாற்றியது என்பதையும் புத்தகம் முழுக்கச் சொல்லிச் செல்கிறார். இந்த உலக வாழ்க்கைக்கான ஒரு விண்வெளி வீரனின் கையேடு என்றுதான் தமது அனுபவங்களுக்குத் தலைப்பிட்டிருக்கிறார்.

பார்க்கப் போனால், இந்தத் தொடரில் நான் குறிப்பிட்ட ஒவ்வொரு புத்தகமுமே இந்த உலக வாழ்க்கைக்கான ஒரு கையேடு என்றுதான் தோன்றுகிறது!

ஆர்வமுள்ளோர் வாசிக்க
AN ASTRONAUTS GUIDE TO LIFE ON EARTH BY CHRIS HADFIELD